ते पक्के प्रेमवीर

AA000487

शिवराम महाजन

BlueRose
Publishers
NewDelhi • London

First Published in January 2022

ISBN: 978-93-5427-776-4

BLUEROSE PUBLISHERS
www.bluerosepublishers.com
info@bluerosepublishers.com
+91 8882 898 898

Cover Design:
Muskan Sachdeva

Typographic Design:
Ilma Mirza

Distributed by: BlueRose, Amazon, Flipkart

श्री गणेशाय नमः

ते पक्के प्रेमवीर

कादंबरी

लेखक: शिवराम महाजन

नाशिक (महाराष्ट्र)

सविनय समर्पण

अत्यंत प्रेमळ, साधी, कुटुंबाकरिता राबराब राबणारी माझी आई कै. गं. भा. सोनाबाई, अत्यंत धार्मिक व प्रचंड कष्टाळू माझे वडील कै. आत्माराम गंगाराम महाजन, माझे सदैव हित जपणारी, माझ्यावर पुत्रवत माया करणारी माझी सावत्र आई कै. सौ. बजनाबाई,

माझी सहचारिणी कै. सौ. प्रभावती यांच्या स्मृतीस नम्रपणे समर्पण.

शिवराम महाजन

आभार प्रकटन

मी लेखनास सुरवात केल्यानंतर मला सातत्याने प्रेरीत करणारे माझे मार्गदर्शक, स्नेही माझे व्याही व प्रथित यश लेखक आदरणिय हेमंत जोशी माझी मुले.....सौ. कांचन जोशी, डॉ सौ. कविता गुजर, माझे चिरंजीव डॉ. कमलेश महाजन यांचे ऋण निर्देश करणे आवश्यक आहे.

'अहो, तुम्ही छान लिहिता! मनातले एकदा ओता कागदावर' हेच शब्द हेमंत जोशींचे! मला सदैव प्रेरीत करायचे! पप्पा, तुमचे लिखाण वाचनिय आहे - पुढे काय ? ही जिज्ञासा निर्माण करते. सर्वाच्या पचनी पडणारी, सरळ, सोपी भाषा आहे. चालु ठेवा!" हे वारंवार प्रेरीत करणारे माझ्या मुला मुलींचे शब्द!"

स्वतः लेखक हा एक वाचक असतो. जेव्हा त्याला वाचकांकडुन कौतुकाचे बळ मिळते तेव्हा त्याची लेखणी जास्त धारदार व्हायला लागते.

Blue Rose publishers Delhi यांनी 'ते पक्के प्रेमवीर' ही माझी पहिली कांदबरी छपाई व प्रकाशन करण्यासाठी जे अनमोल परिश्रम घेतले व त्यांच्या सर्व स्टाफने टायपिंग, एडिटिंग, कव्हर पेज डिझाईन, प्रिन्टिंग व पब्लिकेशन ही सर्व कामे कोरोना काळात अत्यंत बिकट परिस्थितीत यशस्वीपणे पुर्ण केली त्याबद्दल त्यांचे ऋण व्यक्त करतो.

लेखक
शिवराम महाजन

जाहीर प्रकटन

'ते पक्के प्रेमवीर' या कादंबरीच्या कथेतील सर्व पात्रे, प्रसंग, घटना, स्थान व इतर सर्व ठिकाणे पुर्णपणे काल्पनिक असून याचा कोणाच्याही व्यक्तीगत जीवनाशी काहीही संबध नाही!

या कादंबरीचे कथानक पुर्णपणे काल्पनिक असून त्याचा समाजातील सत्य घटनांशी काही संबंध नाही. तसे काही आढळल्यास वा दिसून आल्यास तो निव्वळ योगायोग समजावा!

या कादंबरीचा उद्देश निस्पृह, निस्वार्थी, निरपेक्ष प्रेम काय असते ते प्रकट करणे आहे! ही कादंबरी शिव व विजयाच्या परस्परांवरील नितांत विश्वास, प्रेम व सामंजस्य याचे ज्वलंत उदाहरण आहे. त्यांच्या प्रेम प्रवासाची सुरवात वार्‍याच्या सुखद झुळकाने होते पण पुढे या प्रवासात कशी कशी वादळे येतात व त्यांचे प्रेम सर्व कसोट्या व दिव्य पार करून यशस्वी होते की नाही याचे उत्तर या कादंबरीत वाचावयास मिळेल.

'ते पक्के प्रेमवीर' - शिव व विजया च्या रोमांचकारी प्रेमाची वादळी कथा!

हा माझा लेखन प्रपंचातिल पहिला प्रयत्न असल्याने यात उणिवा असणे अपरिहार्य! आपण वाचक त्या उणिवांकडे दुर्लक्ष करून कादंबरीचा आस्वाद घ्याल ही अभिलाशा!

लेखक शिवराम महाजन

ते पक्के प्रेमवीर

अनुक्रमणिका

ते पक्के प्रेमवीर'...

प्रकरण १ ले: प्रथम दर्शनी प्रेम

(लव्ह अॅट फर्स्ट साईट!)

हो - सन १९६९! १५ जून १९६९ चा तो दिवस!! शिव महाजन चा अमळनेर महाविद्यालयातील पहिला दिवस! साधारण ५१ वर्षांपूर्वीची ही घटना!! शिवाच्या भावी आयुष्याला पुर्णपणे कलाटणी देणारा अविस्मरणीय क्षण!

शिव प्रिन्सिपल सरांच्या स्वागतपर मार्गदर्शनासाठी म्हणजे शैक्षणिक वर्षारंभी होणाऱ्या Inaugural Address साठी कॉलेजच्या असेम्बली हॉलकडे घाईघाईने निघाला. असेम्बली हॉलमध्ये प्रवेश करताना शिवचा धक्का त्याच वेळी प्रवेश करीत असलेल्या एका मुलीस लागला - त्या मुलीने रागाने डोळे ताणत शिवकडे बघितले.

'सॉरी हं! चुकून धक्का लागला!' ती मुलगी मात्र काहीही न बोलता फणकाऱ्याने मैत्रिणीसोबत हॉलमध्ये जाऊन बसली.

शिव आपला मित्र भावेशसोबत एका जागेवर जाऊन बसला. ती जागा नेमकी त्या मुलीसमोर होती. तिची नजर पुन्हा भिरकली! तिचा शिववरील राग अजून शमलेला नव्हता! त्यात शिव समोरच दिसल्याने तिचा चेहरा रागाने उग्र झाला.

'शिव ती आपल्याकडे रागाने बघते आहे!' भावेश शिवच्या कानात पुटपुटला.

'अरे हो - तू तिच्याकडे कशाला बघतो!' शिव भावेशला हळूच म्हणाला. 'हॉल किती सुंदर आहे बघ जरा!'

एवढा मोठा व इतक्या सोईसुविधांनी परिपूर्ण हॉल शिवने पहिल्यांदाच बघितला! शिवने हॉलचे निरीक्षण केले, हॉल पुर्णपणे भरला होता. सर्व मुले-मुली अतिशय आनंदी व उत्साही दिसत होते. आत जागा

नसल्याने काहीजण हॉलच्या दोन्ही बाजुंनी असलेल्या गॅलरीतच थांबले होते.

ठीक ११ वाजता प्रिन्सिपल महोदय व्यासपिठावर आपल्या मोजक्या सहकारी प्राध्यापकांसोबत आले, त्यांनी सर्व नवोदितांचे स्वागत केले.

प्रिन्सिपल महोदयांनी कॉलेजबाबत थोडक्यात माहिती दिली. आपले कॉलेज पुणे विद्यापिठातील नामवंत कॉलेजमध्ये गणले जाते हे त्यांनी आवर्जुन सांगितले. साधारण १५ मिनिटे मार्गदर्शन केल्यानंतर प्रचंड टाळ्यांच्या कडकडाटात त्यांचे मनोगत संपले.

त्यानंतर सर्व विद्यार्थी आपल्या क्लासकडे वळले. प्रि-डिग्री आर्ट्सच्या क्लासमध्ये शिव येऊन दाखल झाला. सर्वत्र आनंद, उत्साहास उधाण आले होते. सर्व मुला-मुलींच्या चेहऱ्यांवर कुतुहल जाणवत होते. सर्व युवक-युवती रंगबेरंगी पोशाखात खुलून दिसत होते.

काही धिट मुले नेत्रसुखाचा आनंद घेण्यात मशगुल होते तर काही सिनिअर्स धटिंगण कागदी बाणाने मुलींच्या नजरा चुकवून प्रहार करीत होते.

शिवसारखी काही लाजाळु मुले इतरांच्या लक्षात येऊ नये याची पुरेपूर काळजी घेत मुलींकडे चोरून दृष्टीक्षेप टाकीत

होती. मुलीसुद्धा चोरट्या नजरेने मुलांकडे पाहून आनंद लुटत होत्या! काही लाजत-मुरडत होत्या!

मुलींकडे बघता-बघता शिवची नजर एका ठिकाणी खिळली. इतर सर्व मुलींमध्ये 'ती मुलगी' उठून दिसत होती.

'भावेश अरे यार ही तर आपल्याच क्लासमध्ये!' शिव हळुच म्हणाला. भावेशने तिच्याकडे चोरून बघितले - ती त्यांच्याच कडे बघत होती.

'बघतेय ती आपल्याकडे - बहुधा तुझ्याकडे!' भावेश पुटपुटला.

'यार, तू तिच्याकडे नको बघू - मार खायचा नाही आपल्याला!' शिव भावेशला म्हणाला.

'ती खूपच सुंदर आहे शिव - ती तुझ्याकडे बघते आहे!'

शिवने तिच्याकडे नजर लपवित बघितले. तिच्या हे लक्षात आल्याबरोबर तिने शिवकडे बघून हलकीशी स्माईल दिली. त्यासरशी तिच्या दोन्ही गालांवर 'खळ्या' उमटल्या! त्यामुळे तिचे हसणे खुपच जादुई व विलोभनिय वाटत होते. नजर न हलवता शिव मंत्रमुग्ध होऊन तिच्याकडे बघत राहिला!

तेवढ्यात मराठीच्या प्रा. देशपांडे सरांनी वर्गात प्रवेश केला. सर्व त्यांच्या स्वागतासाठी उठून उभे राहिले.

'आता आपण परिचय करूया!' विद्यार्थांना उद्देशून प्रा. देशपांडे म्हणाले.

सरांनी त्यांचा परिचय दिल्यानंतर सर्व मुले-मुलींनी परिचय देण्यास सुरुवात केली. संपूर्ण क्लासमध्ये मॅट्रिकच्या गुणांनुसार मि. शिव महाजन क्लास टॉपर होता तर कु. विजया देशमुख व मि. श्रीकृष्ण व्यवहारे अनुक्रमे द्वितीय व तृतीय होते. तिघांना फर्स्ट क्लास होता - शिवला मराठी विषयात ७५% गुण असल्याने प्रा. देशपांडेनी त्याचे विशेष कौतुक केले.

मराठीची तासिका संपल्यानंतर पुढची तासिका लगेच नसल्याने शिव व भावेश कॅन्टीनकडे गेले. भावेश हा शिवचा बालमित्र- लंगोटी यार! दोघेही प्राथमिक शाळेपासून सोबत होते. दोघेही अभ्यासात हुशार असल्याने त्यांची चांगली गट्टी जमली होती.

कॅन्टीनमध्ये यांच्या समोरच्या टेबलाजवळील जागेवर दोन मुली येऊन बसल्या. एक होती खळीवाली व दुसरी तिची मैत्रीण! त्यांनी दोन कॉफीची ऑर्डर दिली. चहा-कॉफी घेता घेता शिवची व तिची नजर एक झाली. शिव थोडासा ओशाळला! तिच्या लक्षात आल्यावर तिने स्मित करीत शिवकडे बघितले. तिच्या त्या सुमधुर हास्याने दोन्ही गालांवर स्पष्टपणे दिसून येणाऱ्या खळ्यांमुळे शिव जास्तच भांबावला! त्याने दुसऱ्या दिशेला बघायला सुरुवात केली. त्या सरशी ती व तिची मैत्रीण खळखळून हसल्या! ती मैत्रिणीला हळूच म्हणाली.

'हा मेला इनोसंट आहे का चाप्टर गं सुले?'

'अगं, आपल्याच क्लासमध्ये आहे तो! सर्वोच्च

गुणधारक व मराठीत विशेष गुणवत्ता!

'हो सुले - वाटतो तर हुशार! अन हँडसम पण आहे गं!'

'विजे, काय विचार अंs अंs अं!!'

बेल झाली - पुन्हा सर्व मुले-मुली पुढील तासिंकासाठी क्लासरुमला आले. सर्व तासिका संपल्या. क्लासच्या बाहेर पडल्याबर त्या दोघी शिवला घुटमळताना दिसल्या.

'चल भाव्या, नोटीसेस बघू!' शिव भावेशला म्हणाला.

त्या दोघींनी हे ऐकल्यावर त्या सुद्धा शिवच्या बाजुला उभ्या राहून नोटीसेस बघू लागल्या. नोटीसेस बघितल्यानंतर निघण्यापूर्वी तिची व शिवची 'एकदृष्टी' झाली. त्यासरशी ती आपणहून पुढे येऊन म्हणाली, 'Hello I'm Vijaya Deshmukh and my friend Sulochana Sonavane.' अनोळखी मुलीशी बोलण्याचा पहिलाच प्रसंग - त्यामुळे शिव थोडा गांगरत म्हणाला, 'Hello I'm Shiv Mahajan and my friend Mr. Bhavesh Gujar.'

'त्या सकाळच्या प्रसंगामुळे पुन्हा एकदा सॉरी म्हणतो.' शिव विनम्रपणे म्हणाला.

'It's Ok! घाई-घाईत होते असे! Please don't mind!' विजया देशमुख शिवला म्हणाली.

'ते जाऊ द्या! I think you are topper in the class!' विजया पुढे म्हणाली.

'असं दिसतयं एकंदरीत! शिव म्हणाला.

'अहो, दिसतयं काय म्हणता - आहात ना?'

'हो-हो - आहे!' शिव अडखळत म्हणाला.

'Nice to meet you both, see you again!'

असे म्हणून त्या दोघी लेडीज होस्टेलच्या दिशेने निघून गेल्या. शिव तिच्या पाठमोऱ्या आकृतीकडे पाहतच राहिला! प्रथमच एखाद्या सुंदर अनोळखी मुलीने आपला स्वतःहूनपरिचय करून घेतला त्याबद्दल त्याच्या मनात सुखद भावना उमटल्या! तो बराच वेळ ती गेली त्या दिशेला बघतच राहिला. त्याच्या मनात चलबिचल होत असल्याचे त्याला जाणवले!!!

भावेश शिवकडे आऽ ऽ वासून बघत होता, 'शिव काय विचार आहे?'

'यार, बोलणे किती गोड आहे!'

'कुणाचे?'

'अरे तिचे! विजयाचे!'

'अन् खूप सुंदर आहे!'

'कोण शिव?'

'भाव्या, मिस डिंपल - विजया!

'ओ माय गॉड - शिव, पहिल्या चेंडुतच विकेट! शिट!!'

शिव व भावेश गावातील म्हस्कर वसतीगृहात येऊन पोहचले. शिव कॉटवर बसल्या बसल्या पुन्हा म्हणाला - 'यार भाव्या, रिअल ब्युटीक्वीन! इतकी गोड अन्देखणी पोरगी मी पहिल्यांदाच बघितली!'

शिव स्तब्ध राहून कॉटवर विचार करीत बसला, भावेश त्याच्यासमोर खुर्चीवर उलटी पोझ घेऊन बसला!

'अरे यार, अप्सरा कोणी बघितलीय! ही तर साक्षात पृथ्वीवरची अप्सरा! अन्या अप्सरेने स्वतःहुन आपल्याला

ओळख करून दिली- 'अहो भाग्यम्!'

होस्टेलला पोहचल्यावर विजया सुलोचनाला म्हणाली, 'सुलू दिसायला खूप हँडसम आहे ग तो!'

'कोण ग हँडसम?' सुलोचनाने मुद्दाम विचारले.

'सुलू अगं तोच ना - शिव महाजन!'

'हो आहे विजे..!' पण काय विचार आहे तुझा? अं s अं s अं s...' सुलोचनाने गुगली टाकली.

विजया आनंदाने डोळे मिचकवित, 'आवडला मला बघताक्षणी!' 'विजू शोभेल तुला!' सुलोचना म्हणाली.

संध्याकाळी ठीक ७.३० वाजता शिव, भावेश व रुम पार्टनर दीपक पाडवीसोबत कॉलेज मेसमध्ये जेवणासाठी आले. वसतीगृहाच्या मुलींच्या घोळक्यात शिवला विजया दिसली. शिवला लांबुनच बघितल्याबरोबर 'ती' हसली. प्राथमिक परिचय दुपारी झालेला असल्याने शिवने तिला हसून प्रतिसाद दिला.

विजया व सुलोचना शिवच्या समोरील जागेवर येऊन बसल्या. जेवताना शिव व विजयाच्या नजरांचा लपंडाव सुरू होता. जेवण आटोपल्यावर त्या दोघी बेसिनला हात धुवून माठाजवळ पाणी पिण्यासाठी येऊन थांबल्या. शिवने मॅनर्सचा भाग म्हणून ग्लास स्वच्छ विसळून विजयाला भरून दिला.

'प्लिज..' असे म्हणून ग्लास तिच्या समोर केला -

'Thanks Mr. Mahajan' असे म्हणून विजयाने ग्लास स्विकारला.

'Welcome Miss Deshmukh!' असे म्हणून

शिव मित्रांसोबत त्याच्या रुमकडे निघाला.

मुलींनी मात्र विजयाभोवती एकच गलका केला.

'W-e-l-c-o-m-e मिस देशमुख! कोण होता गं तो?'

'माझा क्लासमेट! दुसरं कोण असणार?' विजयाने उत्तर दिले.

'कॉलेजच्या पहिल्याच दिवशी ग्रीन सिग्नल! अगो बया - वेलकम मिस देशमुख!!'

'आम्हाला तीनवर्ष झालीत अजून कोणी वेलकम केले नाही!' असे म्हणून सर्व मुली विजयाकडे बघत फिदीफिदी हसल्या.

'चल सुले, निघू आपण!' विजयाने काढता पाय घेतला.

विजया जायला लागल्यावर पुन्हा त्या मुली एका सुरात म्हणल्या, 'वेलकम मिस देशमुख' - व पुन्हा हातावर टाळ्या देत विजयाची टिंगल करू लागल्या.

वसतीगृहाकडे जात असताना शिवचा रुम पार्टनर दिपक पाडवीने विचारले,

'कौन है पार्टनर ए लडकी?'

'शिवके हसीन सपनोकी रानी!' भावेश शिवकडे बघत म्हणाला. 'गप रे यार! मेरी क्लासमेट है, आजही उससे परिचय हुआ!' शिवने पाडवीला सांगितले. 'बेहद खुबसुरत है यार! क्या नाम बताया?' पाडवीने विचारले.

'मिस विजया देशमुख!' शिवने सांगितले.

'चलो आपके कॉलेज जीवन की सुरुवात तो बहुत अच्छी हुयी!' पाडवी शिवला म्हणाला.

'मतलब?' शिवने उत्सुकतेने विचारले. 'मतलब साफ है, इतनी हसीन लडकीसे कॉलेज के पहलेदिन परिचय होना, इससे अच्छी बात क्या हो सकती है।' पाडवीने स्पष्ट केले.

'कहते है ना, That begins well ends well! - आगे बढो दोस्त।' पाडवीने प्रोत्साहन दिले.

इकडे रुमवर आल्यावर विजया सुलोचनाला म्हणाली, 'पाहिलस सुलू - त्या पोरींचा शहाणपणा!'

'विजू हे असचं असतं! तु कशाला त्यांच्या कमेंट्सना एवढे महत्व देतेस? मुली जळतात ग एकमेकींवर!'

'सुलू मला वाटते त्याने पाणी नाही तर ग्लासात आपलं अंत:करण ओतून दिले! अगं किती मन लावून ग्लास विसळीत होता तो! मी बघतच राहिले - हा करतोय काय?' विजयाने सुलोचनाला कथन केले.

'त्याला आपल्या 'सपनोकी रानी' ला पाणी द्यायचे होते ना म्हणून!' असे म्हणून सुलोचना रूमच्या बाहेर पळाली, मनात सुखावत, 'आता पळ तु - नंतर बघते मी तुला!' विजयाने सुलोचनाला खोटा खोटा दम दिला.

सुलोचना रूमच्या बाहेर गेल्यावर विजया 'त्या प्रसंगावर' विचार करीत बसली. ती थोडीशी गंभीर झाली. दिवसभरातला घटनाक्रम तिच्या डोळ्यांसमोर येऊ लागला. ती कॉटवर आडवी झाली. शिवची हसरी प्रतिमा तिच्या डोळ्यांसमोर येऊ लागली.

हळुहळु कॉलेजचे रुटीन सेट झाले. मिस विजया देशमुख व शिव महाजनचा परिचय वाढू लागला! ग्रंथालयातल्या वाचन कक्षात दोघांची भेट होऊ लागली. दोघांमध्ये औपचारिक बोलणे होऊ लागले. हळुहळु ओळखीच रूपांतर मैत्रित झाले!

शिव एन.सी.सी. मध्ये दोन वर्षांसाठी दाखल झाला. रविवारी एन.सी.सी. परेड असायची. परेड ग्राउंड लेडीज होस्टेलसमोर असल्याने मुली

गॅलरीत येऊन परेड बघायच्या! व मुलांवर कमेंट करायच्या! विजयाला शिववर कमेंट केलेले आवडत नसे! त्यामुळे मुली तिची उडवायच्या व डोळे विस्फारून तिच्याकडे बघायच्या!

'विजू कया इरादा है! - कुछ तो है - बोलो -बोलो!'

जुलैमध्ये महाविद्यालयाच्या सार्वत्रिक निवडणुका संपन्न झाल्या. त्यानंतर विविध मंडळांच्या निवडणुकांचे वेळापत्रक जाहीर झाले.

प्रा. देशपांडे सर क्लासटिचर व भाषामंडळ प्रमुख असल्याने त्यांनी प्रि-डिग्री आर्ट्स मधून एक प्रतिनिधी निवडण्याची सुचना मांडली व मि. शिव महाजनला मॅट्रिकला मराठीत विशेष गुणवत्ता म्हणजे ७५% मार्क्स असल्याने एकमताने त्याचे नामनिर्देशन करूया असे सर्व विद्यार्थांना आवाहन केले.

'सर्वांना मंजूर आहे का?'

सर्व मुला-मुलींनी एका सुरात हात उंचावून 'मंजूर सर...' असे म्हणून स्विकृती दिली. अशाप्रकारे शिव महाजन बिनविरोध भाषामंडळाचे वर्गप्रतिनिधी झाले.

शिवने सरांचे चरणस्पर्श करून नमस्कार केला व सर्वांचे मनापासून आभार मानले, तासिका संपल्यावर मुले-मुली शिवचे अभिनंदन करू लागले.

मिस विजया देशमुख आनंदाने शिवला म्हणाली 'मनापासून अभिनंदन शिव! You really deserve this honour!'

'खूप खूप धन्यवाद विजया! I like your compliments! Once more heartily thanks!'

भाषा मंडळाच्या सर्व नवनिर्वाचित सदस्यांची सभा प्रा. देशपांडे सरांच्या अध्यक्षतेखाली झाली. शिवला भाषामंडळाच्या भित्तिपत्रिकेचा प्रमुख संपादक घोषित करण्यात आले. शिवला खूप आनंद झाला. सरांनी पाच-सहा विद्यार्थ्यांची भित्तिपत्रिका कमिटी तयार करण्यास शिवला सांगितले. शिवने मिस विजया देशमुखला या कमिटीत सामील करून घेतले.

त्यामुळे शिव व विजया देशमुखमध्ये नियमित संपर्क राहू लागला. भित्तिपत्रिकेच्या कामाच्या निमित्ताने त्यांच्या वारंवार भेटी झाल्याने दोघांमध्ये जवळीक निर्माण होऊ लागली. त्यामुळे मुला-मुलींच्या होस्टेलवर त्यांच्याबद्दल 'गोसिपिंग' होऊ लागले. शिव महाजन व विजया देशमुखचे 'अफेअर' सुरू आहे असे सर्वत्र बोलले जाऊ लागले!

शिवने पंधरा दिवसांच्या आत भित्तिपत्रिकेचा सुबक: १ ला अंक प्रकाशनासाठी प्रा. देशपांडे सरांना दाखविला. सरांनी खूप आनंद व्यक्त केला. तुझ्यावरील माझा विश्वास सार्थ करून दाखविलास शिव! Welldone!

'संपादकीय छानच! नेमक्या कमीत-कमी शब्दात! लेख, कविता, सुविचार, चारोळी, विनोद व गांधीजींचे विचारधन सर्व अफलातून – मराठी, हिंदी, इंग्रजी या तिन्ही भाषांचा त्रिवेणी संगम!'

भित्तिपत्रिका सदस्यांनी प्रकाशन कार्यक्रमानंतर आपला आनंद सेलिब्रेट केला त्या वेळेस मिस देशमुख सोबत होती व तिच्या नजरेत शिवबाबत कौतुक ओतपोत भरलं होतं!

कॉलेजमध्ये शिव महाजन व विजया देशमुखची मैत्री आता ओपन सिक्रेट झाले होते. कॉलेजच्या मुलां-मुलींनी त्यास 'लव्ह अफेअर' म्हणण्यास सुरवात केलेलीच होती!

अनं त्यात तथ्य होते! कारण ओळख, नंतर मैत्री व आता प्रेमाकडे वाटचाल सुरू झाली होती. 'अहो-काहो' चे रूपांतर आता 'अरे-कारे' मध्ये झाले होते. दोघांमध्ये खूप जवळीक वाढली होती. दोघांची निशब्द प्रेम आराधना सुरू होती!

ऑगस्ट महिना उजाळला. महाविद्यालयाचे उपक्रम फुल स्विंगमध्ये सुरू झाले. शिवने व्हॉलीबॉल व टेबल-टेनिस या दोन खेळांची प्रॅक्टिस सुरू केली.

इंटर कॉलेजिएट टुर्नामेंटसाठी शिवचे व्हॉलीबॉल व टेबल-टेनिस या दोन्ही खेळांत निवड झाली. नोटीस बोर्डवर शिवचे नाव बघितल्यावर विजया शिवला भेटावयास आली.

'Hi handsome! कसा आहेस?'

'Hi sweetie! मी तर छान आहे! तु कशी आहेस?'

मी पण छानच आहे!' विजयाने शिवला उत्तर दिले.

'तुझे मनापासून अभिनंदन शिव! You are selected for both the games!'

'धन्यवाद विजू! संध्याकाळी तू टेबल-टेनिस खेळायला कां येत नाही? इतर बऱ्याच मुली असतात – तू पण येऊन खेळत जा!' शिवने विजयाला सूचीत केले.

'आपल्या क्लासमधल्या मुली आहेत?'

'हो आहेत! आशालता, सुवर्णा, योगिनी, वेदिका या सर्व नियमित टेबल-टेनिसचा सराव करतात!'

लटक्या रागाने, 'मुलींची नावे बरी लक्षात राहिली तुझ्या?'

शिव फिरकी घेत, 'सुंदर, ॲक्टिव्ह मुलींची नांवे मुलांच्या लक्षात राहणारच!'

'माझे पूर्ण नाव सांग बरं!' विजयाने शिवला विचारले.

आठवत, गोंधळत, तुझे पूर्ण नाव विजया... अगं मी फक्त सुंदर, व ॲक्टीव मुलींची म्हणालो!'

विजया रागाने, 'जा - मी चालले!' विजया जायला निघते.

शिव तिचा पाठलाग करीत, 'विजू – ए विजू अगं थांब' - शिव तिच्यासमोर जाऊन थांबतो.

'मी तुला सुंदर नाही वाटत?' विजयाने हिरमुसली होऊन विचारले. तिचे डोळे भरून आले.

'हे भगवंता – विजू, तू खूप खूप सुंदर आहेस – मी थोडी गंमत केली गं – वाईट नको वाटून घेऊ प्लीज!

जरा वेळ दोघं एकमेकांकडे बघत राहिले! थोडं रिलॅक्स झाल्यावर शिव विजयाला म्हणाला, 'विजू तू खरंच खूप खूप सुंदर आहेस – तन भी और मन भी! विजयाला प्रशंसा आवडल्याने ती शिवकडे हर्षभरीत नजरेने बघते.

शिव गुणगुणायला लागतो – तन भी सुंदर मन भी सुंदर – तू सुंदरता की मुरत हो! तुझ्यासारख्या सुंदर मुलींना चपखल बसणारे 'छान गीत आहे हे!' शिवने विजयाकडे बघत उद्‌गारले.

शिव पुन्हा थट्‌टेच्या मुडमध्ये, 'विजू तुझे नाव तर कॉलेजमधल्या प्रत्येकाच्या ओठावर आहे! यह रूप की रानी 'हाय ऽ हाय' किसकी तकदीरमें है असं बोललं जातं!'

'विजू खेळायला सुरवात कर – तंदरुस्त राहशील!'

'उद्यापासून मी व सुली आम्ही दोघी खेळायला येऊ.'

'ये हुयी ना बात... Like nice girl!'

'शिव, तू मला प्रॅक्टीस देशील?'

'अगं तुला प्रॅक्टीस द्यायला तर हजारो हात पुढे सरसावतील!'

हलकसं चिडत, 'शिव तू पुन्हा सुरू झाला - मला तुझ्याकडून प्रॅक्टीस हवी आहे!'

'तुझ्यासारख्या सुंदर अन्गोड मुलीला प्रॅक्टीस द्यायला कुणाला नाही आवडणार!'

'शिव तू वरुन दिसतो तितका साधा नाही!'

'अं! कां – काय झाले?' अस्वस्थ होतो!

'अरे, I mean you are a little bit romantic!' शिवकडे बघत हसते.

'Uph! अगं या वयात रोमँटिक नाही व्हायचे तर केव्हा व्हायचे? - बघ गं सुलोचना.'

सुलोचना लाजत हसत विजूकडे बघते.

विजया सुद्धा हलकसं हसत सुलोचनाकडे बघते.

'बाय – बाय शिव!

'बाय – बाय – संध्याकाळी येशील टीटी खेळायला! – आजपासून सुरवात कर!'

विजू व सुलू हसत हसत निघून जातात.

१५ ऑगस्ट स्वातंत्र्यदिनाच्या दिवशी देशभक्तीपर गीतांच्या कार्यक्रमात शिवने 'हकीकत' या सिनेमातले 'कर चले हम फिदा जान और तन साथियों, अब तुम्हारे हवाले वतन साथियो' हे गीत सादर केले.

दुसऱ्या दिवशी तासिका संपल्यानंतर शिव क्लासच्या बाहेर पडल्याबरोबर विजयाने त्याला गाठले.

'कुठे निघालास; एवढ्या घाईत?'

'ग्रंथालयात – बुक्स चेंज करायला!'

'आम्हांला पण तिकडेच जायचे आहे, गप्पा करीत जाऊ!'

'ओके! चला..'

'तुझे देशभक्तीपर सॉग खूप छान प्रेझेंट झाले! तू गायकपण आहेस हे कळले!'

'अगं कसला गायक? हे माझे आवडते देशभक्तीपर गीत, स्वातंत्र्यदिनाचा प्रसंग होता म्हणून गायले!'

'खर सांगू शिव, you have melodious voice!'

'विजू, थट्टा करतेस माझी?'

'अरे वेड्या, कशाला थट्टा करू! हवं तर सुलीला व भावेशला विचार!'

सुलोचना व भावेश विजयाच्या म्हणण्याला संमती दर्शवितात.

'पटलं आता शिव?'

'हो पटलं विजू – पण माझ्या आवाजाला सुरबद्ध म्हणणारी पहिली तूच! अजुन तरी मला तसं कोणी म्हणाले नाही! धन्यवाद!'

दोघे बोलत बोलत ग्रंथालयात येऊन पोहचले – व बुक्स चेंज करून ग्रंथालयाच्या बाहेर आले.

'शिव, आता काय प्रोग्रॅम तुझा?'

'आता रुमवर जाऊन पडतो जरा वेळ!

'आपण सर्वांनी अर्धा-अर्धा कप कॉफी घ्यायची?' विजयाने शिवला ऑफर दिली.

'why not? - चला जाऊ या -'

'तू रोज या वेळेला कॉफी घेतोस?'

'तसा मी नाही घेत पण एखाद्या गोड, सुंदर मुलीने ऑफर केल्यास घेतो!'

प्रशंसा आवडल्याने विजया शिवकडे बघून गोड हसली.

'शिव, तू माझी सारखी 'तारीफ' का करतो?'

विजयाकडे हसत बघत, 'भई आपसे और कोई – मेरे लिए तो तारीफ-ए- काबिल ही नही!'

'नुसता फेकू आहे फेकू! बरं शिव तू संध्याकाळी फिरायला जातो?'

'अगं, वेळ कुठे आहे – संध्याकाळी फिरायला!

'व्हॉलीबॉल, त्यानंतर टीटी – त्यातच व्यस्त!'

फिजिकल फिटनेससाठी इव्हिनिंग वॉक अत्यावश्यक आहे शिव!'

'हो विजू मला मान्य आहे - पण वेळ कसा काढायचा?'

'मी एक सजेस्ट करू! If you don't mind...'

'oh sure – सांग! 'आपका हुक्म सर आँखोपर!'

विजया समाधानाने हसत, 'तुझं हे हिंदी-उर्दु बंद कर बर आधी!'

'जी हुजुर जो आज्ञा!'

'पुन्हा तेच!'

'आदतसे मजबूर हूँ ना इसलीए! थोडी गुस्ताखी माफ मोहरतमा!'

'उफ! ओ माय गॉड!! – कुठे शिकलारे हे सारं?'

शिव 'हे बघ – व्हॉलीबॉलची प्रॅक्टीस झाल्यावर फक्त अर्धा तास इव्हिनिंग वॉक करायचा – त्यानंतर आठ पर्यंत टीटीची प्रॅक्टीस!'

'सुचना आवडली मला. I will try!'

'Try नाही. You must!' विजूने शिवला निक्षून सांगितले.

शिवला विजयाने एवढ्या अधिकारवाणीने सांगितलेले खूप आवडले. तो मनातल्या मनात सुखावला!

'तुम्ही जाता फिरायला?' शिवने विजयाला विचारले.

'हो –आम्ही सर्व – सुलू व होस्टेलच्या मैत्रिणी – अगदी नियमित!'

'बरं हे सांग विजू तुला माझ्या फिजिकल फिटनेसची एवढी काळजी कशासाठी?' शिवने विजूच्या मनाचा वेध घेण्याचा प्रयत्न केला.

'Hello, oh man... मी तुला चांगला मित्र समजते! बघ गं सुली ज्याचे करावे बरे...!'

'चांगला मित्र म्हणजे?'

'चांगला! good!'

'ते कळलं गं मला! मला मराठी इंग्लिश ट्रान्सलेशन नको आहे! शिव व विजू क्षणभर एकमेकांच्या डोळ्यांत बघतात.

विजूच्या या उत्तराने शिवला सुखद धक्का बसला. क्षणभर तो तिच्याकडे बघतच राहिला. विजया पण शांतपणे शिवचा चेहरा न्याहळत होती. थोडा वेळ काहीही न बोलता दोघे एकमेकांकडे बघत राहिले.

भावेश व सुलोचना, 'ये दोनो तो गए कामसे! या अर्थाने देहबोलीने सुचीत करीत होते.

'थोड्या वेळाने 'शिव येऊ मी!' विजयाने विचारले.

'हो विजू – या!'

'Bye – bye Shiv!'

'Bye Viju!'

विजू व सुलू निघून गेल्यानंतर भावेशने

शिवला पकडले.

'मित्रा, ही मुलगी तुझ्यात विशेष रस घेत आहे असं नाही तुला जाणवत?'

'हो भावेश जाणवते! I agree with you.'

'अन् दुसरे, तू सुद्धा हळूहळू तिच्यात गुंततो आहे हे तुला नाही कळत?'

भावेशच्या या हल्ल्याने शिव थोडासा गोंधळला पण सावरत,

'कळते रे बाबा पण आता काय करू?'

'आता काय करू? अरे मित्रा, नियती तुझ्यावर फिदा आहे! इतक्या गोड स्वभावाची व सुंदर मुलगी तुझ्यावर प्रेम करायला लागली आहे – अशा वेळेला तू काहीही न बोलता फक्त गप्पच रहाणार का?' भावेशने शिवला विचारले.

'भावेश, you very well know - I have some personal difficulties!'

'शिव, तुझ्या व्यक्तीगत समस्या बाजूला ठेव – तुझ्या मनात तिच्याविषयी असलेल्या भावनांना मोकळी वाट करून दे!' भावेशने शिवला सूचित केले.

रुमवर पोहचल्यावर शिवने कॉटवर अंग झोकून दिले. त्याच्या मनात विचारांचे काहूर माजले. तो एका मोठ्या द्वंदात सापडला होता. त्याची अवस्था शेक्सपिअरच्या Hamlet सारखी झाली होती. तो निर्णय घेण्यास असमर्थ होता. त्याला काही सुचत नव्हते.

रक्षाबंधनाचा दिवस, नारळी – राखी पौर्णिमा म्हणजे हिंदू संस्कृतीमधील महत्वाचा सण. कॉलेजमधील सर्व मुली अगदी नटून थटून आलेल्या. मधल्या सुट्टीत क्लासमधील मुलींनी राख्या बांधण्यास सुरवात केली.

शिव व भावेश एका बाजुला उभे होते. विजू व सुलू स्मित करीत त्यांच्याकडे आल्या.

'विजू तू भावेशला राखी बांध मी शिवला बांधते!' असे म्हणून सुलोचनाने आधी शिवला व नंतर भावेशला राख्या बांधल्या. विजूने मात्र फक्त

भावेशला राखी बांधली व शिवकडे हसत बघत दुसऱ्या मुलास राखी बांधण्यास निघून गेली. त्या निघून गेल्यावर भावेश म्हणाला,

'आता सांग मित्रा? What is going on?'

'मीच सांगतो - She loves you! That's all!'

'तू खूप आतील गाठीचा आहे – तुझे कार्डस ओपन करणार नाही!'

'भावेश I frankly tell you - I am under tremendous pressure!

मी खूप व्दिधा मनस्थितीत आहे! विजू मला खूप आवडते! अगदी मनापासून!'

'yes Shiv! I understand!'

'पण नाही सुचत रे मित्रा काय करू? I don't want to play with her emotions!! Viju is so nice!' शिवने आपली व्यथा मांडली.

संध्याकाळी ऑडीटोरिअम मध्ये शिव व भावेश पोहचले. विजया व सुलोचना टीटी खेळत होत्या. शिवला बघितल्यावर विजया पटकन त्यांच्याजवळ आली.

'मला प्रॅक्टीस दे! सुले, शिवला बॅट दे!'

शिवने विजयाला प्रॅक्टीस देण्यास सुरवात केली. दोघे थोडा वेळ टीटी खेळले. नंतर कॉलेजच्या प्रांगणात येऊन बसले.

'बरं अभ्यास कसा सुरू आहे तुझा?' विजयाने शिवला विचारले.

'खूप नाही – थोडा थोडा – खेळून खेळून खूप दमतो गं! जेवण करून रुमवर गेल्यावर अभ्यासाला बसलो की सुस्ती येते! मग काय? झोपा!' शिवने उत्तर दिले.

'शिव, अ‍ॅकॅडमीक परफॉरमन्स खूप महत्वाचा आहे – इतर अ‍ॅक्टिव्हिटीज् चे ठिकच आहे रे!'

'विजू, पटतय मला, पण झोप लागते काय करू?'

'रात्रीचे जेवण थोडे कमी कर – म्हणजे सुस्ती येणार नाही!'

'अगं, जेवण कमी केल्याने अशक्तपणा येईल – दिवसभर केवढे हेक्टीक शेड्युल असते!'

ठामपणे, 'शिव! मी तुला उपवास करायला नाही सांगत - फक्त रोजच्या आहारापेक्षा रात्री थोडे कमी खा – म्हणजे जडपणा येणार नाही!'

'ठीक आहे! बघतो प्रयत्न करून! उद्यापासून!!'

'Tomorrow never comes!'

'I follow your suggestion!'

'का रे शिव? माझे सजेशन्स तुला का फॉलो करावेसे वाटतात?' विजयाने उत्सुकतेने विचारले – व उत्तरासाठी त्याच्याकडे एकटक बघू लागली.

'Hm! Hm!! – सरळ उत्तर नाही देता येणार मला! – पण तू सांगितलेले आवडते   मला!

It appeals to my mind and heart!'

विजू शिवकडे बघून गोड हसली. शिवनेही हसून तिला प्रतिसाद दिला.

'शिव, तू इंग्लिशच्या ट्युशन क्लासला का येत नाही?

'विजू, सर संध्याकाळी चार वाजता क्लास घेतात – साडेतीन पर्यंत आपले कॉलेज! नंतर लगेच ट्युशन! कंटाळा येतो गं!'

'शिव, चांगल्या गोष्टींचा कंटाळा कधी करू नये!'

'मलाही कळते विजू! – पण...'

'हे बघ पण-बिण काही नाही उद्यापासून मुकाट्याने ट्युशनला ये!'

'हो करतो विचार बाबा!'

'अंमलात आणशिल... समजलं?' शिवकडे बघत स्मित करते.

'तू नं विजे, हो म्हटलं एकदा – बघ गं सुलू?'

त्रासिकपणे – 'आणखी काही?'

हलकसं हसत, 'आता काही नाही – Good night Bye!' असे म्हणून विजया व सुलोचना वसतीगृहाकडे निघून गेल्या.

'बघ भावेश!'

'बघ काय? – भाग्यवान आहेस तू! She is so loving and caring about you!'

'Yes Bhavesh! It's not formal talk, the words are coming within, that's what I feel about her!'

'अरे, मग तू काय ठरविलेस?'

'ती मलाही खूप आवडते... पण - ?

'शिव, खरे प्रेम फक्त भाग्यवंताला मिळते!'

'कशाला मनाचा कोंडमारा करून घेतोस?'

'जे नियतीने ठरविले आहे ते तू टाळू शकणार नाही!'

'पण भावेश जे माझ्या आयुष्यात घडलेले आहे ते पण नियतीने घडवून आणलेले आहे मग मी नियतीचा कोणता कौल मानायचा?'

'जे घडले ते भूतकाळ – जे घडत आहे ते जास्त महत्वाचे – नियती माणसाला मागे नेत नाही – ती पुढे जायला सांगते!'

'भावेश, पुढे गेलो तर माझे आयुष्य खूप गुंतागुंतीचे होऊ शकते!'

'अरे, गुंतला तर आहे तिच्यात मनाने!'

'मग कशाला तिच्याशी रिलेशन वाढवितो? इथूनच मागे फिर - take back turn! Don't play with her emotions!'

तिकडे रूमला गेल्यावर सुलूने विजूला फटकारले.

'विजू, हल्ली तू शिव बाबत खूप 'पझेसिव्ह' होते आहे! संपूर्ण कॉलेजमध्ये तुमच्या 'अफेअरची' चर्चा सुरू आहे. हॉस्टेलच्या पोरी मला सारखे विचारतात – खरे काय म्हणून!'

'सुलू, त्यांना दूसरा उद्योग काय आहे! तू का घाबरते?'

‘विजू, मी अजिबात घाबरत नाही. तुमची दोघांची मैत्री आहे एवढेच मी सांगते!’

‘That’s all!’

‘विजू राग येणार नसेल तर एक सांगू का?’

हो – बोल ना! नाही रागवणार!’

‘अगं, आपल्याला कॉलेजला येऊन पुरते २-३ महिने झाले नाहीत. तू एवढी घाई कशाकरिता करते आहे? विजू घाईत घेतलेले निर्णय चुकू शकतात!’

‘सुलू, काही बाबी आपल्या हातात नसतात गं – त्या दैवी असतात – ते घडायचे असते आपल्या आयुष्यात!’

‘विजू, शिवबद्दल तुला अजून काहीही माहिती नाही! तो कोण, कुठला, त्याची जात, त्याचे सोशल अँड फिनान्शियल स्टेटस – तरीही तू वहावत चाललीस! उद्या पश्चातापाची वेळ यायला नको.’

‘सुलू मला शिवच्या कसल्याही बाबींशी काही घेणे नाही! (It's ridiculous to ask him regarding all these things!') – तो मला आवडतो व मी ही त्याला आवडते!!’

‘अगं, उद्या तुझे आई-बाबा विचारतील त्यांना काय सांगशिल?’

‘जेव्हा विचारतील तेव्हा बघेन त्यांना काय उत्तर द्यायचे ते!’

‘‘म्हणजे तुझा निर्णय झालेला आहे?’

‘निर्णय नाही दृढनिश्चय म्हण हवे तर!’

‘त्याचे काय? तुझ्याशी लग्नाला जर तो नाही म्हणाला तर?’

‘नाही सुलू – त्याच्या ही मनात आहे! He will definitely say yes!'

‘विजू तो ‘हो’ म्हणाला तर ठीक – पण ‘नाही’ म्हणाला तर काय?’

'Why do you think so negatively?'

'जर तो नाही म्हणाला तर माझे दैव!'

'मग तुम्ही दोघे मोकळेपणाने एकमेकांशी बोलून का घेत नाहीत?'

'बोलू आम्ही, Let the time come!' ती वेळ अजून आलेली नाही!'

'झोपू या सुलू – खूप रात्र झाली!'

'Good night!

दिवसामागून दिवस जाऊ लागले! अध्यापक फर्स्ट टर्मचा अभ्यासक्रम पूर्ण करण्यांसाठी धडपडू लागले. विजयाने सुचीत केल्याप्रमाणे शिवने प्रो. कुलकर्णी सरांकडे इंग्रजी या विषयाची ट्युशन सुरू केली.

'शिव, इंग्लिश स्पेशल करणार की काय?'

'हो सर बी.ए. ला इंग्लिश स्पेशल करायचे आहे!'

'That's good!' – 'काही अडचण असल्यास do come to see me! घरी न संकोचता भेटत चला.'

'हो सर!'

शिकवणी संपल्यावर शिव रूमकडे येत असताना विजया व सुलोचना त्याच्यासोबत होत्या.

'छान झाले शिव – ट्युशन जॉइन केलीस.'

'तुझा आदेश – कसा टाळु?'

विजया शिवकडे समाधानाने बघते.

'इंग्लिश स्पेशल करणार म्हणाला सरांना!'

'हो विजू – मी बी.ए. ला स्पेशल इंग्लिश घेणार! मला पुढे IAS करायचे आहे!'

'I like your decision Shiv! - Not failure but low aim is crime!'

'तू काय करणार आहेस? – जरा सांगशिल.'

23

'मी 'इको' करणार होते व नंतर एम.बी.ए. खर म्हणजे 'इंग्लिश' की' 'इको' असे कन्फ्युजन होते – पण, आता इंग्लिश घेणार! It's final!'

'म्हणजे मला बी.ए. होईपर्यंत त्रास देणार!'

'ए शहाण्या, मी तुला काय त्रास देते रे? जे सांगते ते तुझ्या हिताचे! – तुझ्याबद्दल...' (बोलण्याचे विजया थांबते)

'काय माझ्याबद्दल पुढे बोल की!'

'अरे – तुला सांगावेसे वाटते!'

'मलाच का – का पण?'

'तू नं नुसता वेडा आहे!'

'नव्हतो! – आता झालो!'

शिवच्या या वाक्याला विजया व सुलोचना खूप जोरजोरात हसतात! म्हस्कर होस्टेल आल्याने शिव त्यांना Bye-bye करतो.

'तू इथे राहतो होय!' विजया म्हणाली.

'Yes! It's my home - away from home!'

'Bye-bye Viju!'

'Bye Shiv!'

'पाहिलस सुलू - त्याचा मिश्किल स्वभाव!'

'नाही विजू, तो विनोद, कोट्या करतो पण स्वभावाने तसा गंभीर वाटतो!'

'कसाही असला तरी मला आवडतो तो!' विजया सुलोचनाला म्हणाली.

कला मंडळाच्या उद्घाटनाच्या निमित्ताने सिनेगीत-गायनाच्या कार्यक्रमाचे आयोजन करण्यात आले होते – त्यात शिवचा सहभाग होता. उद्घाटनाचा

दिवस उजाडला! पुर्ण सभागृह खचाखच भरलेले! आत पाय ठेवायला जागा नाही अशी परिस्थिती!

Next duet song शिव महाजन अँड वेदिका बक्षी – गिताचे बोल – 'आज कल तेरे मेरे प्यार के चर्चे हर जुबानपर – शिवच्या नावाची घोषणा झाल्याबरोबर तो व वेदिका बक्षी व्यासपिठावर गेले. हारमोनियमचे सुर निनादले. शिव व वेदिकाने गाण्यास सुरवात केली.

'आज कल तेरे मेरे प्यार के चर्चे हर जुबानपर... सबको मालुम है और सबको खबर हो गयी!' – शिट्ट्यांचे हल्ले सुरू झाले. शिट्ट्यांच्या मार्याला न जुमानता दोघांनी अत्यंत तन्मयतेने गीत पूर्ण केले.

गाताना त्या प्रचंड गर्दीत शिवचे डोळे विजयाचा शोध घेत होते. ती दिसल्याने ऊर्जा मिळाल्यागत तो तिच्यावर दृष्टीक्षेप टाकून गात होता! ती पण मंत्रमुग्ध होऊन गीताचा प्रत्येक शब्द काळजीपूर्वक मनात साठवित होती. तिच्या शेजारी सुलोचना बसलेली होती.

कार्यक्रम आटोपल्यावर मित्रांनी शिववर अभिनंदनाचा वर्षाव केला. विजया व सुलोचना शिवकडे आल्या. 'Hello handsome' मनापासून अभिनंदन. खूप छान गायलास! – आज कल तेरे मेरे... क्या बात है!'

'Thanks Sweetie!' विजयाच्या कौतुकाने शिव खूप सुखावला.

विजया गंभीर होत, 'शिव, मला खरोखर सांग हे गीत तू कोणाला 'डेडिकेट' केले?'

शिव काही उत्तर न देता विजयाकडे सस्मित नजरेने बघत होता. वेदिका शिवकडे बघत होती. विजया जास्त गंभीरपणे 'सांग मला please!'

25

शिवची पुढ बोलण्याची हिम्मत होत नव्हती तो फक्त तिच्याकडे बघून हसत होता. ती पण फक्त उत्तरासाठी त्याच्याकडे बघत राहिली. वेदिका शांतपणे मान खाली घालून उभी होती.

'Come on Shiv – नुसतं बघायचे काय?'

शिव क्षणभर विचार करीत म्हणाला.

'विजू, It's as clear as the rays of the Sun!'

वेदिकाने वर मान करून शिवकडे बघितले.

'शिव मला कोड्यात नको आहे – काय ते स्पष्ट कर! हे गीत तू कोणासाठी गायिले?'

'विजू s s !'

'हं.. पुढे बोल!'

'विजू, s s – तुला कळत कसं नाही गं? – वेडी आहेस का?'

आवाज वाढवीत शिव – मला वेडी व्हायची वेळ नको आणू! किती ताणतो आहे! - make it clear!

'विजू हे सॉंग मी तुझ्याशिवाय दुसऱ्याला समर्पित करू शकेन का? I have dedicated it to our true and close friendship!'

जरा वेळ शांतता. विजूचा चेहरा आनंदाने फुलला! तिच्या अपेक्षेप्रमाणे शिवचे उत्तर होते! ती या क्षणाची प्रतीक्षा करीत होती!! वेदिकाचा मात्र भ्रम निराश झाला.

आनंदाने 'शिव आपण सर्व कॉफी घेऊ या!' विजयाने ऑफर दिली.

वेदिका जाऊ लागली.

'वेदिका, अगं थांब ना – मी सर्वांना म्हणाले!' विजयाने वेदिकाला आग्रह केला.

'नाही विजू तुम्ही घ्या – मला महत्वाचे काम आहे – Thanks!' असे म्हणून वेदिका निघून गेली.

शिव, विजया, सुलोचना व भावेश सर्व कॉफी घ्यायला कॅन्टीन मध्ये आले – व एका कोप–यात जाऊन बसले.

'शिव, आपल्या मैत्रीची म्हणण्यापेक्षा 'अफेअरची' चर्चा संपूर्ण कॉलेजमध्ये रंगत आहे.'

'हो विजू, माझ्याही लक्षात आलेले आहे!"

'अशा स्थितीत आपली पुढची भूमिका काय राहील शिव?'

'हे बघ विजू, चर्चा होणारच! कुणाचे कल्याण होत असेल तर इतरांच्या पोटात दुखतेच! – पाठीमागे सारेच कुजबुजतात.'

'शिव, मी चर्चेला घाबरत नाही – मी माझ्या अंतर्मनाच्या कौलाने वागते!'

'That's good! when our inner voice prompts us - why should we afraid of others! शिवने सहमती दर्शविली.

'पण शिव, आपली मैत्री हास्यास्पद होऊ नये रे' – असे मला वाटते!'

'तू सकारात्मक विचार कर – हास्यास्पद का होईल - ते आपल्या दोघांच्या मनावर

आहे!'

'शिव, तू माझ्या सोबत कायम असला तर संपूर्ण जगाशी मी लढेन!'

'विजू, मी तुझ्यासोबत आहे व कायम असेन – please believe me!'

'पक्का s s s ?'

'विदाउट अेनी डाउट!'

शिव व विजू क्षणभर एकमेकांकडे प्रेमभ-या नजरेने बघत राहिले.

खरं सांगू विजू, तू खूप सुंदर आहेस, पण जेव्हा तणावात असते न तेव्हा जास्त सुंदर दिसतेस!'

हलकसं हसत, 'म्हणून तू मला नेहमी सारखा ताण नको देऊ!'

'अगं, I am not joking कां गं सुलू?'

'चल काही तरीच!'

विजया लाजत सुलोचनाकडे बघते – ती पण हसत मान डोलवित प्रतिसाद देते.

'बरं शिव, येऊ आम्ही!'

'ओके डिअर!'

त्या निघून गेल्यानंतर भावेश शिवला म्हणाला, 'शिव, तू खूप योग्य मुलीची निवड केली!'

'खरं सांगू भावेश, मी निवड केली नाही – मी कधी तसा विचारसुद्‌धा केला नाही – पण हे सारं आपसूकच घडत गेले! – का व कसे? – नाही सांगता येणार! – पण घडत गेले!'

'यालाच प्रेम म्हणतात शिव! निशब्द!! फक्त भाव-भावनांचा अविष्कार!

'शिव, तुझे दैव तुला खुप मोठी गिफ्ट देण्यास उत्सुक आहे!'

या प्रसंगानंतर मात्र शिव खूपच गंभीर झाला. विजू आपल्यावर मनापासून 'प्रेम' करीत आहे व आपलेही तिच्यावर खूप खूप 'प्रेम' आहे याची जाणीव शिवला त्याच्या अंतरात्म्याने करून दिली!

त्यामुळे एका मोठ्या जबाबदारीचे ओझे त्याच्या मनावर दडपण निर्माण करू लागले. एका नव्या व्यक्तीचे त्याच्या आयुष्यात आगमन झालेले होते!

शिवबद्दल विजयाला व विजयाबद्दल शिवला काहीही माहिती नव्हते! दोघे रोज भेटत, विविध विषयावर गप्पा करीत परंतु खाजगी बाबींबद्दल दोघांत कधी चर्चा झाली नाही – कदाचित त्यांनी त्याला महत्व दिले नसावे!

कोणत्याही परिणामांची पर्वा न करता, तमा न बाळगता दोघांनी फेसाळत्या झऱ्यात स्वतःला झोकून दिलेले होते!

विजू व शिवच्या नात्यातील एक एक टप्पा पुढे सरकत होता. आधी परिचय, नंतर मैत्री व आता निरपेक्ष प्रेमाकडे त्यांची वाटचाल सुरु झाल्याचे दिसून येत होते!

परंतु या टप्प्यांत येईपर्यंत उताविळपणे एकदाही दोघांनी 'I love you!' म्हटले नाही! शब्दाने प्रेम व्यक्त केले नाही. त्यांच्या प्रेमाचा प्रवास पूर्णपणे निःशब्द! दोघांच्या 'मनाच्या तारा' जुळत गेल्या व त्यातून 'प्रेमाचे सूर' निघू लागले. आता त्या सुरांना योग्य पद्धतीत 'संगीतबद्ध' करण्याची मोठी जबाबदारी विजू व शिववर होती.

प्रकरण दुसरे

प्रितीचा वेलू गगनावरी!

रूमवर गेल्यावर सुलोचना विजयाला म्हणाली, 'आता तुमची प्रेमाची गाडी योग्य मार्गावर आहे, असे आजच्या प्रसंगाने जाणवते!'

'हो सुलू! मला शिवच्या मनाचा कौल हवा होता व त्याने दिला! खूप दिवसांपासून मी तणावात होते, आज गिताच्या निमित्ताने त्याच्याशी बोलणे झाल्याने मोकळे वाटले!'

'सुलू, मी आता कोणत्याही चर्चेला घाबरणार नाही!'

'कॉलेजमधल्या चर्चेचे ठीक आहे! आई-बाबांचे व इतर नातलगांचे काय विजू? तू ह्या दृष्टीने काही विचार केला आहेस?' सुलोचनाने काळजी व्यक्त केली.

'सुलू, नातलगांचे सोड! They may take any stand! माझे बाबा शिवबाबत पूर्ण शहानिशा केल्यानंतर माझ्या सोबत राहतील याची मला पूर्ण खात्री आहे! माझ्या आईचे मात्र निश्चित सांगता येणार नाही! I have left it to time!' विजूने आपली भूमिका स्पष्ट केली.

'विजू, शिवला 'जीवनसाथी' करण्याचा तू पक्का निर्धार केला आहेस, असे एकंदरीत दिसते!'

'हो सुलू, शिवला बघताक्षणीच माझ्या मनाने दिलेला कौल आहे व पूर्ण विचारांनी मी त्याचा स्विकार केलेला आहे!'

'विजू, तुमच्या प्रेमाची सुरवात एका धक्क्याने झाली आहे!'

'काही धक्के फायद्याचे ठरू शकतात सुलू!'

'हा अविचार, विपरीत बुद्धी आहे असे नाही वाटत विजू तुला? विजू, साधे प्रवास करताना आपण योग्य जागेच्या शोधात असतो! हा तर तुझ्या संपूर्ण आयुष्यभराचा प्रवास! कसं करशिल, निर्णय चुकला तर?'

जरा वेळ शांतता

‘विजू, तुला शिवबद्दल काय माहिती आहे?’

विजया गंभीर होत, ‘काहीही नाही सुलू!’

‘विजू, जसं दिसतं तसं नसतं! शिव देखणा आहे म्हणून त्याच्यावर जीव ओवाळून टाकायचा, हे योग्य आहे का?’

स्वतःशी विचार करीत विजया जास्त गंभीर होत, ‘काय करू सुलू, मी आता माझ्या मनाच्या अश्या टप्प्यापर्यंत येऊन पोहचली आहे – मागे वळणे शक्य नाही! मला फक्त पुढचा मार्ग दिसत आहे, एकेक पाऊल उचलत मी पुढे पुढे जात आहे!’

‘विजू, पुढचा मार्ग व दिशा स्पष्ट नको का – ठेचकाळत जाण्यात काय अर्थ आहे?

जरा वेळ शांतता

‘सुलू, प्रेमाचा प्रवास हा दुर्गम घाटातल्या एकमार्गी वाहतुकीसारखा असतो गं – या धूसर रस्त्याने, ठेचकाळत पुढे जावे लागते! रस्ता

नेतो तिकडे!'

अस्वस्थतेने, 'तू, त्याच्यासाठी एवढी वेडी कशी झाली गं? - काय बघितलस तू त्याच्यात? त्या माणसाचा काही परिचय नसताना!'

विजया हतबलतेने, नाही कळलं गं! खरचं नाही कळलं सुलू!! - ते कुठल्याशा सिनेमातले गीत आहे ना 'ए क्या हुआ? कैसे हुआ, कब हुआ, क्यो हुआ? ... ये ना सोचो!' - अशी माझी सध्याची अवस्था!

'विजू, तुझं सगळचं अवघड आहे बाई!'

पुन्हा शांतता.

'बरं हे सांग तुला शिवच्या व्यक्तिमत्वातले नेमके काय आवडले?'

'शिव प्रामाणिक आहे, हुशार आहे, खिलाडूवृत्तीचा व उमद्या स्वभावाचा आहे - दिसायला मला अनुरूप आहे!'

'विजू, याच्याने संसार सुखाचा होईल तुझा?

'हे बघ सुले, पैसा कमविता येतो, प्रसिद्धी मिळविता येते, घरे-दारे, गाडी-बंगला सर्व विकत घेता येते - पण सुलू चांगला माणूस शोधून सापडत नाही गं या जगात!' तो विकत घेता येत नाही! कारण, त्याचे मूल्य होऊ शकत नाही!’

'मला शिवमधे एक चांगला माणूस दिसला, एवढे पुरे आहे माझ्यासाठी!’

‘विजू, त्याच्या इतर बाबींचे काय? जात-पात, घर-दार, आई-बाबा, कौटुंबिक पार्श्वभूमी...’

‘सुलू, मला शिवच्या जातीशी काही घेणे

नाही! तो आपल्या जातीचा असला-नसला तरी माझी त्याच्याशी इंटरकास्ट विवाहाची तयारी आहे! राहिला प्रश्न इतर बाबींचा – मला त्याच्या जातीशी व इतर बाबींशी काही घेणे नाही! बघता येईल यथावकाश!’

‘अगं, तुला नसेल पण तुझे आई-बाबा व इतर नातेवाईक? लग्न जमविताना या बाबी प्रकर्षाने बघितल्या जातात विजू!’

‘हे बघ सुलू, लग्न अन् संसार मला करायचा आहे त्याच्याशी!’

‘तो तुझ्याशी लग्नाला तयार होईल?’ - Are you sure? Isn't it just youngster's flirting?' - थोडं थांबुन -

‘विजू, तू खूप सुंदर आहेस! सुंदर मुलींकडे सर्वच मुले आकर्षित होतात!’ कॉलेजमध्ये कितीतरी रोमिओ तुझ्या मागावर असतात! तुझ्या एका दृष्टीकटाक्षासाठी तडफडतात!’

‘नाही सुलू, प्रेमातील उथळपणा लक्षात येतो गं! I feel Shiv is also very serious about our relation! He is not a flirt! - like others!!’

‘परमेश्वर तुला सहाय्य करो, एवढीच प्रार्थना मी करू शकते! रात्र बरीच झाली, झोपू या!’

'Good night Sulu!'

डॉ. हिवाळी आंतरमहाविद्यालयीन वादविवाद स्पर्धेसाठी शिवचे कॉलेजतर्फे सिलेक्शन झाले. मि. गणेश माळी व शिव महाजन या स्पर्धेसाठी अमळनेर कॉलेजचे प्रतिनिधीत्व करणार होते.

'कमाल केलीस शिव! मनापासून अभिनंदन!'

'विजू, ही तुझीच प्रेरणा! विषय खूप तात्विक असल्याने मी भाग घेणार नव्हतो. पण तू माझ्या स्वप्नात येऊन मला भाग घेण्यास प्रवृत्त केले!'

शिवच्या या वाक्याने विजू खूप जोरजोरात हसते... – 'नुसता फेकतो आहे!'

'अगं हसते काय? – खरचं, तू माझ्या स्वप्नात येतेस – दररोज!!'

विजू पुन्हा जोरात हसते.

'तू नं शिव खूप बहुरंगी – अन बहुढंगी आहेस! – बर ते जाऊ दे –

'तुझ्यासोबत गणेश माळी आहे – शिव हा तर सायन्स फॅकल्टीला आहे – याला कसा वेळ मिळतो?'

'विजू, तो कवी-लेखक आहे – प्रॅक्टीकलच्या वेळेला तो हे सर्व उद्योग करतो.'

'अन् मग प्रॅक्टीकल?'

'त्याचा पार्टनर करून घेतो!'

'सर, रागवत नाहीत?'

'आधी रागवायचे – आता नाही! ते म्हटले, 'गणेश तू कशाला सायन्सला आला? आर्ट्सला गेला असता – तू आर्ट्स स्टुडंट शोभतोस!'

'अरे देवा! – असे असते शिव! आयुष्यात निर्णय चुकला, की असे प्रॉब्लेम्स होतात!'

'आपला दोघांबद्दल घेतलेला निर्णय बरोबर आहे ना शिव?'

'तुला का शंका यावी स्विटी? – शिवने प्रतिप्रश्नाने विचारले!

'माझ्या मनात शंका, संशय अजिबात नाही रे!, पण – का कोण जाणे थोडीशी भिती वाटते!'

'विजू, काळजी नको करू – भिती तर अजिबात बाळगू नको! तू तोंडघशी पडशील अशी वेळ मी कदापि येऊ देणार नाही!'

'I believe you! I have left it to my destiny!' विजया शिवला म्हणाली.

'Don't worry dear, everything will be ok!' शिवने विजयाला आश्वासन दिले.

शिवच्या आयुष्यात विजयाने केलेल्या प्रवेशाने त्याच्या मानसिक स्थितीत प्रचंड बदल झाला! एका आगळ्या-वेगळ्या आत्मविश्वासाने तो वावरू लागला! खूप आनंदित राहू लागला! घरातील सर्व कौटुंबिक प्रश्नांचा त्याला विसर पडला! जीवनात काहीतरी मिळविले पाहिजे ही भावना त्याच्या मनात दृढ होऊ लागली. तो स्वतःची खूप काळजी घेऊ लागला. एका खेड्यातून आलेला शिव ३ महिन्यांत पूर्णपणे बदलून गेला!! प्रेमाचा कैफ त्याच्या चेहऱ्यावर स्पष्टपणे दिसू लागला.

खऱ्या निरपेक्ष प्रेमाचा हा परिपाक होता! संध्याकाळी व्हॉलीबॉल खेळून झाल्यानंतर शिव राममंदिरात दर्शनासाठी गेला. तेथे विजू व सुलू त्याला भेटल्या.

'दर्शनासाठी रोज येतो मंदिरात?' विजूने विचारले.

'नाही, आजपासून सुरवात केली!'

'आजपासूनच का सुरवात करावीशी वाटली तुला शिव?'

'विजू, तसं स्पेसिफिक कारण नाही सांगता येणार मला – पण वाटले मनाला, आलो दर्शनाला!'

'शिव, तुझा परमेश्वरावर विश्वास आहे, I mean परमेश्वराच्या इहलोकांतील अस्तित्वावर?, Do you believe that God exists?'

'हो आहे! माझा परमेश्वरावर दृढ विश्वास आहे!! अन् त्याचे या पृथ्वीवर अस्तित्व क्षणाक्षणाला जाणवते, त्या अस्तित्वाची अनुभुती होते!'

'तुझी कोणत्या देवावर श्रद्धा आहे?'

'विजू, मी परमेश्वराला एक शक्ती

रूपात बघतो! परमेश्वर निर्गुण, निराकार, सर्वत्र, सर्वज्ञ व सर्वशक्तीमान आहे. ही माझी श्रद्धा आहे!'

'शिव, तू म्हणतो ते सर्व खरे आहे, पण परमेश्वराचे कोणते रूप तुझ्या मनाला भावते?'

'अर्थात भगवान श्रीकृष्ण! – सर्व कालगुणांनी परिपूर्ण!'

'मग तू नित्य पुजा करीत असशील?'

'पुजा ही औपचारिकता आहे विजू!'

'त्यापेक्षा नित्य-स्मरणावर माझा जास्त विश्वास आहे – म्हणून मी भगवान श्रीकृष्णाचे नित्य-स्मरण करतो!'

'खूप प्रसन्न व आनंदी वाटले शिव, तुझ्याशी या विषयावर बोलून!'

जरा वेळ शांतता - शिव व विजू दोघे एकमेकांना न्याहळतात!

'येऊ विजू....'

'आता कुठे निघालास?'

'एका व्ही.आय.पी. चा आदेश पाळायचा आहे!'

'मी नाही समजले? Who is this VIP Shiv?'

हलकसं हसत, 'अगं फिरायला जायचे आहे, तुझ्या आदेशाचे काटेकोरपणे पालन व्हायला नको का?'

समाधानाने हसत, 'Oh Shiv! you are really funny!'

'मघाशी एवढ्या गंभीर विषयावर बोलत होतो अन् आता लगेच इतक्या लाईट मुडमध्ये! – कसे जमते रे तुला?'

'अंत:स्थ प्रेरणा विजू - अंत:स्थ प्रेरणा!!'

'कोणाची - जरा सांगशील?'

विजूकडे इशारा करीत, 'ही कोण माझ्यासमोर उभी

राहून माझ्याशी लाडी-गोडीने संभाषण करते आहे!'

हर्षभरीत, "Oh Shiv! I love you! - I really love you!!" आनंदाने विजयाचे डोळे भिजतात.

'I too my sweetie - dear Viju!!' शिवपण खूप भावुक होतो. त्याचेही डोळे ओले होतात.

'I love you dear with all my hearts and soul!'

सुलोचना व भावेश टाळ्या वाजवून सकारात्मक प्रतिसाद देतात. जरा वेळ शांतता.

'तुमच्या दोघांच्या मनातले आज ओठावर आलेच!' सुलोचनाने प्रतिक्रिया दिली.

'पण खूप छान झाले! दोघांनी आपल्या मनातील गुपीत साक्षात प्रभू रामचंद्रासमोर उघड केले!'

'Congratulation to both of you!!' सुलोचना व भावेशने विजया व शिवचे कौतुक केले.

'आज ठरवून आला होता वाटते?' सुलोचनाने आनंदाने विचारले.

'अजिबात नाही! योगायोगाने विजूची इथे भेट झाली – अन् गप्पांच्या ओघात हे घडले!' शिवने स्पष्ट केले.

'इथे शिव व विजया यांच्या प्रेम-पुराणचा पहिला अध्याय यशस्वीपणे पुर्ण झाला असे म्हणू या!' सुलोचना म्हणाली.

'आता जोडीने देवाला नमस्कार करून आशीर्वाद घ्या – ही आमच्या निरपेक्ष प्रेमाची नौका पैलतिरी पोहचू दे म्हणावं!' – सुलोचनाने सूचीत केले.

अहमदनगर येथे वाद-विवाद स्पर्धेसाठी शिव व गणेश माळी आदल्या दिवशी जाऊन पोहचले. संपूर्ण पुणे विद्यापिठातून विविध कॉलेजेसमधून संघ आलेले होते. कॉलेजचा परिसर सुंदर, झाडे-वेली-फळां-फुलानी नटलेला बघून शिवचे मन आनंदाने प्रफुल्लीत झाले! काहीतरी चैतन्य संचारल्यासारखे त्याला जाणवले! विजूचे शब्द – 'शिव माय बेस्ट विशेस आर विथ यू – पहिले बक्षीसघेऊन येशील!' हे त्याला आठवले – त्या शब्दांनी त्याच्या मनात सकारात्मक ऊर्जा निर्माण केली.

दुसऱ्या दिवशी स्पर्धेला सुरवात झाली. विषय होता : 'गांधीवाद हा जागतिक समस्या सुटण्याचा एकमेव उपाय आहे!'

शिवने अनुकुल बाजूने व गणेश माळीने प्रतिकुल बाजूने आपले विचार मांडले. संध्याकाळी ५=०० वाजता स्पर्धा संपली. बक्षिस समारंभ सुरू होऊन चढत्या क्रमाने बक्षिसे जाहीर झाली.

आधी सांघिक बक्षिसे व नंतर वैयक्तिक बक्षिसे जाहीर झाली. तृतीय... द्वितीय...अन् आता प्रथम पारितोषिकाचे मानकरी – डॉ. हिवाळे

सांघिक ढाल व प्रशस्तीपत्रक – अेनी गेसेस? श्रोतेवर्गातून एकाच सुरात आवाज आला! अमळनेर कॉलेज!

क्षणभर शांतता... पुन्हा निवेदकाचा आवाज... you are absolutely right! It goes to Amalner College!' टाळ्यांच्या प्रचंड गजरात शिव व गणेशने व्यासपिठावर जाऊन सन्माननिय पाहुण्यांच्या हस्ते ढाल व

प्रशस्तीपत्रकाचा सस्मित चेहऱ्याने स्वीकार केला. 'सर्व श्रोत्यांनी एकत्र नारा दिला! महात्मा गांधीकी जय!'

शिवला वैयक्तिक १ले बक्षिस २५१ रु., गणेशला वैयक्तिक २रे बक्षिस २०१ रु. दोघांना प्रशस्ती पत्रके देऊन सन्मानित करण्यात आले. टाळ्यांचा गजर सुरू होता. सोबत महात्मा गांधी की जयच्या नाऱ्यांनी सर्व सभागृह दुमदुमुन गेले.

कॉलेजमध्ये आल्यानंतर शिव व गणेशने प्रिन्सिपल सरांचे चरण स्पर्श करून आशीर्वाद घेतले.

'Hearty - hearty Congratulation Shiv!' विजूने शिवचे अभिनंदन करून खूप आनंद व्यक्त केला.

'It's the greatest achievement Shiv!'

'Yes dear my sweetie - It's you who inspired me!'

'विजू, हे तुझे निरपेक्ष, निर्व्याज प्रेमच माझी ऊर्जा आहे!'

विजू शिवकडे अत्यंत भावुकपणे बघते. शिवसुद्धा डोळे न लवता बघतो. क्षणभर शांतता.

'शिव, विषय तसा खूप गंभीर, बोजड होता पण तू लिलया पेलला!'

'Yes dear!'

'दादा, पहिला आल्यास तू काहीतरी करायचे ठरविले होते! सुलोचनाने आठवण करून दिली.

'सुलु, तू मला दादा म्हणालीस?'

'हो! तू माझ्या मोठ्या भावासारखा आहे! ज्या दिवशी मी तुझ्या हातावर राखी बांधली त्या दिवसापासुनच मी तुला भाऊ मानले!'

'धन्यवाद ताई!'

'मला ताई नको, फक्त सुलु म्हण! मी लहान आहे तुझ्यापेक्षा!'

'बर ठीक! – मी काय करायचे ठरविले होते?'

'तू आठव...'

– आठवत – अरे हो, आता आठवले! - विजूला खांद्यावर घेऊन नाचायचे! आता पुर्तता करतो...'

विजू घाबरून इ ऽ इ ऽ इ करीत लांबच लांब पळाली व एके ठिकाणी थांबली!

'Please Shiv – no – अरे वेड्या आपण कॉलेज कॅम्पसमध्ये आहोत!'

'अगं ये इकडे! गंमत करतोय आम्ही!'

'चला आपण सर्व कॉफीचा आनंद घेऊ!'

विजू जागेवरच भितीने थांबते.

'विजू ये इकडे – माझ्यावर विश्वास नाही का तुझा?'

'हो आहे!'

'मग ये – नाही काही करणार – please!'

विजू जवळ येऊन थांबते, 'शिव, क्षणभर मी खूप घाबरलेच रे!'

'दादा, विजी तुझ्याने उचलली गेली असती!' सुलूने गुगली टाकली.

'किती स्लिम आहे ती! सहज घेतले असते खांद्यावर! – घेऊन दाखवू?'

विजू सुलीवर चिडते – 'सुली, नको आगाऊपणा करू! सध्या तो खूप 'बोल्ड' झाला आहे!'

'बघ गं सुलु, आता नाही 'बोल्ड' व्हायचे तर मग केव्हा व्हायचे?'

'शिव, प्लिज नको यार – मला टेंशन येते!'

'विजे, कशाला एवढी 'पॅनिक' होते, तो काही करणार नाही!' सुलोचनाने विजूला समजाविले.

'शिव, व्हॉलीबॉलचे सामने कुठे आहेत?' विजूने विचारले.

'चोपडा कॉलेजला जायचे आहे - परवा!'

'अन् गृपचे?'

'ते तिथेच कळेल विजू – सिलेक्शन झाल्यावर सांगतात सर्वांना!'

'तुझे गृपला सिलेक्शन झाले पाहिजे!'

'प्रयत्न सुरू आहेत – होईल असे वाटते!'

'शिव, तुझा अभ्यास होतो रोज?'

'थोडा थोडा! – पुढच्या महिन्यात टर्मिनल एक्झॅम आहे – करावाच लागेल! - तरी रात्री ११-११.३० पर्यंत बसतो अभ्यासाला!'

'पार्टनर पण अभ्यास करतात का?'

'पाडवी करतो – फायनल इअर असल्याने! भरतचे काय सुरू असते – त्याचे त्याला माहित! – लवकर झोपतो!'

'तुझ्याकडे अभ्यासाला टेबल–लॅम्प आहे शिव?'

'नाही पण गरज भासते! अगं, पंचविस वॅटचा एकच बल्ब – त्याचा अंधूक प्रकाश – पुन्हा पार्टनरचा ओरडा - जास्त जागे राहिल्यास!'

'हो शिव, लाईट सुरू असला की झोपणाऱ्याला त्रास होतो – आमच्या गर्ल्स होस्टेलला यावरूनच जास्त वाद होतात!' पंचविस वॅटचा नियम आमच्याकडेपण आहे – त्याचा पुरेसा प्रकाश नसतो?'

'Yes dear!'

'बाय शिव!'

'बाय स्विटी!'

दुसऱ्या दिवशी भेट झाल्यावर विजूने शिवला एक गिफ्ट दिली.

'शिव, प्लीज, काहीही ओढेवेढे न घेता माझ्या या छोट्याशा गिफ्टचा स्विकार कर! It's token of our Love!'

'शिव, या टेबल लॅम्पच्या प्रकाशासारखे तुझे जीवन प्रकाशमय होऊ दे! तुझ्या आयुष्यातील सर्व अंधकार दूर होऊ दे, या शुभेच्छांनी प्रेमपूर्वक तुला पहिले गिफ्ट अर्पण करते!'

शिव क्षणभर खूप भावुक होऊन त्या गिफ्टकडे बघत राहिला! तो ते गिफ्ट नाकारू शकला नाही! – कारण 'ते' विजूच्या भावनांचा अव्हेर केल्यासारखे झाले असते! अत्यंत कृतज्ञतेने शिवने गिफ्टचा स्विकार केला!

'धन्यवाद, खूप खूप आभार डिअर!'

'अन् हे बघ शिव, लागलीच मला रिटर्न गिफ्ट नको देऊ, मी तुझे गिफ्ट घेईन पण योग्य प्रसंगी – ओके!'

'Yes dear!'

विजूने प्रेमाने दिलेल्या गिफ्टने शिव खूपच आनंदित झाला! शिव, It's token of our love!' हे वाक्य तो मनातल्या मनात आळवू लागला.

संध्याकाळी शिव व विजू फिरायला जात असताना होस्टेलच्या मैत्रिणी फिरून परत येत होत्या.

'विजे...!' एका मैत्रिणीने तिला आवाज दिला.

'Hi, काय म्हणतेस?'

'अगं, एक मिनीट इकडे येशील?'

'पण कशाकरिता?'

'तू इकडे आल्यावर सांगते!'

विजया त्यांच्याजवळ गेल्यावर – 'छान निवडलास गं – खूपच हॅन्डसम!'

'बस एवढच! चला येते मी!'

विजया हसत-लाजत आली. सुलोचनाने विचारले, 'काय म्हणत होत्या गं त्या?'

'काही नाही गं – वेड्या कुठल्या! बॉयफ्रेंड खूपच छान – हॅन्डसम निवडला म्हणे!'

'वाव, तुझ्या मैत्रिणी मला हॅन्डसम म्हणल्या विजू!'

'अरे, तू हॅन्डसम आहे – त्या म्हटल्या म्हणजे काय?'

'शिव उद्या शिक्षक दिन – ५ सप्टेंबर!'

'अग हो – उद्याच्या कार्यक्रमाच्या अ‍ॅकरिंगची जबाबदारी माझ्यावर व गणेशवर सोपविली!'

'शिव तुम्ही दोघे खूप उत्कृष्ट सादरीकरण करणार! दोघेही शब्दांचे जादुगार!'

'Thanks dear!'

'भेटूया उद्या!'

'Good night Shiv!'

'Good night bye bye!!'

अपेक्षेप्रमाणे शिक्षक दिनाच्या कार्यक्रमाचे सुत्रसंचालन शिव व गणेश माळीने खूपच बहारदार रितीने केले. प्रथम प्रिन्सिपल सरांच्या हस्ते दीपप्रज्वलन करून माजी राष्ट्रपती डॉ. सर्वपल्ली राधाकृष्णन यांच्या प्रतिमेस पुष्पहार अर्पण करण्यात आला. नंतर प्रिन्सिपल सर व सर्व प्राध्यापकांचा मुला-मुलींच्या हस्ते गुलाबपुष्प देऊन गौरव करण्यात आला.

'शिव, you are the rising star of the college! छान संधी मिळाली अन तू त्या संधीच सोने केलेस.' विजू म्हणाली.

'याचे सर्व श्रेय तुलाच विजू!'

'कसे रे?'

'तू टेबल लॅम्पची गिफ्ट देताना म्हणाली होतीस – आठवते! – 'शिव, या लॅम्पच्या प्रकाशासारखे तुझे जीवन तेजोमय होऊ दे – तुझ्या जीवनातील अंध:कार नष्ट होऊ दे!' 'तुझे हेच शब्द – माझी प्रेरणा!'

जरा वेळ विजया शिवकडे भावुकतेने बघत राहिली!

'बरे शिव, क्रिडा विभागाची सुचना बघितली का?'

'नाही – काही विशेष?'

'तुझे व्हॉलीबॉल ग्रुपसाठी सिलेक्शन झाले! अन् पुढचे ऐकून तर तुला सुखद धक्का बसेल – सांगू?'

'विजे – सांग लवकर – पटकन!'

'तू आमच्या गावी येणार!'

हसत, 'तुझ्या आई-बाबांनी मला भेटायला बोलविले?'

'हं ऽ ऽ ऽ ! असच काहीतरी!'

'मग कधी येऊ सांग? असं करतो विजे, २२ सप्टेंबरला येतो – चालेल?'

विजया हलक्या हाताने शिवची पाठ बडवित, 'जा – मी नाही बोलत तुझ्याशी!'

'आता काय झाले न बोलायला!'

'तुला माहित होते, मग मला का नाही सांगितले!'

'विजू, आम्हाला चोपडा कॉलेजला सिलेक्शन झाल्याबरोबर सांगितले – व्हॉलीबॉल ग्रुप मॅचेस सिंदखेड-धुळे जिल्हा येथे आहेत – मी तुला सांगायला विसरलो!'

'काय योगायोग आहेत शिव!'

'हो न विजू – योगायोगच म्हटले पाहिजे!'

'मी व सुली येऊ तुम्हाला चिअर-अप करायला!'

'बढिया – बहुतही बढिया! घरी बोलवून

आई-बाबांशी ओळख-परिचय करून देशील की नाही?'

'अरे आई-बाबा दोघेही संस्थेच्या कार्यकारी मंडळावर आहेत – दोघे कार्यक्रमाला नक्की असणार!'

'चला, या निमित्ताने तुझ्या आई-बाबांशी तोंड-ओळख तरी होईल!'

'हो शिव – नियतीच्या मनात काय सुरू आहे – कोणास ठाऊक!'

'विजू, do you believe in destiny, आय मिन 'नियती'?'

'Absolutely Shiv! Destiny plays the most important role in our life! – म्हणून तर आपण नेहमी म्हणत असतो, नशिबात असेल तर मिळेलच!'

जळगाव ग्रुपची व्हॉलीबॉल टीम २२ सप्टेंबरला सिंदखेड कॉलेजला पोहचली. सकाळी ९=०० वाजता उद्‌घाटन सोहळा पार पडला.

विजया व सुलोचना आई-बाबांसोबत कारने कार्यक्रमस्थळी पोहचल्या. ॲड. धनंजय देशमुखांनी सर्विस करून सामन्याचे उद्‌घाटन केले. कार्यक्रमाच्या अध्यक्ष्यस्थानी सौ. सविता देशमुख मॅडम होत्या. म्हणजे विजयाचे आई-बाबा कार्यक्रमाचे अध्यक्ष व प्रमुख पाहुणे होते.

संध्याकाळी चार वाजता मॅचेस संपल्या. ॲड. देशमुखांनी आमंत्रित केल्यानुसार जळगाव विभागाचे खेळाडू त्यांच्या बंगल्यावर चहापाना साठी उपस्थित झाले. क्रिडाशिक्षकांनी सर्वांचा परिचय करून दिला.

ॲड. देशमुखांनी विचारले, 'प्री डिग्री आर्ट – कोणी खेळाडू आहे का अमळनेरचा?'

शिवने नमस्कार करून, -'मी आहे!' म्हणून सांगितले!

'विजू-सुलु जरा बाहेर या बरं!'

विजया व सुलोचना बाहेर येऊन, 'काय बाबा?'

'बेटी – हा मुलगा तुमच्या क्लासला आहे – ओळखता तुम्ही?'

विजयाने शिवकडे बघितले व म्हणाली, 'हो – बाबा! आमच्या क्लासला आहे हा! – शिव महाजन!'

'खुप ॲक्टीव्ह आहे हा!' विजयाने ओळख करून दिली.

'काय हो महाजन साहेब?'

शिवने लाजत खाली मान घालत 'हो' म्हटले.

चहापानानंतर सर्व निघून गेल्यावर ॲड. देशमुख, सौ. सविता देशमुख व बंटी हॉलमध्ये बसले होते. विजया व सुलोचना न्युजपेपर चाळीत हॉलमध्ये होत्या.

'काही विशेष बातमी बेटी?'

'कसली बाबा?'

'अगं, पेपर चाळतेय तू म्हणून विचारले!'

'नेहमीच्या राजकीय घडामोडी, काही अपघात – दूसरे काय असते पेपरात बाबा!'

'बरं, तुझ्या वर्गातील तो मुलगा – काय नाव सांगितले...?'

'मि. शिव महाजन!' विजूने वाक्य पूर्ण केले.

'हं – शिव महाजन – तू ओळखते त्याला? क्लास फेलो तर आहे – पण तू ॲक्टीव्ह...'

'हो बाबा, He is a popular student! – कॉलेजमध्ये सर्वच ओळखतात त्याला!'

'popular? चांगल्या की...!'

'बाबा, 'सुप्रसिद्ध' या अर्थानेच!'

ॲड. देशमुख भुवया उंचावत, 'सुप्रसिद्ध?' – कशासाठी – नेमके काय करतो तो?'

'आता कसं सांगू? – खूप ॲक्टीव्ह आहे तो!'

'म्हणजे अशा कोणत्या अॅक्टीव्हिटीज करतो तो?'

'बाबा, - He is a debator, a singer, the best player of the Volleyball and Table-tennis, Chief editor of the Language Association, NCC आहे.'

'अभ्यासात कसा आहे ते सांग!'

'बाबा, He is the Class-topper! मॅट्रीकला फर्स्ट क्लास फर्स्ट आहे तो – मराठीत distinction आहे त्याला!'

'तुला त्याच्याबद्दल चांगली माहिती आहे!'

'बाबा – अॅक्टीव्हिटीज मुळे!'

विजयाच्या आई हे संभाषण शांतपणे ऐकत होत्या.

जरा वेळ शांतता.

'कोणत्या गावचा आहे तो?'

'नाही माहित – बाबा मला!'

तुम्ही एकमेकांना भेटतात – एकमेकांशी बोलतात कां?'

विजया सुलोचनाकडे बघते ती लागलीच उत्तर देते.

'क्लासमेट अन् तो सुद्धा ऑलराऊंडर म्हटल्यावर आमच्या भेटी होतात! He is a free and frank guy!'

'सुलू बेटी – चांगल्या मुलांशी मैत्री ठेवायला हरकत नाही! तरुणवयात सहशिक्षण घेताना हे होणारच – पण जरा सांभाळून रहायचे!'

'हो काका - we know our limits!'

'बाबा, तुम्ही अमळनेरला याल ना तेव्हा तुमची अन् त्याची भेट घालून देईन! तुम्हाला त्याच्याशी बोलायला खूप आवडेल!'

विजयाकडे बाबा संशयाने बघतात व पुढे विचारतात, 'तुमची फक्त ओळख आहे की मैत्री... वगैरे... वगैरे...!'

सुलोचना व विजया दोघी एकमेकींकडे बघत 'आपण पकडले गेलो' या अर्थाने हसतात – व टाळण्याचा प्रयत्न करतात. त्यांना हसताना बघून ॲड. धनंजय देशमुख जरासे गोंधळतात, - - सौ. सविता देशमुखही विजया व सुलोचनाकडे बघतात. त्यांनाही त्या दोघी कशाला व का हसत आहेत हे लक्षात येत नाही!

'काय हसताय गं?' सौ. देशमुख विचारतात.

विजया व सुलोचना हसणे थांबवित, 'काही नाही आई! – असंच हसायला झाले!'

'ठीक आहे – थांबणार का एक-दोन दिवस?'

'नाही आई – उद्या सकाळी निघू – एक्झॅम अगदी जवळ आहे!'

'ठीक आहे – अभ्यास करा – नुसत्या गप्पांमध्ये वेळ नका घालवू! बर का सुले?'

'हो काकु!'

प्रकरण तिसरे

नसे सुखाचा प्रवास प्रितीचा

विजया देशमुखच्या घरी भेट देऊन अमळनेरला पोहचल्यानंतर शिवच्या मनात विचारांचे वादळ उठले!

'विजूवर प्रेम करून चुक तर करीत नाही ना? – असा विचार त्याच्या मनात घर करून बसला!

'विजूचे आई-बाबा तिने निवडलेल्या जोडीदारावर शिक्कामोर्तब करतील का?' काय करावे?' विचारांचा लंबक सारखे हेलकावे खात होता.

शिवला रात्रभर झोप लागली नाही! तो खूप अस्वस्थ होता – मनाने खूप खचला होता!

दुसऱ्या दिवशी सर्व तासिका आटोपल्यावर शिव नोटिसबोर्ड समोर उभा असताना विजया त्याच्याजवळ आली.

'Hi, handsome – कसा आहेस?'

शिव मनाने खूप खचल्याने काहीही न बोलता त्याने फक्त विजूकडे बघितले!

'शिव, what's the matter? – अरे, चेहरा का पाडून घेतलास?'

काहीही न बोलत उदासीनतेने तो तिच्याकडे बघत राहिला. त्याच्या तोंडातून शब्द बाहेर येत नव्हते.

'भावेश, झाले काय याला?'

'सिंदखेडहून खेळून आल्यापासून असंच सुरू आहे! मलाही काही सांगत नाही.' कॉटवर पडल्या पडल्या विचार करीत बसला. विजया शिवच्या जवळ येऊन त्याची आस्थेवाईकपणे चौकशी करू लागली.

'शिव, तब्येत ठीक नाही का – काय होतंय नेमकं ते तरी सांगशिल?'

'नाही विजू, I am Ok!'

'If you are ok – मग असा उदास का तू? – घरी काही प्रॉबलेम, अँनी मेसेज?'

वैतागल्यागत, 'नाही विजू - no problem, no message - please leave me alone!'

शिव असे म्हणून गांधी तत्वज्ञान केंद्राच्या ओट्यावर जाऊन बसला.

विजया मात्र शिवच्या तर्हेवाईक वागण्यामुळे खूप निराश झाली!

'भावेश, काय रे हे असे!'

'हो, विजया – मलाही प्रश्न पडला, काय झाले याला!'

सर्व शिवच्या जवळ येतात.

'शिव, चल आपण कॉफी घेऊ तुला फ्रेश वाटेल – काही ताण असला तर थोडा तरी हलका होईल... please!'

विजूच्या या आर्जवाने शिव थोडा रिलॅक्स झाला. सर्व कँन्टीनमध्ये आले – विजयाने चार कॉफींची ऑर्डर दिली. कँन्टीनमध्ये रेडिओवर गीत सुरू होते,

'तू गंगाकी मौज मै जमुनाकी धारा – हो रहे गा मिलन हमारा तुम्हारा.'

'खुप छान गीत आहे नाही का शिव?'

'Please Shiv, नेमके काय घडले ते सांग!' विजया शिवला काकुळतिने म्हणाली.

विजयाकडे विमनस्कपणे बघत ... वि ऽ जू ...!

'हं – सांग ना!' विजयाने शिवकडे लक्ष केंद्रित केले.

'आपण – इथे थांबू या!' मनाचा निश्चय करीत शिव म्हणाला.

विजया गोंधळून इकडे-तिकडे बघत, 'इथे? – कशासाठी?'

'मला असे म्हणायचे आहे....!'

विजया अजीजीने, 'काय – ते तरी कळू देशील?'

'आपले हे 'सारं' इथेच थांबवू या! आपण break up करू या!' शिवने अंत:करणावर दगड ठेवून सांगितले!

शिवने असे म्हटल्याबरोबर विजयाचा चेहरा एकदम पडला! अक्षरशः ती रडवेली झाली! ती अत्यंत नैराश्याने शिवकडे बघत राहिली!! शिवच्या सिंदखेड भेटीनंतर असे काय घडले ज्यामुळे शिवने ही टोकाची भूमिका घेतली. तिला काही कळेनासे झाले. काय बोलावे तिला काही सुचत नव्हते. विजया फक्त गलीतगात्र होऊन शिवकडे बघत राहिली!

जरा वेळ शांतता.

'का दादा? – कशामुळे? काय झाले असे? - विजूचे काही चुकले का?' सुलोचनाने शिववर प्रश्नांचा भडिमार केला.

शिव थोडा वेळ शांत बसून विजूच्या कोमजलेल्या चेहऱ्याकडे बघत राहिला. त्याच्याही तोंडातून शब्द फुटेना! - पण मन उघड केल्याशिवाय त्याच्याजवळ पर्याय नव्हता!

मनाच्या विवशतेने, 'मला माफ कर विजू, please forgive me! We can't continue!'

विजया रडक्या सुरात, 'But why Shiv? What happened? - कालच तू माझ्या घरी आलास अन् आज...!' हुंदका देते.

'काय कारण ते तरी सांगशिल दादा! तुला मोकळेपणाने सांगावेच लागेल! प्रेम म्हणजे खेळ नाही – मनाला वाटेल तेव्हा सुरू करावा – व मनात आल्यावर मोडावा – तिची अवस्था बघितली!'

शिवचे डोळे भरून येतात, 'I love you Viju and will love you forever!'

विजया अत्यंत त्रासिकपणे पण रडवेल्या सुरात, 'I know Shiv! - I know!! Then why this break up?' please tell me Shiv - tell me clearly!

'विजू, I have come to this decision for your sake!' शिव शांतपणे म्हणाला.

विजया स्वतःला सावरते, रुमालाने ओथंबलेले डोळे पुसत, 'For my sake! – नाही कळलं शिव – काय ते स्पष्ट बोल!'

'विजू' – शिव अडखळतो – शब्द उमटत नाहीत!

'पुढे बोल ना तू – माझा श्वास कोंडला जातोय शिव! – please, बोल ना एकदाचं!'

'विजू तुझ्या घरून परत आल्यावर माझ्या असे लक्षात आले की तुझी व माझी कौटुंबीक पार्श्वभूमी खूप वेगळी आहे!

'शिव अजूनही मला कळले नाही, what is your sense?'

'विजू तू उच्चशिक्षित, श्रीमंत, अत्यंत प्रतिष्ठीत कुटुंबामधील मुलगी! मी मात्र साधारण मध्यमवर्गीय शेतकरी कुटुंबातून आलेलो! माझे आई-बाबा उच्चशिक्षित नाहीत! – अशा परस्पर-विरुद्ध स्थितीत कसे जमेल आपले?'

जरा वेळ शांतता.

विजया अत्यंत आत्मविश्वासाने, 'शिव आपण दोघे एकमेकांच्या प्रेमात पडल्यापासून आजतागायत तुझ्या कुटुंबियांबाबत, तुझ्या जातीबाबत, तुझ्या सामाजिक, आर्थिक स्थितीबाबत कधी तुला विचारले का?'

'नाही विचारले!' शिवने प्रतिसाद दिला.

शिवचे खांदे दोन्ही हातांनी पकडत, 'का नाही विचारले? - कारण शिव मी तुझ्या व्यक्तीमत्वावर प्रेम करते! माझ्या कल्पनेत बसणारा तू एक चांगला माणूस आहे! माझ्याकडे बघ – इकडे तिकडे नको बघू – शिव तू सुद्धा माझ्यावर तितकेच प्रेम करतो याची मला क्षणोक्षणी जाणीव होते! माझ्यासाठी एवढे पुरे आहे – इतर बाबी मला माझ्या कर्मफळानुसार, नशिबानुसार मिळतील! –

'ब्रेकअप' चा अविचार मनातून पुर्णपणे काढून टाक – या जन्मात ते शक्य नाही!'

'विजू, तुझे ठीक आहे – पण तुझे आई-बाबा मला स्विकारतील?'

विजया अत्यंत ठामपणे उत्तर देते, 'शिव माझे आई-बाबा तुला स्विकारतील की नाही हा त्यांचा व्यक्तीगत प्रश्न आहे – याबाबत मी नाही सांगू शकणार! पण त्या बाबींमुळे आपल्या प्रेमात तसुभर सुद्धा फरक पडणार नाही हे मी तुला ग्वाही देऊन सांगते!'

'समजा त्यांनी मला नाही स्विकारले तर तू आई-बाबांच्या विरोधात जाऊन माझ्याशी विवाहबद्ध होशिल?'

'तुला का शंका यावी? – शिक्षण पूर्ण झाल्याशिवाय आपण लग्न करणार नाही!'

अजून खूप वर्ष आहेत – आजच कशाला या बाबींचा विचार करून स्वतःला व मलाही मनस्ताप करण्यास भाग पाडतो!'

'I love you my dear sweetie!'

'I also love you my dear handsome!'

'शिव मी किती आनंदात होतेरे तू घरी येऊन कमीत कमी तुझा मुख परिचय आई-बाबांना झाल्याने!'

'पण मी फार खचून गेले तुझ्या या आकस्मिक बदललेल्या भूमिकेमुळे!'

शिव विजुकडे काकुळतीने बघतो, 'I am very sorry dear!'

विजया खंबीरपणे, 'शिव खरे पेचप्रसंग तर पुढे निर्माण होतील – आपणास दोघांना त्या प्रसंगांना सामोरे जायचे आहे! आपणच असे हतबल झालो तर कसे व्हायचे?'

'तुम्ही सर्व खेळाडू आमच्याकडून गेल्यानंतर बाबांनी तुझ्याबाबत प्राथमिक चौकशी केली – मी व सुलूने त्यांना आवश्यक तेवढी माहिती दिली.

बरं अभ्यासाचे काय शिव - आपल्यादोघांचा अ‍ॅकॅडेमिक परफॉरमन्स उत्कृष्ट पाहिजे!'

'नियमित सुरू आहे - मॅचेस पुढच्या आठवडयात आटोपतात - मग, पूर्णवेळ अभ्यासाकरिता देता येईल!'

'तुमचा कसा सुरू आहे?'

'so - so!'

'का विजू?'

'१०.३० वाजेपर्यंत हॉस्टेलच्या मुलींची दंगामस्ती सुरू असते! अभ्यासाला बसले की सारख्या आवाज देतात - नाहीतर दारावर टकटक करून निघून जातात!'

'मग वॉर्डन मॅडमना सांगायचे!'

'एकाच ठिकाणी सोबत रहावे लागते, काय तक्रार करायची शिव?'

'ह्या पोरींना कळत नाही का विजू अभ्यासाचे?'

'शिव, खुपजणी तर लग्न ठरेपर्यंत केवळ टाईमपास करण्यासाठी कॉलेजला प्रवेश घेतात! त्यांना अभ्यास, करिअरशी काही घेणे देणे नाही - दिवसरात्र गॉसिपिंग! 'याचे तिच्याशी सुरू आहे - तिचे ह्याच्याशी सुरू आहे!' ते संपल का सिनेमातल्या नट-नटयांच्या अफेअरच्या गप्पा - नंतर दंगामस्ती!

'Uph! Oh my God! - horrible! - कठीण आहे विजू हे सर्व!'

'खूप त्रास होतो शिव! मला कमी मार्क्समिळाले तर आई अप-डाऊन करायला लावेल!'

'चहा घ्यायचा पुन्हा?'

'नको आता. जातो रूमवर, थोडा वेळ पडतो!'

विजया शिवचा चेहरा न्याहळीत - 'खूप खूप थकल्यासारखा वाटतो!'

'हो विजू, मला जाणवतो आहे थकवा - अवसान आणून तुझ्याशी बोलतो आहे!'

'शिव तू चुकीच्या पद्धतीने चुकीच्या दिशेने विचार करतोस मग मानसिक थकवा येणारच!'

'जा, कर आराम एखादा तास! संध्याकाळी फिरताना होईल भेट!'

शिवने रूमवर आल्यावर कॉटवर अंग झोकून दिले. शरीरातील ऊर्जा कमी-कमी होत असल्याचे त्याला जाणवत होते! पण विजूने दिलेल्या आश्वासनामुळे त्याला हायसे वाटले!

'विजू व सुलू होस्टेलवर पोहचल्यावर वॉर्डन मॅडमनि सांगितले, 'विजू तुझ्या घरून कॉल होता, तुला अर्जंटली बोलायला सांगितले आहे!'

विजयाने हॉस्टेलच्या दुसऱ्या फोनवरून कॉल केला.

'हॅलो आई, फोन केलेला?'

'हो, रविवारी घरी ये!'

'काय विशेष? - असे अचानक?'

'नरडाण्याचे मि. विक्रांत पाटील आपल्याकडे येत आहेत!'

54

गोंधळून, 'कोण विक्रांत पाटील, का येत आहेत?'

'तुला बघायला बाळा?'

त्रासून, 'मला का बघायला येत आहेत?'

सौ. सविता मॅडम आवाज चढवित, 'विजे, तू आता लहान राहिली आहेस का, असे प्रश्न विचारायला?'

टाळण्याच्या सुरात, 'आई, मला नाही जमणार यायला, परीक्षा अगदी जवळ आहे, मला अभ्यास करायचा आहे!'

'विजू बेटी, फक्त एक दिवसाचा प्रश्न आहे. सकाळी येऊन संध्याकाळी परत जा!'

'नाही आई, आता शक्य नाही!'

ॲड. धनंजय देशमुख - विजुचे बाबा फोन घेतात.

'विजू, आईचे ऐक बेटा!'

लडिवाळपणेवैतागल्यात, 'बाबा - ऐन परीक्षेच्या वेळेला हा गोंधळ कशासाठी?'

बाबा समजाविणाच्या सुरात, 'तुझ्या लग्नाचा 'गोंधळ' सुस्वरूपपणे पार पाडण्यासाठी!'

'नाही हो बाबा! - मला नाही लग्न करायचे!'

अस्वस्थ होत, 'तुम्ही माझे लग्न करण्याचे ठरविले आहे - माझ्याशी याबाबत काही एक न बोलता!'

बाबा बुचकळतात पण सावरत, 'तशी लग्नाची घाई नाही बेटी - फक्त 'वधुपरिक्षा' कार्यक्रम आटोपून घेऊ. त्या मंडळींचा कधीचा आग्रह सुरू आहे! त्यांना नाही कसे म्हणायचे?'

'नाही हो बाबा - वधुपरिक्षा, त्यानंतर साखरपुडा, मग लग्न हा विषय टाळता येईल कां?'

'त्यांना काय उत्तर द्यायचे बेटी आम्ही?'

अतिशय काळकुटीने, 'सांगा ना बाबा - तिची परीक्षा आहे म्हणून!'

'टर्मिनल एक्झाम आहे बेटा!'

उसळून, 'का बाबा - टर्मिनल एक्झाम महत्वाची नसते?'

'हो बेटी, सर्वच परीक्षा महत्वाच्या असतात! पण ही तर तुझ्या जीवनाची परीक्षा आहे - सर्वात महत्त्वाची!'

'बाबा, जीवनाच्या सर्वात महत्वाच्या परीक्षेला एवढ्या घाई-गर्दीत - अचानक बोलवून मला तुम्ही बसायला सांगतात!'

'त्यांना म्हणावं दीपावळीच्या सुटीत बघू - !'

निक्षून, 'रविवारी ये विजू - !'

सौ. देशमुख रागाने 'द्या मला, फोन द्या!'

अस्वस्थपणे, 'अहो, येते आहे ती!'

धनंजयराव फोन कट करतात.

वॉर्डन कॅबिनमधून फोन करून रूममध्ये आल्यानंतर विजयाने सुलोचनाला पूर्ण वृतांत दिला.

विजया अतिशय निराशाजनक सुरात, 'आता काय करू सुली, सांग!'

जरा वेळ दोघी विचार करतात.

'नाही गेली तर आई-बाबांना खूप वाईट वाटेल, त्यांच्या समाधानासाठी जाऊन ये!'

'बरं शिवला हे सांगू की नको?'

'सांग - यापुढे तुम्ही दोघेही एकमेकांपासून काही लपवू नका - त्याचे ओपिनियन घे!'

'ओके सुलू!'

संध्याकाळी इव्हिनिंग वॉकच्या वेळेला शिव व विजयाची भेट झाली. विजयाचा चेहरा खूप पडलेला होता. तिचा उदासिन चेहरा बघून शिव तर गांगरला!

'काय झाले विजू?'

'दादा, तिला रविवारी तातडीने घरी बोलविले!'

'घरी काही प्रॉबलेम - कुणी आजारी......

'नाही दादा!'

सुलोचनाने शिवला पूर्ण वृतांत दिला.

शिवसुद्धा खूप अस्वस्थ झाला - तो सारखा विजयाच्या चेहऱ्याचे निरीक्षण करीत होता!

'विजू, तू काहीतरी बोल ना!'

'काय बोलू शिव - खूप मोठं संकट अनपेक्षीतपणे दाराशी येऊन उभे राहिले! मी तर पार गळून गेले!'

'जाऊ की नको मला काही सुचेनासे झाले!'

'काय करू तू सांग!'

शिव, विचार करीत, 'विजू, आई-बाबांनी बोलविले म्हटल्यावर गेलेच पाहिजे!'

'बरं ठीक आहे शिव -! - पुढचे काय?' विजयाने काळजीयुक्त सुरात विचारले.

'पुढचे तुझ्या सद्सदविवेकबुद्धीला जे योग्य वाटेल ते तू ठरव!'

'शिव, तू माझ्या सोबत आहेस ना?'

शिव, विजुच्या डोळ्यांत बघत - 'माझ्या शेवटच्या श्वासापर्यंत - तुझ्यासोबतच असेन!'

'मला विश्वास आहे रे तुझ्यावर! पण कधी कधी उगीच भिती वाटते - तू मध्येच साथ सोडली तर कसे व्हायचे?'

'विजू, I swear....

'शिव Please - शपथ नको घेऊ - I believe you!'

'रविवारी कार्यक्रम अगदी हसतमुखाने आनंदाने पार पाड - धैर्याने परिस्थितीला सामोरं जा -'

'आई-वडिलांच्या आज्ञेचा कधीही अव्हेर, अवमान करू नये!'

'निर्णय तुला घ्यायचा आहे - ह्या फक्त सोशल फॉरमॅलिटिज आहेत - त्याचे पालन कर! आपले आई-बाबा मुलांचे वाईट होऊ देतील का - कशाला घाबरतेस?'

'हो शिव, पटले मला, उगीचच मी गोंधळले!'

विजया देशमुख रविवारी सकाळी सिंदखेडला आली. सोबत जीवलग मैत्रीण सुलोचना सोनवणे होती. नरडाण्याचे मि. विक्रांत पाटील व मंडळी ११-३० पर्यंत येणार होते.

इकडे ॲड.धनंजय देशमुखांच्या बंगल्यावर सकाळपासून उत्साहाला उधाण आले होते. सर्व तयारी पूर्ण झाली होती. पाहुण्यांची प्रतिक्षा होती!

तेवढ्यात एक ॲम्बेसडर कार ॲड. देशमुखांच्या बंगल्यासमोर येऊन थांबली. ॲड. देशमुखांनी सर्वांचे अत्यंत विनम्रभावाने स्वागत केले.

कारमधून मि. विक्रांत, त्यांचे आई-वडिल व मोठी बहिण खाली उतरले. त्यांनी हात जोडून ॲड. देशमुखांना नमस्कार केला.... 'या सर्व!!' 'या! S या S या S मंडळी!' ॲड. देशमुखांनी विनम्रतेने सर्व पाहुण्यांचे स्वागत केले.

ॲड. देशमुखांनी विक्रांतकडे आनंदाने बघितले. विक्रांतने स्मित करीत त्यांना अभिवादन केले. सर्व पाहुणे ॲड. देशमुखांच्या बंगल्यातील प्रशस्त हॉलमध्ये येऊन सोफ्यावर स्थानापन्न झाले. एका कॉर्नरमध्ये विजयाच्या बालपणीची फोटोफ्रेम ठेवलेली होती. विक्रांतचे लक्ष त्या फोटोकडे गेले. ते निरखून बघू लागले. तेवढ्यात गजू हातात पाण्याचा ट्रे घेऊन आला. त्याच्या मागोमाग लक्ष्मी - कॉफीचा ट्रे घेऊन आली.

सौ. सविता देशमुख हसत मुखाने दोन्ही हात जोडून हॉलमध्ये येऊन थांबल्या.

ॲड. देशमुख परिचय देत, 'ह्या माझ्या सौ .....'

'आपल्या भागात सविता ताईंना कोण ओळखत नाही? - विक्रांतचे वडील सौ. देशमुखांना नमस्कार करीत म्हणाले.

सौ. देशमुखांनी दोन्ही हात जोडून स्मित वदनाने सर्वांना अभिवादन केले.

'ह्या निवडणुकीचे आमदारकीचे तिकीट ताईसाहेबांना मिळावे ही जनतेची इच्छा आहे'

रामराव पाटलांनी आपल्या सदभावना व्यक्त केल्या.

'मी आपल्याला मनापासून धन्यवाद देते पण सत्तेच्या लालसेने मी समाजकार्य करीत नाही! चांगले कार्य आपल्या हातून घडल्याने मनाला आगळा-वेगळा आनंद मिळतो - त्यासाठी हा खटाटोप!'

सविता मॅडमनी स्पष्ट केले.

सविता मॅडम सर्वांकडे बघत, 'बरं, जेवण तयार आहे - आधी सर्व जेवण करू या!'

'नाही ताईसाहेब, ह्या वेळेला राहू द्या, ज्या कामासाठी आलो आहोत ते एकदाचे पार पडू द्या!' रामराव पाटील म्हणाले.

'ठीक आहे!' असे म्हणून सविता मॅडम आत गेल्या.

थोड्या वेळाने विजयाने हातात कांदेपोहयांचा ट्रे घेऊन प्रवेश केला. सर्व तिच्याकडे बघायला लागले. सविता मॅडम हॉलमध्ये येऊन बसल्या. विजयासोबत सुलोचना व धाकटा भाऊ बंटी होता. तो हळुच विजयाला म्हणाला, 'ताई, तू आता होणार गं नवरी!' विजयाने बंटीवर डोळे वटारले.

'ए बेटा बैस इथे! खूप सुंदर दिसतेस!'

मि. विक्रांतच्या आईंनी प्रशंसोद्दगार काढले!

विजयाने सर्वांना पोहयांची डिश दिली. डिश घेताना विक्रांतचे डिशकडे लक्ष नसल्याने डिश खाली पडली

'आ! आई गं!!' विजया जराशी घाबरली.

सौ. देशमुख समोरच बसलेल्या होत्या.

'विजू, काय केलेस हे?' हळूच तिला म्हणाल्या.

विक्रांतने ते ऐकले! 'त्यांनी नाही काही केले, माझ्या हातूनच डिश निसटली!

विजयाने त्यांना दुसरी डिश दिली व खाली पडलेली डिश उचलण्यासाठी वाकली.

आई म्हणाल्या, 'तू बैस समोर, मी बघते!'

त्यांनी 'गजू' असा हळूच आवाज दिला.

गजूने सांडलेले सर्व अन्न व डिश उचलून कापडाने जागा साफ केली.

पोहे-कॉफी झाल्यानंतर प्रमुख कार्यक्रमाला सुरुवात झाली. मि. विक्रांत फक्त विजयाकडे बघत होता. त्या सौंदर्यवतीने त्याला घायाळ केल्याचे त्याच्या चेहऱ्यावर स्पष्ट दिसत होते. विजया जराशी मान खाली घालून उगीचच पदराशी खेळत होती. ती त्यांच्या प्रतिसादाची प्रतिक्षा करीत होती.

विक्रांत गप्प आहे असे बघून त्याच्या बहिणीने बोलण्यास सुरवात केली.

'नाव काय तुझे?'

'विजया' विजूने त्यांच्याकडे बघत उत्तर दिले.

'सध्या काय करतेस?'

'अमळनेर कॉलेजला आर्ट्सच्या १ल्या वर्षाला आहे.'

आता विक्रांतने थोडी हिंमत एकटवली व उसने हसू आणून सांगितले,

'आम्ही पण अमळनेर कॉलेजला होतो बर का! खूप छान कॉलेज आहे.'

विजयाने फक्त होकारदर्शक मान हलविली.

'स्वयंपाक येतो का?'- विक्रांतच्या भगिनी हसत म्हणाल्या.

'हो येतो ना!' विजयाने किंचितसे हसत अर्धवट वर बघत उत्तर दिले.

'पोहे तिने स्वतः केले!' सौ. देशमुखांनी मुलीची तरफदारी केली.

'खरंच, खूप छान होते पोहे! हो न दादा?'

'हो SS हो SS हो! खूपच छान! आवडले!'

'तुला काही विचारायचे असेल तर विचार', विक्रांतची बहिण विजयाला म्हणाली.

विजयाने नकारार्थी मान हालविली.

सौ. देशमुख पाहुण्यांना म्हणाल्या,

'चला ताई, आमचे घर बघून घ्या!'

सर्व सौ. देशमुख सोबत घर बघायला गेले. आता फक्त हॉलमध्ये विक्रांत व विजया!

'मला विचारा काहीतरी!' विक्रांत म्हणाले.

विजयाने नकारार्थी मान हलविली. विक्रांतने स्वतःबद्दल सांगायला सुरवात केली.

'अमळनेरला इंटर-सायन्स केल्यानंतर पुण्याच्या कॉलेज ऑफ इंजिनिअरिंग मध्ये बी.ई. सिव्हिल केले व आता पी.डब्ल्यू.डी. मध्ये ज्युनिअर इंजिनिअर या पदावर कार्यरत आहे. सध्या कोल्हापुरला पोस्टींग झाले.

'तुमचे काही छंद - आवडी वगैरे....

'रिडिंग, सिनेमा पाहणे, गीत ऐकणे, थोडी नृत्याची पण आवड आहे.... टेबल-टेनिस खेळते!'

'काय वाचायला आवडते?'

'कथा, कादंबऱ्या - सामाजिक विषयावरील!'

'सिनेमा कोणते आवडतात?'

'कौटुंबिक जास्त आवडतात!'

हलकंसं हसत विक्रांत विचारतात, 'रोमँटिक सिनेमा?'

'आवडतात ना!' विजयाने हळुच उत्तर दिले!

'बरं शेवटचे पण महत्त्वाचे विचारतो',

'मला याच वर्षी लग्न करायचे आहे, तुमची काय भूमिका असेल?'

'माझी अजिबात इच्छा नाही! I want to become a graduate - after that I will decide....!''

'ठीक आहे!' असे म्हणून विक्रांत विजयाला न्याहळतात!

विजया अर्धवट मान खाली घालून शांत बसते. दोघे बराच वेळ शांत झाल्याने सर्व हॉलमध्ये प्रवेश करतात.

'झाले, एकमेकांशी मनमोकळेपणाने बोलून, विचारून?' विक्रांतच्या बहिणीने विजया व विक्रांतकडे बघत म्हटले.

'हो ताई - व्यवस्थित!' विक्रांत म्हणाले.

जरा वेळ शांतता.

'वकीलसाहेब, आता आम्हाला रजा द्या - भेटू या!' - विक्रांतचे वडील रामराव पाटील म्हणाले.

'निघायचं विकी?'

'हो - बाबा, निघू या!'

63

सर्व जाण्यासाठी उठून उभे राहतात.

'अहो, सर्वजण जेवण करूनच जा!' ॲड. देशमुख म्हणाले.

'आता नाही - बघू नंतर!' विक्रांतने उत्तर दिले.

सर्वांनी निरोप घेतला.

'राम राम वकीलसाहेब, ताईसाहेब येतो आम्ही!'

'राम राम - या!' ॲड. देशमुख म्हणाले.

पाहूणे निघून गेल्यानंतर सर्वांची एकत्रित बैठक झाली. या बैठकित ॲड. देशमुख, सौ. देशमुख, विजया, सुलोचना, बंटी व अनुराधाताई - विजयाच्या मावशी उपस्थित होते.

अनुराधा मावशींनी विजयाला हसत विचारले,

'आवडला का मुलगा?'

'हो मावशी - चांगला वाटला!' विजयाने शांतपणे सांगितले.

'त्यांचा होकार येईल असे वाटते - कारण तूपण सर्वांना आवडल्याचे त्यांच्या बोलण्यातून जाणवत होते.' अनुराधा मावशी म्हणाल्या.

'ताई, त्यांचा होकार आला तर याच वर्षी लग्न आटोपून घेऊ!' सौ. देशमुख म्हणाल्या.

'हो सावि - कारण एकदा ठरल्यानंतर लांबविण्यात काही अर्थ नसतो' अनुराधा सौ. देशमुखांना म्हणाल्या.

'मुलगा बी.ई. सरकारी कायमस्वरूपी चांगल्या पगाराची नोकरी, घरी ७५ एकर जमीन! नरडाण्याला मोठा बंगला, दिसायला छान, उंचपुरा, गोरापान, बोलणे व वागणे अत्यंत अदबशिर! - आणखी काय पाहिजे? -

भाग्यवान आहेस विजू!' अनुराधा मावशींनी विजयाला आनंदित होऊन सांगितले.

'माझ्या शिक्षणाचे काय मावशी?' विजयाने मावशींनी विचारले.

'लग्न करूनही शिक्षण घेता येते. खुप मुली असंच करतात - चांगले स्थळ हातचे कसे जाऊ द्यायचे?' सौ. अनुराधा म्हणाल्या.

'नाही मावशी - कोणी करीत असतील- पण मला हे शक्य नाही - मी बी.ए. पूर्ण झाल्यावरच लग्नाचा विचार करेन!' विजयाने ठामपणे सांगितले.

'विजू, ते एवढे वर्ष कशाला थांबतील?' - खरं म्हणजे चांगली स्थळं शोधावी लागतात, शोधूनही इतके चांगले स्थळ सापडत नाही! तुझ्या भाग्याने एवढे चांगले स्थळ चालून आले!' सौ. देशमुखांनी मुलीला समजाविण्याचा प्रयत्न केला.

'नाही आई, कोणत्याही परिस्थितीत मी ग्रॅज्युएट झाल्याशिवाय लग्न करणार नाही!'

'विजे, तू शुद्धीवर आहेस का? आपण मुलीवाले, आपली गरज जास्त! - ते कशाला थांबतीलइतकी वर्ष?' सौ. देशमुख विजयावर खेकसल्या!

इतका वेळ शांतपणे संभाषण ऐकत असलेले ॲड. देशमुख म्हणाले, 'सावि, त्यांचा होकार तर येऊ दे - आताच बघून गेलेत, होकार आल्यावर ठरवू आपण - आता तिला जाऊ दे अमळनेरला - परीक्षा जवळ आहे!'

'हो सावि, त्यांचा होकार आल्यावर ठरवू!' अनुराधा मावशी सौ. देशमुखांना म्हणाल्या.

‘ठीक आहे ताई! विजू, तुला केव्हा जायचे?’

‘सकाळी निघेन आई!’ विजयाने उत्तर दिले.

सोमवारी विजया परत येईपर्यंत शिवच्या मनाची अवस्था खूप बिकट झाली होती. रविवारी रात्रभर तो व्यवस्थित झोपला नाही. ती क्लासला दिसल्यावर तो थोडा आनंदी झाला. तो तिला काही विचारणार तोच विजया म्हणाली,

‘संध्याकाळी भेटल्यावर सविस्तर सांगते!’

‘संध्याकाळी सांग, पण आता एवढेच सांग, -‘Nothing is Wrong?’

विजया स्वतःचा पडलेला चेहरा लपविण्याचा प्रयत्न करीत शिवच्या चेहऱ्याकडे बघत म्हणाली, ‘Nothing! Till now nothing!!’

शिव मात्र संशयित मुद्रेने तिच्याकडे बघतच राहिला!

‘मग असा चेहरा - रात्री रडलेली वाटते!’

शिवने प्रश्नार्थक नजरेने सुलोचनाकडे बघितले, तिने सर्व ठीक म्हणून खुणावले!

संध्याकाळी राममंदीराच्या गार्डनमध्ये दोघांची भेट झाली. तिघे लॉनवर बसले! इकडच्या तिकडच्या गप्पा झाल्यावर कोणीही आजुबाजुला नाही असे बघून विजयाने मुख्य विषयास हात घातला!

‘हे बघ शिव, परिस्थितीच्या दबावामुळे मला लग्नाचा निर्णय घ्यावा लागला तर तू काय करशील?’

शिव विजयाकडे आश्चर्याने बघत, ‘फायनल झाले का?’

'तसं काहीही झालेले नाही!'

शिवने सुलोचनाकडे बघितले.

'नाही दादा, ते फक्त बघून गेलेत, निर्णय यायचा आहे!' सुलोचनाने स्पष्टीकरण दिले.

'मग 'ही' असं का विचारते?'

'हे बघ शिव, तूच म्हणतोस ना - ९९% पॉझिटिव्ह विचार करावा पण १% तरी नकारात्मक बाजू तपासून बघावी - म्हणजे काही विपरीत घडले तर थोडी तरी ते झेलण्याची आपली मानसिक तयारी झालेली असते!'

'हो विजू, बरोबर! मी तशाच पद्धतीने विचार करतो!'

'मग मी सुद्धा आज थोडा तशाच पद्धतीने विचार करायला लागले तर तुला एवढे चिंतीत होण्याचे कारण नाही!'

'शिव, तूच म्हणतोस ना - Everything in our life is predestined, pre-decided!!"

'हो मी म्हणत असतो - पण सर्व मानवी

प्रयत्न अपयशी झाल्यानंतरच ते स्विकारायचे! आपण आपल्या ध्येयासाठी, साध्यासाठी सातत्याने प्रयत्न करीत राहायचे!'

'अरे हो बाबा, मी तेच करीत आहे! आई-बाबांना - सर्वांना विक्रांतचे स्थळ खूप आवडले - त्यांनी मला या वर्षी लग्न उरकून घेऊ म्हणून सुचित केले. पण मी आई-बाबांना स्पष्ट नाही म्हणाले!'

'मी विक्रांतलासुद्धा आमच्या मुलाखतीत बी.ए. झाल्याशिवाय लग्न करणार नाही असे स्पष्ट केले - त्यांना याच वर्षी लग्न करायचे आहे - असे एकंदरीत त्यांच्या बोलण्यावरून जाणवत होते!'

'विजू तुला विक्रांत कसे वाटले?'

'आवडले! - खूप चांगले वाटले स्वभावाने!'

'तुला त्यांचा स्वभाव १० मिनिटाच्या मुलाखतीत कसा कळला विजू?'

'कळतं शिव! बोलण्यातून माणूस ओळखता येतो!'

'चल, देवाचे दर्शन घेऊ - आपल्याला दोघांना बरे वाटेल, मन शांत होईल! - दोन दिवस खूप टेंशनमध्ये गेले!'

शिव व विजयाने दर्शन घेतले. दर्शन झाल्यावर दोघे खूप वेळ मंदीरात ध्यानस्थ बसून होते.

जरा वेळाने दोघे बाहेर आले!

विजया शिवला म्हणाली, 'इतका गलीतगात्र होऊ नकोस, ही सुरवात आहे, असे खुप प्रसंग पुढे येण्याची दाट शक्यता आहे! आपल्याला दोघांना मिळून त्या प्रसंगांना खंबीरपणे तोंड द्यायचे आहे! - काय चेहरा करून घेतला! - जरा हास की - वेडा कुठला?'

ॲड. धनंजय देशमुख कोर्टाच्या कामासाठी अमळनेरला आले. त्यांनी विजयाला संध्याकाळी भेटायला येतो म्हणून कळविले.

विजयाने तासिका आटोपल्यावर ही बातमी शिवला दिली. त्याच्या मनात पुन्हा धस्सss झाले. दिवसभरातील कोर्टाची कामे आटोपून ॲड. देशमुख मुलीला भेटायला वसतीगृहावर आले.

विजयाने सांगितल्याप्रमाणे शिव आपल्या मित्रांसोबत इव्हिनिंग वॉकला मारवड रोडला गेला होता!

विजया, सुलोचना बाबांना सोबत घेऊन त्याच रोडला वॉकला आल्या. शिव मित्रांसोबत गप्पा करीत विशिष्ट ठिकाणी बसलेला होता. विजया येताना बघून ते सर्व उठून उभे राहिले, विजयाने शिवकडे बघितले!

शिवने 'Good evening Sir' म्हणत ॲड. देशमुखांना नमस्कार केला. त्यांनी 'Good evening' असे म्हणून प्रतिसाद दिला व पुढे जाऊ लागले - चार-पाच पावले पुढे गेल्यावर विजया हळुच म्हणाली,

'बाबा, तो शिव महाजन होता - आपल्या घरी व्हॉलीबॉल मॅचेसच्या वेळेला येऊन गेला!'

'अच्छा अच्छा, अगं मग बोलू की त्याच्याशी! ते सर्व माघारी फिरले - शिवने पुढे येऊन त्यांच्याकडे विनम्रतेने सस्मित बघितलं!

'अरे, महाजन तू! - अंधारामुळे लक्षात नाही आले - आमच्या घरी येऊन गेलास की!'

'हो, सर - मॅचेसच्या वेळेला!'

'छान खेळतोस व्हॉलीबॉल! - आणखी कोणते खेळ आवडतात?'

'टेबल-टेनिस! - हा माझा सर्वात आवडता गेम!'

'मग तर आपल्या कुंडल्या जुळतात. I was also Table-tennis Champion!''

'युनिर्वसिटी प्लेअर होतो!'

'हो का सर - असाल - तसे आपण खूप ॲक्टीव्ह आहात! -

'कशावरून अनुमान काढलेस?'

'आपण व्हॉलीबॉलच्या उदघाटनप्रसंगी केलेली सर्विस नाही विसरलो मी!'

ॲड. देशमुख खळखळून हसतात.

'बाबा, शिवसुद्धा खूप उत्कृष्ट सर्विस करतो!'

'हो, बेटी - बघितला आम्ही त्याचा खेळ!'

'बरं टी टी मध्ये फोरहॅण्ड, बॅकहॅण्ड कोणता चांगला खेळतो?'

'बाबा, फोरहॅण्ड अन् सर्विस लाजबाब! बॅकहॅण्ड थोडा विक आहे!'

'स्पिन खेळतो का फास्ट?'

'बाबा, फास्ट अफलातून!'

'तुला कसे माहित?'

'आम्ही सर्व मुले-मुली एकत्र प्रॅक्टीस करतो ना - नाही का सुले?'

'हो, काका - संध्याकाळी आम्ही सर्व एकत्र नियमित खेळतो!' सुलोचनाने विजयाच्या म्हणण्याला पुष्टी दिली.

'या वयात खेळलेच पाहिजे!' - बरं तू आणखी बरंचकाही करतो - विजू सांगत होती!'

शिव या विधानाने थोडा गोंधळतो - त्यांच्या

म्हणण्याचा नेमका अर्थ काय - तो विचार करतो - तोपर्यंत -

'बाबा शिव गातो पण छान, उत्कृष्ट वादपटू आहे....!

शिवच्या लक्षात येते, 'हो सर! मला एक्स्ट्रा करिक्युलर ॲक्टीव्हिटीज खूप आवडतात'

'अरे बाळा एक्स्ट्रा करिक्युलर केले पाहिजे पण सर्वात महत्त्वाचे शैक्षणिक गुणवत्ता - your academic performance!'

'हो सर, मला स्वतःविषयी बढाई मारणे नाही आवडत पण मी प्राथमिकपासून मॅट्रिकपर्यंत पहिला क्रमांक सोडला नाही - मॅट्रिकला हायस्कुलला फर्स्ट आहे!'

'कोणते गाव तुझे?'

'धानोरा - चोपडा तालुक्यात आहे'

'छान बेटा - Dream big!' चला येतो जरा पाय मोकळे करून!'

'Good night Sir!'

ॲड. देशमुख थोडे पुढे गेल्यावर विजयाला म्हणाले, विजू, मी तुला काही महत्त्वाचे विचारतो तू स्पष्टपणे, खरे बोलशील बेटी?'

'हो बाबा, तुम्ही विचारा, मी स्पष्टपणे उत्तरे देईन!'

'तुझी या मुलाशी नुसती ओळख, मैत्री की आणखी....?'

'बाबा तो मला खूप आवडतो!'

'ते आले आमच्या लक्षात! हे बघ बेटी तरुण वयात अशा प्रकारचे आकर्षण निर्माण होते - काही मुले-मुलींना आवडतात! तर काही मुली-मुलांना! हे अगदी नॉर्मल आहे!'

'पण बेटी....'

'बाबा I love Shiv! He also loves me!"

'मला शंका होती! हेच जाणून घ्यायचे होते! म्हणुन तुझी लग्नाच्या प्रस्तावाला टाळाटाळ सुरु आहे!'

'बाबा, मी तुम्हाला त्याच दिवशी सांगणार होते - तो आपल्या घरी आला तेव्हा! पण माझी हिंमत झाली नाही! आई, होती ना समोर बसलेली!

'हरी विठ्ठला, हरी विठ्ठला - तुम्ही तर खूप पुढे निघून गेलात - मला तर खूप अंधार दिसतो आहे! - हे शक्य नाही बेटी! - कदापि शक्य नाही!'

'का नाही? बाबा, विक्रांतचा होकार आला - अन् तो येईलच - तरीही मी त्यांच्याशी विवाह करणार नाही! - प्रेम एकावर अन् विवाह मात्र दुसऱ्याशी अशी फसवणुक मी करणार नाही! तुम्ही जर मला शिवशी लग्न करू दिले नाही तर मी आजन्म अविवाहीत राहणे पसंत करीन!'

ॲड. देशमुख मुलीचे निर्वाणीचे खडे बोल ऐकून पूर्णपणे हादरून गेले! होते त्या जागेवरच मटकन बसले! त्यांना दरदरून घाम सुटला! विजयाने हातरुमालाने त्यांच्या कपाळावरचा घाम पुसला. सुलोचनाने त्यांना वारा घालण्यास सुरवात केली. जरा वेळाने त्यांचा श्वास मोकळा झाला!

'बाबा, तुम्ही ठीक आहात ना?' विजयाने अत्यंत भितीयुक्त स्वराने विचारले.

'Yes Beti! Don't worry - I am ok! थोडे गरगरल्यासारखे झाले!'

'आपण डॉक्टरांकडे जाऊया बाबा - लगेच'

'हो जाऊ आपण - जरा वेळ बसू या इथे!'

'काका, मी रिक्शा घेऊन येते!' सुलोचना म्हणाली.

'आपली गाडी आहे बेटी कॉलेजला पार्क केलेली - ड्रायव्हर गाडी आणेल! पण त्याची आवश्यकता नाही! - जरावेळ बसू - जाऊ हळु हळु चालत!'

'बाबा तुम्ही चालू शकाल?'

'हो विजू, मला काही झाले नाही - नाहीतर गाडी आणता येईल!'

थोड्या वेळाने ॲड. देशमुख सावकाश चालत चालत कॉलेजला आले.

'बाबा, कॉलेजच्या हेल्थ सेंटरला जाऊ आपण - चेकअप करून घेऊ!'

'गरज नाही तशी - पण तुझ्या समाधानासाठी जाऊ या!'

कॉलेजच्या हेल्थ सेंटरमध्ये जाऊन ॲड. देशमुखांनी चेकअप करून घेतले. डॉक्टरांनी काळजी करण्यासारखे नाही असे सांगून मेडिसिन दिले आणि विश्रांतीचा सल्ला दिला.

'बाबा आपण चहा-कॉफी काहीतरी घेऊ, तुम्ही थोडे रिफ्रेश व्हाल!'

'जाऊ या!'

विजया, सुलोचना आणि ॲड. देशमुख कॉलेज कॅन्टीनला आले.

'कॉफी की चहा बाबा?'

'चहा घेऊ - सोबत बिस्कीट घेऊ! तुझ्याशी बोलून जरा वेळाने निघतो मी!'

विजयाने तीन स्पेशल चहाची ऑर्डर दिली. स्वतः काउंटरला जाऊन बाबांच्या आवडीची बिस्किटे घेऊन आली. चहा घेतल्यानंतर सर्व चालत कारच्या दिशेने निघाले. ॲड. देशमुखांनी विजयाशी चर्चा करण्यास सुरुवात केली.

'तुला त्या मुलाबद्दल काय माहिती आहे? जरा सांगशील बेटी - तो हुशार आहे, सिंगर आहे, डिबेटर आहे, उत्कृष्ट खेळाडू आहे हे सर्व ठीक! But what about his family background? - What about his financial status? या बाबींची तू त्याच्याशी चर्चा केली आहेस? तू घेतलेला निर्णय तुझ्या आयुष्याला पूर्णपणे कलाटणी देणारा आहे!'

'बाबा तो खूप श्रीमंत नाही - मध्यमवर्गीय शेतकरी कुटुंबातील आहे, त्याचे आई-बाबा उच्च शिक्षीत नाहीत!'

'म्हणजे तसा तो प्रामाणिक आहे - त्याने सत्य परिस्थिती तुला सांगितली!'

'हो बाबा - He is very honest!'

'मग कसं करशील? - अशा कुटुंबात तुला आयुष्य सुखाने घालविता येईल?'

'हो! मला फक्त शिव हवा आहे - त्याच्यासोबत मी सुखाने जगू शकेन!'

'नुसत्या प्रेमाने माणसाचे पोट भरते बेटी?'

'नाही भरत बाबा! पण दोघांत निस्सीम प्रेम असेल तर संसारात निर्माण होणाऱ्या सर्व अडचणींवर मात करता येते!'

'हे बघ बेटी ह्या वयात बुध्दीपेक्षा भावना खूप तीव्र असतात! भावनेच्या ह्या वारूवर स्वार होण्यापूर्वी आपण शंभरवेळा विचार केला पाहिजे! एकदा हा वारू उधळायला सुरवात झाली की तो अनियंत्रितपणे

74

चौखुर उधळतो - त्याला लगाम घालता येणे शक्य होत नाही - मग जे व्हायचे ते होते!'

'काय होते बाबा?'

'अपघाताशिवाय दुसरे काय होणार बेटी?'

'नाही बाबा - भावनेच्या या चौखुर

उधळलेल्या घोड्याला सद्सद्विवेकबुद्धीचा लगाम घालता येतो व तो मग आपल्याला इप्सितस्थळी सुखरूप घेऊन जातो!'

'शिवसोबत मैत्री करून तू सुद्धा वाद-विवादात तरबेज होताना दिसते! तू आधी इतकी बोलत नव्हतीस विजू!'

'नाही हो बाबा, शिवची मी काय बरोबरी करणार? - तुम्ही त्याचे वादकौशल्य बघा एकदा!"

'बोलणे सोपे - कृती महत्वाची बेटी!'

'बाबा तो नुसता बडबड्या नाही, जसा बोलतो तसा वागतो देखील!'

'ठीक आहे बेटी - पण - तू जे करशील ते अत्यंत विचारपूर्वक कर - भावनेच्या आहारी जाऊन कोणताही निर्णय घेण्याची घाई करू नको! विक्रांतचे स्थळ सर्वार्थाने तुझ्यासाठी योग्य आहे! येतो मी!'

'या बाबा - सावकाश जा व पोहचल्यावर कॉल करा!'

ॲड. देशमुख सिंदखेडला येऊन पोहचले. घरी गेल्याबरोबर सौ. देशमुखांनी उत्सुकतेने बोलण्यास सुरवात केली.

'काय म्हणाली लाडकी?'

टाळण्याच्या सुरात, 'विशेष असं काही नाही, माझी परीक्षा झाल्यावर सुट्टीत ठरवू काय 'ते' एवढेच म्हणाली.'

'ही पोरगी न, एवढ्या चांगल्या स्थळाला तिला 'हो' म्हणायला काय प्रॉब्लेम आहे?'

'सावि, त्यांचा होकार मिळाला का?'

'ते नाही म्हणणार का हो - नक्षत्रासारख्या सुंदर मुलीला!'

'आपली मुलगी सुंदर, सर्वगुणसंपन्न असताना तू का एवढी काळजी करते?'

'१५ दिवसाचा प्रश्न आहे - नंतर एक महिना दिवाळी सुट्टी आहे. तेव्हा बोलू तिच्याशी. सध्या शांत रहा, बस मी एवढेच सांगतो!'

थोडयाश्या संशयितपणे, 'म्हणजे मला नाही कळले - तुमचे शेवटचे वाक्य!'

'अगं, परीक्षेच्या काळात कशाला घोळ घालायचा?'

तेवढ्यात फोनची रिंग येते.

'हॅलो कोण - ताई! काय म्हणते? ठीक आहेत सगळे?'

'इकडे ठीक आहे, विजूने संमती दिली का?'

'अगं, ताई आताच 'हे' अमळनेरहून तिला भेटून आले?'

'मग?'

'परीक्षा होऊ द्या - सुट्टीत सांगते म्हणाली!'

'सविता, मी हे सांगते ते आता कान देऊन ऐक! आमच्या जवळच्या नात्यातला एक मुलगा अमळनेरला एफ.वाय.बी.एस्सीला आहे. मी त्याला सहज म्हटले, 'माझी भाची त्याच कॉलेजला आहे - 'विजया

देशमुख!' नाव सांगितल्याबरोबर तो म्हणाला मी ओळखतो तिला! म्हणजे सर्व कॉलेजच तिला ओळखते!'

'मी त्याला विचारले, 'कसे काय?' सुरवातीला टाळाटाळ करीत होता - पण 'खोदून-खोदून' विचारल्यावर म्हणाला, 'तिचे शिव महाजन नावाच्या मुलाशी 'अफेअर' सुरू आहे! ऐकल्यावर मला खूप धक्का बसला!'

'आता काय करायचे आपण?'

'ताई, तू उद्या ये माझ्याकडे - आपण ठरवू काय करायचे ते!'

'येते मी, पण खूप अस्वस्थ होऊ नको!'

'ठेवते!'

फोन ठेवल्यानंतर, 'तुम्ही अमळनेरला जाऊन आलात, तुमच्या कानावर काही...?'

'काय म्हणत होत्या अनुराधाताई?'

'लाडक्या लेकीबाबत?'

'काय? ते तर सांगशील!'

'तिचे 'अफेअर' सुरू आहे - शिव महाजन नावाच्या मुलाशी! मला वाटते, हा तोच मुलगा व्हॉलीबॉलच्या वेळेला आपल्याकडे येऊन गेला!'

'सावि, कॉलेजमध्ये अशा 'गॉसिपिंग' सुरूच असतात! आपण दोघे धुळ्याच्या कॉलेजला असताना आपल्याबाबत कमी गॉसिपिंग होते का?

'तुम्ही न कधी गंभीर व्हाल!'

'अगं, धीरगंभीर आहे म्हणूनच सुरळीत सुरू आहे!'

सौ. देशमुख हलकंसं हसत, please, now be serious! मी उद्या ताईला घरी बोलविले आहे - काय करायचे ते आपण ठरवू!'

'सावि, प्लीज तिची परीक्षा होऊ दे - सुट्टीत सविस्तर चर्चा करू या प्रकरणाची!'

'नाही! मी आता गप्प बसणार नाही - तुम्ही आमच्यासोबत चला!'

दुसऱ्या दिवशी ॲड. देशमुख, सौ. देशमुख व अनुराधाताई अमळनेरला दुपारी येऊन पोहचले.

विजूने त्यांना गार्डनमध्ये नेले. तिथे एका निवांत जागी सर्व बसले. विजयासोबत मैत्रीण सुलोचना होती.

मावशीने विजयाला काहीही न लपविता प्रामाणिकपणे विचारलेल्या प्रश्नांची उत्तरे द्यायचे सुचित केले.

'हो मावशी, विचारा तुम्ही, मी सर्व खरे काय ते सांगते!' विजयाने स्पष्ट केले.

अनुराधा मावशींनी विजयाची तपासणी करण्यास सुरवात केली.

'शिव महाजन हा मुलगा कोण आहे?'

'माझा वर्ग मित्र आहे!'

'नुसता मित्र आहे की आणखी काही....?'

'तो खूप चांगला आहे - आमची 'क्लोज फ्रेंडशिप' आहे!'

'मैत्रीपर्यंत ठीक आहे बेटी, पुढचे काही?' सौ. देशमुखांनी विचारले.

'विजया थोडी घुटमळली व नंतर म्हणाली, 'तो मला खूप आवडतो आई!'

'आवडतो? - खूप आवडतो! बरं त्याच्याबद्दल काही माहिती?'

'खूप काही माहित नाही पण तो - विजया पुढे काही सांगणार तोच सौ. देशमुख उपेक्षेने म्हणाल्या: खूप हुशार, अभ्यासू, खिलाडू वृत्तीचा, विनम्र स्वभावाचा अन् प्रामाणिक आहे असेच ना बेटी?'

'हो आई हे सर्व गुण त्याच्यात आहेत!'

'बरं ठीक!- त्याच्या सोशल अन फिनान्शीयल स्टेटसचे काय?'

'आई, तो मध्यमवर्गीय शेतकरी कुटुंबातील आहे - इतर बाबींचा मी कधी विचारच केला नाही!'

'विचार करण्याचे काहीच कारण नाही-

पण तुला तो आवडतो!- खूप खूप आवडतो!!'

'मग तर या सर्व बाबींचा गांभीर्याने विचार करणे आले!' सौ. देशमुख म्हणाल्या.

'बरं नुसता आवडतो की आणखी काही पुढचे - ?'

'आई, मी एकदाचे स्पष्ट करते- I love Shiv and he also loves me!'

आकाशातून विज कोसळल्यागत सर्वांची अवस्था झाली.

'मला नीट ऐकू नाही आले! पुन्हा सांग' - सौ. सविता देशमुख म्हणाल्या.

'आई, मी शिववर मनापासून प्रेम करते! करते!! - करते!!! त्रिवार सांगते!'

विजयाचे शब्द ऐकून सौ. देशमुखांचा संताप अनावर झाला! 'नालायक घोडी' रागाने त्यांनी विजयाला मारण्यासाठी हात उगारला!

अनुराधाताई त्यांचा हात थांबवत म्हणाल्या, 'सविता, please control yourself ! - काय हे तुझे?'

विजयाचे दोन्ही डोळे चिंब भिजले ! रडवेल्या सुरात, 'का थांबलीस आई - मार! - मार ना मला -! मला हे नवीन नाही - लहानपणापासून तुझ्या हातचा मार खात आलीय मी!! विजया रडायला लागते.

क्षणभर सर्व शांत होतात.

अनुराधाताई बोलायला सुरवात करतात.

'सावि, मला नाही आवडले बाई तुझे - असे हात उगारणे!- अगं, ती लहान नाही, सज्ञान झाली!'

'कसली सज्ञान ताई? - पूर्ण अज्ञान झाली! नालायक घोडीला काय चुक - काय बरोबर हेही कळत नाही! सौ. देशमुख संतापात लाल होत म्हणाल्या.

जरा वेळाने सौ. देशमुख 'यासाठी तू विक्रांतच्या स्थळाला होकार द्यायला टाळाटाळ करीत आहेस असेच ना?' सौ. देशमुखांनी विजयाला विचारले.

हातरुमालाने डोळे पुसत 'हो आई! शिव आणि मी - एम्. ए. झाल्यानंतर विवाह करणार आहोत!'

'शिव, कोणत्या जातीचा आहे? मावशींनीविचारले.

'माहित नाही, मावशी! आपल्या जातीचा नसला तरी 'इंटरकास्ट मॅरेजला' माझी पूर्ण तयारी आहे ! - I don't bother about caste!'

आवाज चढवित, तुला त्याच्या जातीशी काही घेणे नसले तरी आम्हाला आहे ! सौ. देशमुख म्हणाल्या.

'आई, शिवशी संसार मला करायचा आहे ! अन्सर्व जाती समान आहेत - उगीच आपण 'उचनिच' हा भेदभाव करतो !

'तो मुलगा आता भेटू शकेल आम्हाला? ॲड. देशमुखांनी विचारले.

'हो बाबा, लायब्ररीत आहे तो! मी आणते त्याला बोलवून!'

विजया व सुलोचना दोघी लायब्ररीत शिवला बोलवायला आल्या. त्यांनी त्याला इथवर घडलेला पूर्ण वृत्तांत दिला. शिव गार्डनमध्ये येऊन त्यांना भेटला, त्याने हसतमुखाने 'सर्वांना नमस्कार!' केला.

'बैस इथे! 'ॲड. देशमुखांनी खुणेने निर्देश दिला.

अनुराधा मावशी व सौ. सविता मॅडम शिवकडे तिरस्काराने बघू लागल्या.

ॲड. देशमुखांनी शिवची माहिती घेण्यास सुरवात केली.

'नाव काय तुझे?'

'शिव आनंद महाजन!'

'महाजन? म्हणजे नेमके काय?'

'Sorry Sir, आपला प्रश्न मला नाही कळला!'

'अरे, मी तुझ्या जातीबद्दल विचारतो आहे - कळलं?'

'हो, आम्ही गुजर आहोत!'

'कोणत्या गावाचे? '

'धानोरा - चोपडा तालुका जळगांव जिल्हा

'तुझे आई-बाबा काय करतात? '

'आमचे शेतकरी कुटुंब! बाबा शेती व आई घरकाम! दुसरी आई पण शेती बघते!'

सर्व एकमेकांकडे आश्चर्याने बघतात!

'काय? - दुसरी आई - नाही कळले !' - अनुराधा मावशीने विचारले.

'यात न कळण्यासारखे काय? - मला दोन आई आहेत!'

'अरे तुला, 'दोन आई कशा? '

'थोरल्या आईला म्हणजे मोठी माँला मुलं न झाल्याने तिच्या पूर्वसंमतीने माझ्या बाबांनी संतती प्राप्तीसाठी माझ्या आईशी दुसरा विवाह केला!'

'मग तुम्ही किती भावंडे?'

'एकूण तीन! आम्ही दोन भाऊ व एक बहिण!'

'तुझ्यापेक्षा सर्व लहान आहेत?'

'बहिण सर्वात ज्येष्ठ आहे!'

'लग्न झाले तिचे?'

'हो बालपणीच! माझेही बालपणी लग्न झालेले आहे!'

'आई गं!' अनुराधाताई उद्‌गारतात.

सर्व थक्क होऊन तोंडात बोटे घालतात.

'केवढा हा घोळ, विजे? कुठे जाऊन शिरलीस तू? '

सर्व विजयाकडे बघतात. पण ती खाली मान घालून सर्व संवाद ऐकत असते.

जरा वेळ थांबतात.

'तू किती वर्षाचा असताना लग्न झाले?'

'मी ११ चा व ती ८ वर्षाची!'

सौ. देशमुख व अनुराधाताई जोरात हसतात.

गोंधळून, 'यात हसण्यासारखे काय? आमच्या समाजात ९९% बालविवाह होतात! प्रथा आहे ती आमच्या जातीत!'

'तुला नाही हसलो! त्या सामाजिक प्रथेचे हसू आले! अनुराधाताई म्हणाल्या.

'मग असे विवाह टिकतात का?'

'काही टिकतात, काही मोडतात!'

'तू काय करणार आहेस?'

'मला स्वतःला बालविवाह पद्धती मान्य नाही! - खूप अन्यायकारक आहे!'

'मग समाजाविरुद्ध बंड करणार?'

'मी काय बंड करणार? माझ्या पुरते ठरवीन काय करायचे ते!'

'शेती किती एकर आहे?'

'१० एकर आहे!'

'बागायत का कोरडवाहू?'

'बागायत आहे - दोन्ही शेतात विहीर आहे!'

'वर्षाकाठी किती उत्पन्न येते?'

'१०-१२ हजार रुपये मिळतात!'

'एवढ्या कमी पैशात फॅमिलीचे भागते?'

'काटकसर करावी लागते - भागवावेच लागते! काय करणार?'

'पीके कोणती घेतात?'

'केळी, कापूस - जोडीला ज्वारी, कडधान्ये, भुईमूग!'

'दोन्ही आईची भांडणे होतात का रे?'

'अजिबात नाही - सख्या बहिणी सारख्या वागतात एकमेकींशी!'

या विधानाला विजयाच्या मावशी व आई जोरजोरात हसतात.

'तुला कोणी सांगितले सख्या बहिणीची भांडणे होत नाहीत म्हणून?' अनुराधाताई विचारतात.

'होतात! - पण तात्पुरत्या स्वरूपाची असतात!'

अनुराधा मावशी व सविता मॅडम एकमेकींकडे स्मित करीत बघतात.

'बरं, तुझी बालवधू कुठे असते?'

'माहेरी तिच्या!'

'कोणत्या गावाची आहे?'

'गावातीलच! माझ्या मोठ्या माँच्या नात्यातीलच आहे!'

'मग तुमच्या घरी येते जाते का?'

'येते ना! सणासुदीला येऊन संध्याकाळी घरी जाते!'

'मग तुम्ही भेटून गप्पा वगैरे करतात का?'

'काही विधी असतात ते पुर्ण झाल्याशिवाय काहीच करीत नाहीत.'

'अरे पण गप्पांना काय प्रॉब्लेमआहे?'

'नाही हो! खूप पारंपारिक, रुढीप्रिय लोक आहेत आमचे आई-बाबा!'

'तू पुढे काय करायचे ठरविले आहे - तुझ्या करिअरबाबत!'

'एम.ए. करायचे, इंग्लिश स्पेशल घेऊन नंतर आय.ए.एस. चे आहे डोक्यात! बघु प्रयत्न करून!'

'विजूशी तुझी फ्रेंडशिप - म्हणजे नक्की काय आहे तुमचे सुरू?' अनुराधाताईंनी विचारले.

'आम्ही दोघे एकमेकांवर प्रेम करतो!'

'प्रेम करतो? चांगला हुशार दिसतो तू! - म्हणतो प्रेम करतो? विजू, खूप श्रीमंत माणसाची मुलगी आहे म्हणून'?

'विजू, एका मोठया श्रीमंत व प्रतिष्ठीत घराण्यातील आहे हे मला तिच्या प्रेमात पडण्याच्या आधी कुठे माहित होते? व्हॉलीबॉल गृप मॅचेसच्या निमित्ताने तुमच्या घरी येणे झाले - तेव्हा तुमच्या वैभव व श्रीमंतीची कल्पना आली!'

'तिथून आल्यानंतर मी निर्णय घेतला....

'काय निर्णय घेतला?'- अनुराधा ताईंनी विचारले.

'अहो, सांगतो सगळं!'

'एवढ्या मोठया वैभवशाली, श्रीमंतीत वाढलेल्या मुलीला आपण आयुष्यभर सुखात ठेवू शकणार नाही म्हणून, हे प्रकरण इथे थांबवू या!'

'मग - पुढे काय?'- अनुराधाताईंनी विचारले.

'सांगतोय मी!'

'मी विजूला ब्रेकअप करण्याची विनंती केली पण विजूने सपशेल नकार दिला! 'या जन्मात ते शक्य नाही!' असे विजू म्हणाली! मी विजूला दुखवू शकत नाही! - मग मी निर्णय मागे घेतला!'

जरा वेळ शांतता

'तुझ्या आई-बाबांशी विजूबाबत बोलला आहेस?' - सौ. देशमुखांनी विचारले.

'अजून तरी नाही! - योग्य वेळेला I will talk with them!'

'योग्य वेळेला म्हणजे नेमके केव्हा?' अनुराधा ताईंनी विचारले.

'आम्हाला दोघांना आधी करिअर तर सेट करू द्या! लग्नाच्या आधी त्यांच्याशी बोलू!'

'तुझ्या आई-बाबांनी या तुमच्या आंतरजातीय विवाहास विरोध केला तर काय?'

'त्यावेळेला ठरवू आम्ही!'

'काय ठरविणार?' मावशिनी विचारले.

'हेच लग्नाचे!'

'त्यांच्या विरोधामुळे करायचे की नाही असे का?'

'हे बघा - खूप वेळ आहे त्या गोष्टीला!' - शिव म्हणाला

'आम्ही विजूला आंतरजातीय विवाहास परवानगी देणार नाही - आम्हाला असे

विवाह मान्य नाहीत - मग अशा परिस्थितीत तू काय करणार आहे?'

'हे बघा आम्हाला कोणाच्याही विरोधाशी काही घेणे-देणे नाही! जे येतील त्यांना सोबत घेऊन, जे येणार नाहीत त्यांचे आशीर्वाद, शुभेच्छा प्राप्त झाल्या असे समजून आर्थिकदृष्ट्या पूर्ण सक्षम झाल्यावरच आम्ही लग्न करू! आम्हाला कोणाशीही वैरभाव नाही - सर्व जेष्ठांचा आम्ही सन्मान करतो - पण कोणी स्वतंत्रपणे जगण्याचा आमचा अधिकार

हिरावून घेत असेल तर त्याला आम्ही सर्व शक्तीनिशी विरोध करू!'

'म्हणजे नेमके काय करणार?' अनुराधा ताईंनी विचारले.

'आम्ही सज्ञान आहोत - दोघेही!! दोघांच्या संमतीने झालेल्या विवाहास कायदेशीरसंरक्षण मिळते - ते आम्ही घेऊ!

'बरीच तयारी व अभ्यास करून आलेला आहेस तू! - अनुराधा ताई म्हणाल्या.

'बुरसट रूढी - परंपरा, चालीरितींशी संघर्ष करायचा म्हटल्यावर जय्यत तयारी करावी लागेल - अन् कसलं जाती-धर्मांचे घेऊन बसलात? सर्व जाती समान आहेत - 'उचनिच' हा भेदभाव माणसाने निर्माण केला'

'अन् सामाजिक-आर्थिक दर्जाचे काय?' अनुराधा मावशींनी विचारले.

'चांगली माणसं शोधा! - त्यांना महत्त्व द्या! - समजलं!!'

शिवचे विचार ऐकून सर्व सुन्न झाले.

'तुझे आई-बाबा आमच्याशी चर्चेला तयार होतील?' सौ. देशमुखांनी विचारले.

'सध्या नाही - योग्य वेळी भेटतील तुम्हाला! - स्वतःहून - तुमच्या घरी येऊन!'

'येऊ मी!'

'हो - ये!' - ॲड. देशमुख म्हणाले.

शिव निघून गेल्यानंतर ते विजयाशी खूप काही बोलले नाहीत व तिच्यावर रागवले देखील नाहीत! सुटीत या बाबींवर

सांगोपांग चर्चा करून निर्णय घेऊ एवढेच म्हणाले.

ॲड. देशमुख सिंदखेडला परत आले. घरी आल्यावर चहा-पाणी घेतल्यानंतर सौ. सविता देशमुख म्हणाल्या - 'काय हो कसा हा पेचप्रसंग सोडवायचा?'

'हे बघ सावि, बाब खूप 'सेन्सेंटिव्ह' आहे. आपल्याला अत्यंत संयमाने अन् शांततेने ही कोंडी सोडवावी लागेल'

'हो सावि, बरोबर म्हणत आहेत ते!' दोघेही ऐकण्याच्या मनस्थितीत नाहीत. आपण जास्त दबाव टाकला तर ते पळून जाऊन लग्न करतील- दोघेही आता सज्ञान आहेत! - नाचक्की आपलीच होणार!'

'अन् अजून विक्रांतकडून 'होकार' मिळायचा आहे!'- ॲड. देशमुख म्हणाले.

'ते नकार देतील का हो?' सौ देशमुख म्हणाल्या.

'सावि, नॉर्मल स्थितीत त्यांचा होकारच आला असता - पण त्यांच्या कानी काही पोहचले

किंवा पोहचविले गेले तर ते वेगळा विचार करतील!' - ॲड. देशमुख म्हणाले.

'हो सावि, अश्या वेळेला रिकामे उद्योग करणारे उत्साहाने कृतीशिल होतात!

एकदा 'इयर पॉयझनिंग' झाले कि सारं अवघड होऊन बसते!'अनुराधा ताई म्हणाल्या.

'ठीक आहे - त्यांच्या 'मेसेज' ची प्रतिक्षा करू!' - सौ. देशमुख म्हणाल्या.

'बर येते मी! - काळजी घे!' अनुराधा ताईंनी रजा घेतली.

'हो ताई! त्यांच्याकडून कळल्यावर बघू'

'हो सावि!'

अनुराधाताई शिरपुरला येऊन पोहचल्या.

संध्याकाळी भेट झाल्यावर शिवने विजयाला विचारले,

'काय म्हणाले ते - मी निघून आल्यानंतर!'

'जास्त काही बोलले नाहीत! खूप गोंधळून गेलेले सर्व!'

'प्रामाणिकपणे 'त्याने' सर्व माहिती दिली' - असे म्हणाले.

'बाबा म्हणाले मुलगा 'व्यवस्थित' वाटतो!'

'आई काय म्हणाल्या ते सांग!'

'आई रागाने मला म्हणाली - 'ह्या घोडीने खूप मोठं संकट ओढवून घेतलं!'

'मावशी म्हणाली 'काय उपद्व्याप करून बसली विजे! - हे 'निस्तरणे' अवघड आहे! - त्या पोराचा बालविवाह काय? त्याच्या बापाच्या दोन बायका काय? सगळं अजबच!'

जरा वेळ शांतता.

'विजू, खरंच मला जाणवते - तुझ्यासारख्या निष्पाप मुलीसमोर मी अडचणींचा डोंगर उभा करून ठेवला!'

'हे बघ शिव नियतीचे फासे आधीच कळले असते तर आज जगात कुणासमोर एकही समस्या राहिली नसती! माझ्या नशिबात जे घडायचे ते सारे घडणारच! पण एखाद्याची जात, त्याचे सामाजिक, आर्थिक स्थान याला का एवढे महत्त्व दिले जाते याचा उलगडा मला होत नाही!'

'विजू, आई-बाबांचे बरोबर आहे! आपण त्याला महत्त्व देत नाही! प्रेम म्हणजे भावनांचा खेळ - तिथे बुद्धीला थारा नाही! पण आपले

आई-बाबा बुद्धीवादी, व्यवहारवादी दृष्टीकोनातून आपल्या मुलांच्या भवितव्याचा विचार करतात - प्रेमाने पोट भरले असते तर काय?'

'मग शिव प्रेमाला काही किंमत नाही का?'

'विजू', व्यवहारी जगात आजिबात नाही!

'प्रेमाला 'किंमत' नसते! कारण ते 'बिकाऊ' नाही! प्रेम ही अमोघ, अमुल्य शक्ती आहे - एक प्रचंड उर्जा निर्माण करण्याचे सामर्थ्य प्रेमात आहे! प्रेम हे एक उच्च प्रतीचे 'जीवनमुल्य' आहे!'

- 'पण या व्यवहारी जगाची जीवनमूल्य वेगळी आहेत - तिथे सच्च्या प्रेमाला जागा नाही!'

'मग शिव, अश्या पवित्र प्रेमाला सर्वांकडून विरोध का?' - का प्रेम सहजासहजी स्विकारले जात नाही!'

'विजू, मी मघापासून तेच सांगतो आहे!'

'समाजाचे काही निती-नियम, रूढी-परंपरा, बंधने असतात - ती सर्वांनी पाळावी ही अपेक्षा! - पण प्रेम या सर्वांच्या पलिकडे जाणारे असते - ती दोघांची आंतरिक ओढ असते - या सामाजिक, व्यावहारिक बाबींशी त्याला घेणे नसते - म्हणून सर्वांकडून विरोध होतो - पण विजू, प्रेम हे असे रसायन आहे ते या सर्व विरोधाला पुरून उरते!'

'हो शिव, I agree with you!' पण यापुढील आपली वाटचाल कशी राहील?'

'संयमाने एक एक पाऊल पुढे जाऊ आपण!'

ते पक्के प्रेमवीर

प्रकरण ४ थे

वादळ घोंगावतेय !

एक दिवस सकाळी ॲड. देशमुखांचा फोन खणाणला!

'हॅलो - रामराव दादा! - नमस्कार! नमस्कार!'

'नमस्कार वकीलसाहेब! -बरं मी काय म्हणतो - आम्हाला सर्वांना विजया खूप आवडली! - पण विकी म्हणाला याच वर्षीतुळशी विवाह आटोपल्यावर लग्न करायचे आहे! बाकी सर्व ठीक?'

'हो, ठीक आहे!'

'चला भेटू या - ठेवतो!'

'हो ठेवा! - नमस्कार...

रामराव पाटलांशी बोलणे आटोपल्यावर ॲड. देशमुखांनी सौ. देशमुखांकडे दृष्टीक्षेप टाकला.

'काय म्हणाले रामराव दादा?'

'विजया सर्वांना खूप आवडली! याच वर्षीलग्न उरकून घ्यायचे आहे!' असे म्हणाले.

'ही आनंदाची बातमी मी ताईला कळविते!'

सौ. देशमुखांनी अनुराधाताईंना शिरपूरला फोन

लावला!

'ताई - अगं खूप आनंदाची बातमी आहे - त्यांचा आताच 'होकार' आला ताई! विजू सर्वांना खूप आवडली म्हणाले!'

'चला छान झाले! विजू आहेच तशी, 'लाखात एक!'

'पण ते याच वर्षीलग्नाचे म्हणत आहेत - आता हा 'पेच' कसा सोडवायचा?'

'विजूची मनधरणी करू - तिला शांतपणे समजावूनसांगू!'

'हो ताई, तू उद्या ये - आपण सर्व जाऊ अमळनेरला!'

'सावि, तिच्याशी अमळनेरला नाही बोलायचे - तिला घरी घेऊन येऊ आधी! - तिला होकाराबद्दल काहीही कळू द्यायचे नाही! - दाजींना तशी कल्पना दे! - येते मी उद्या!'

'हो ताई - ये!' फोन ठेवतात.

'अहो, विजूला या होकाराबद्दल काही कळवू नका - आपण उद्या अमळनेरला जाऊ व तिला घरी घेऊन येऊ!'

'सावि, आताच त्यांचा होकार आला. विजू सुटीत महिनाभर घरी असेन - तेव्हा शांतपणे सर्व तिची समजूत काढू! आता तिची परीक्षा अगदी जवळ आहे! नको 'डिस्टर्ब' करू पोरीला सारखं सारखं! - थोडा संयम ठेव ना!'

'मी तुमचे अजिबात ऐकणार नाही - उद्या ताई येत आहे - आपण अमळनेरला जाऊन विजूला घरी घेऊन येऊ!'

'घरी आणून काय करणार?'

'तिची समजूत काढू - सर्व मिळून! तिच्या डोक्यात 'त्या' पोराचे भूत घुसले आहे ते बाहेर काढू!'

'अगं हे सर्व निवांतपणे तिच्या दीपावळीसुट्टीत करता येईल ना?'

'नाही - तोपर्यंत 'माशी शिंकली' तर काय करायचे? उद्या जाऊ आपण - तुम्ही माझे ऐका please - हाता-तोंडाशी आलेला घास घालवायचा नाही!'

दुसऱ्या दिवशी ॲड. धनंजय देशमुखांची गाडी अमळनेरला येऊन पोहचली. विजया लायब्ररीत अभ्यास करीत आहे असे होस्टेलच्या मैत्रिणींनी सांगितले. ते सर्व लायब्ररीच्या बाहेर येऊन थांबले. ॲड. देशमुख लायब्ररीच्या व्हरांड्यात आले. त्यांना आत शिव, विजया व सुलोचना अभ्यास करताना दिसले.

सुलोचनाचे लक्ष व्हरांड्यात उभ्या असलेल्या विजयाच्या बाबांकडे गेले. तिनेहळुच विजयाच्या कानात सांगितले. ती तात्काळ बाहेर आली.

'बाबा, असे अचानक - यावेळी?'

'तुला घ्यायला आलो आहे -'

'पण मला थोडी कल्पना तर द्या - कशाकरिता?'

'विक्रांतचा होकार आला बेटी - तू सर्वांना खूप खूप आवडली! - आपण या विषयावर घरी जाऊन शांतपणे चर्चा करू!'

'बाबा, माझी परीक्षा - दोन दिवसांवर - बोलू

आपण सुट्टीत! - १० दिवसांचा प्रश्न आहे!'

'प्लिज - ह्यावेळेला माझे ऐक - काहीही त्रागा न करता शांतपणे गाडीत बैस - आई-मावशींशी नॉर्मल बोल!'

'ठीक आहे बाबा - येते मी पंधरा मिनिटात - तुम्ही थांबा गाडीजवळ सर्व!'

'ये बेटी!'

विजया शिवला व सुलोचनाला भेटायला ग्रंथालयात आली. सर्व बाहेर येऊन एका कोपऱ्यात थांबले.

'हे बघ शिव, विक्रांतकडुन होकार मिळाल्याने आई-बाबा मला घरी नेत आहेत. आम्ही लगेच निघणार आहोत!'

'तू कधी परत येणार आहे?'

'आता ते ठरवतील किंवा येऊ देतील तेव्हा!'

शिवचे डोळे भरून येतात, 'तुला काही त्रास तर देणार नाहीत ना ते?'

विजयाचे डोळे पाणावतात. रुमालाने डोळे पुसत, 'नाही - don't worry Shiv!'

'जा आनंदाने - शेवटी जन्मदाते आहेत ते! आपल्या हिताचा विचारकरतील!'

शिवचेही डोळे ओले होतात!

'येते शिव, येते सुलू - शिवकडे लक्ष असू दे - मी तुला कॉल करीन!'

'हो विजू!' सुलोचना म्हणाली.

ॲड. देशमुख लेकीला घेऊन गाडीजवळ आले. विजयाने आई व मावशीकडे हसत मुखाने बघितले.

'नमस्ते मावशी!'

सर्व गाडीत बसले.

'आई, कशाला एवढा त्रास घेतला - नुसता कॉल केला असता तरी मी येऊन गेले असते!'

'तू सहजासहजी येत नाही ना म्हणून यावे लागले!'

'त्यांचा 'होकार' मिळाला! - सर्वांनी एकमताने 'हो' सांगितले!'

'मघाशी सांगितले बाबांनी मला!'

'त्याबाबत घरी शांतपणे चर्चा करून एकदाचा या प्रकरणावर पडदा टाकू या!'

'हो आई - एकदाचा निर्णय झालेला केव्हाही चांगले!'

गाडी सिंदखेडला येऊन पोहचली. सर्व घरात आल्याबरोबर गजूने पाण्याचा ट्रे आणला.

'काय 'गरम' होते?' सौ. देशमुख म्हणाल्या व त्यांनी फॅनचे बटन दाबले.

'ऑक्टोबर हिट' - मावशी म्हणाल्या.

'अगं ताई, उन्हाळ्यापेक्षाही जास्त उकडते!'

'बाहेर जास्त 'हिट' आहे तर आतून आपण 'थंड' राहिलेले केव्हाही चांगले!' अॅड. देशमुखांनी अप्रत्यक्षपणे सुचीत केले.

हलकसंहसत, 'तुम्ही नं - कधी गंभीर होणार!'

मावशीपण हसतात, 'सावि, त्यांनी बरोबर 'हिंट' दिली!'

विजया 'वॉश' घेऊन आल्यानंतर प्रमुख विषयाबाबत बोलण्यास सुरवात केली!

'आलेले स्थळ सर्वार्थाने अति-उत्कृष्ट आहे - असे आमचे सर्वांचे मत आहे. तुझे मत विचारपूर्वक स्पष्टपणे सांग बेटी!' अॅड. देशमुख विजयाला म्हणाले.

'बाबा त्यांना याच वर्षीलग्न करायचे आहे - मला पदवी प्राप्त झाल्याशिवाय लग्न करायचे नाही!'

'आपण मुलीवाले आहोत - अशी अट त्यांना घालता येणार नाही!'

'का नाही आई? ते 'शिक्षणप्रेमी' असतीलतर मान्य करतील!'

'यात मुलीचा उद्धटपणा दिसतो!' - सौ. देशमुख म्हणाल्या.

'आई यात काय उद्धटपणा आला? त्यांच्या भावी सुनेला शिक्षण घ्यायचे आहे यात कसला उद्धटपणा?'

'आपण त्यांना विनंती करून बघू, नाहीतर लग्न करून शिक्षण पूर्ण कर!'

'नाही मावशी, अशी 'कुतरओढ' मला नाही करायची! एकाच वेळेला संसाराचे 'रहाटगाडगं' ओढायचे अन् शिक्षणही करायचे! मला नाही शक्य!'

'काय त्यात एवढे? - सौ. अनुराधाताई म्हणाल्या.

'मला हे शक्य नाही! मी आधी पदवी घेणार नंतर ठरविन काय करायचे ते!'

'आपण त्यांच्याशी तुझ्या सर्व मुद्दयाबाबत चर्चा करू - त्यानंतर ठरवू!'

'मी त्या फॅमिलीशी चर्चा करून तुला कळविते - ते तयार असतीलतर तुझा'हो' आहे ना?' अनुराधाताई म्हणाल्या.

विजया पुन्हा विचारात पडते.

'मावशी, मी - शिवच्या प्रेमात आहे हे त्यांना लग्नाआधीच सांगावे लागेल - नंतर त्यांना कळेलच - सत्य लपत नाही! मला कुणाची फसवणुक नाही करायची! प्रेम 'एकावर' अन् लग्न व संसार दुसऱ्याशी हे मला अयोग्य वाटते! असं करताना मी स्वतःची, शिवची व विक्रांतची

96

फसवणुक करीत आहे. माझे 'प्रेमप्रकरण' लग्नाच्या आधी मला विक्रांतला तसेच सासरच्यांना सांगावेच लागेल! त्याबाबत त्यांची स्पष्ट भूमिका पुढे आली पाहिजे!'

सर्व सुन्न होऊन डोक्याला हात लावून बसतात!

विजयाचे ऐकल्यावर सौ. सविता देशमुखचा चेहरा संतापाने लालबुंद झाला. शिवच्या प्रेमात पडून विजयाने घोडचुक केली असे त्यांना वाटले. या पेचप्रसंगातून कसामार्ग काढायचा त्यांना काहीही सुचत नव्हते!

'अठरा वर्षाची झाली पण घोडीला अजून अक्कल नाही आली! - खूप खोलवर खाईत जाऊन पडली ती! माझं डोकं बधीर व्हायची वेळ आली! ताई हे सगळे किती अवघड करून ठेवले तिने!'

'हो सावि, अवघड तर आहे पण तुला असं हतबल होऊन नाही चालणार! आपल्याला मार्ग काढावेच लागेल!'

'काय मार्ग काढणार ताई? काय मार्ग आहे? - ह्या घोडीचे प्रेमप्रकरण सुरू आहे व ती स्वतः सांगते आहे हे कळल्यावर ते पुढे पाऊल टाकतील का?'

'- पुन्हा तिचे तत्वज्ञान 'प्रेम एकावर व लग्न दुसऱ्याशी म्हणजे फसवणुक अन् स्वतःच्या आत्म्याशी केलेली प्रतारणा!'

'ताई हे सर्व ऐकल्यावर विक्रांत 'हो' म्हणतील?'

' - अन् लोकांच्या तोंडावर कोण बोटे ठेवणार? - त्यात माझे राजकिय विरोधक याचे भांडवल केल्याशिवाय स्वस्थ बसतील का?'

'अन् आपले जवळचे? कोणाकोणाला सांभाळणार अन् कसे सांभाळायचे? सर्व मार्गाने पार कोंडी झाली आहे!'

'विजू, शिव तुला ब्लॅकमेल तर करीत नाही! तुझे शिवजवळ फोटो, पत्र असं काही अडकलेले तर नाही ना?' अनुराधा मावशींनीनी विचारले.

'नाही हो मावशी - शिव ने ना कधी माझा फोटो मागितला, ना मी किंवा त्याने कधी 'लव्ह लेटर' लिहिले! त्याचा माझ्या नाही म्हणण्याशी संबध जोडु नका, please!'

जरा वेळ शांतता!

फोनची रिंग वाजते. ॲड. देशमुख फोन घेतात.

'हॅलो कोण? - रामराव दादा! नमस्कार!

'नमस्कार वकीलसाहेब! विकी विचारत होता आपले स्थळ विजयाला पसंद आहे का?'

'हो आहे ना! - विजू म्हणाली 'स्थळ चांगले आहे म्हणून!'

'आम्हाला तेच हवे - दोन्हीकडून समाधान असले म्हणजे संसार सुखाचा होतो!'

'हो पाटीलसाहेब - बरोबर म्हणताय तुम्ही! विजू आलेली आहे - आमची चर्चा सुरू आहे!'

'अं! चर्चा? - कशाबद्दल?'

'पुढचे प्लॅनिंग! - काय आहे पाटील साहेब विजूला ग्रॅजुएट व्हायचे आहे - तिला भिती वाटते लग्नानंतर शिक्षण सुरू ठेवता येईल की नाही?'

'अहो वकिलसाहेब त्यात काळजी कसली? मुली कमीत कमी पदवीधर झाल्या पाहिजेत. कोल्हापुरच्या कॉलेजला नाव दाखल करतायेईल! तुला हवं तेवढे शिक!'

'आभारी आहोत पाटीलसाहेब!'

'अहो, यात आभार कसले? शिक्षण हा मुलींचा हक्क आहे - विकी शिकवेल तिला! ठेवतो - रामराम!'

'शुभरात्र पाटील साहेब!'

ॲड. देशमुखांनी फोन खाली ठेवून चर्चेचा पूर्ण वृतांत दिला.

'विजू तुझ्या पदवीपर्यंतच्या शिक्षणाची समस्या निकाली निघाली. त्यांनी आश्वासन दिले, तिला पदवीपर्यंत शिक्षण घेता येईल म्हणून!'

'हो बाबा, माणसे मोठ्या मनाची आहेत,

शिक्षण पूर्ण होईल - जसे जमेल तसे - पण दुसरा मुद्दा सुद्धा जास्त महत्वाचा आहे! शिवच्या व माझ्या प्रेमाचे काय?'

'तुला अक्कल आहे का घोडे - इतकी काय त्या 'भिकारड्याच्या' प्रेमात आंधळी झालीस?'

'आई, खबरदार!!! - शिवबद्दल एकही अपशब्द काढायचा नाही - तुला माझ्याशी संवाद करायचा नसेल तर ही निघाले मी!' - विजया उठून जायला निघते.

ॲड. देशमुख तिच्या मागोमाग जाऊन तिला घेऊन येतात.

अस्वस्थ होत, 'बाबा आपल्या चर्चेमध्ये शिवचा काय संबंध? - त्याने माझ्यावर कुठलाही दबाव टाकलेला नाही - त्याचा माझ्या निर्णयाशी काही संबंध नाही - उलट निघताना (विजयाचे डोळे भरून येतात) तो मला म्हणाला, 'आनंदाने जा - आपले जन्मदाते आहेत ते - आपले वाईट होऊ देणार नाहीत! - अन् इथे - त्याचा अपमान केला जातोय. त्याला 'भिकारडा' संबोधिले जातय! तुम्ही सर्व इतके विरोधात असून तुमच्याबाबत एक 'अपशब्द' तो उच्चारत नाही - तो परिस्थितीने गरीब

आहे - म्हणून त्याला 'भिकारडा' म्हणायचं!' विजया रडायला लागते. तिचे रडणे थांबत नाही.

सर्व शांत होतात.

ॲड. देशमुख विजयास 'रिलॅक्स हो बेटी!'

'बाबा मी रिलॅक्स आहे - शांतपणे संवाद करते आहे. आई मात्र कधीही स्वस्थ

नसते - सर्वांना अस्वस्थ करून सोडते! मी लहानपणापासून बघत आले! शिस्तीच्या नावाखाली सारखा दबाव तंत्राचा वापर - कोण सहन करणार? - इतके दिवस केले सहन! आता नाही करणार! जरी ती माझी जन्मदाती असली तरी!! तिचे हे अयोग्य आहे ते अयोग्यच राहणार.'

'त्या दिवशी माझ्यावर हात उगारला - लहानपणापासून तिचा मार खात आले - मी सज्ञान झाले तरी तिचे सुरूच! तिचा हा हेकेखोरपणा कधी थांबणार? बाबा, सांगा ना? विजया पुन्हा रडायला लागते. मी तिला वारंवार विनवणी करते आहे - आई परीक्षा होऊ दे - आपण सुट्टीत मोकळेपणाने बोलू - पण नाही - घेऊन आली मला! माझे मानसिक संतुलन खच्ची करायला!'

'सांग ना आई - कधी एकदा तरी तू मला प्रेमाने कुशीत घेतले का? प्रेमाने माझ्या डोक्यावरुन हात फिरविला का? मी एवढी बक्षिसे मिळवली कधी शाबासकी दिली का? कधी माझ्या नजरेत तरी बघितले का? तुझ्याजवळ माझ्यासाठी वेळ होता का व आजही आहे का? - माझ लग्न झटपट उरकून मुलीची जबाबदारी झटकून टाकायची आहे तुला!'

'अगं, तू माझी आई आहे ना - कधी माझ्या काळजाला हात घालशील- माझ्या वेदनांवर, दु:खावर फुंकर घालायला शिकशील? सांग ना आई? - कधीतरी मला समजुन घेण्याचा प्रयत्न कर आई!'

'बाबा, मी अपडाऊन करणार होते पण म्हटलं, नको हिची रोजची किटकीट! होस्टेलला तरी शांतता मिळेल! - मी तिथे खूप आनंदात असते बाबा - हिच्यासमोर यायला धस्स s s होते माझ्या पोटात - पण काय करणार? आई आहे ती माझी!'

विजयाचा आक्रोश ऐकून सर्व शांत होतात. त्यांना पुढे काय बोलावे सुचत नाही.

तेवढ्यात फोनची रिंग येते. ॲड. देशमुख फोन घेतात.

'मी विक्रांत बोलतोय! - कसे आहात सगळे?

'छान आहोत! मघाशी रामरावदादांशी बोलणे झाले!'

'हो - मी होतो बाबांसोबत - घरी नरडाण्याला सुट्टीघेऊन आलोय! - बरं मी विजयाला अमळनेरला भेटले तर चालेल का? - मला वाटते - एकदा समोरासमोर सर्व विषयांची आम्ही चर्चा करून घेतो. कारण माझ्या एका मित्राच्या कामासाठी मी अमळनेरला जाणार आहे - तेव्हा भेटता येईल!'

'तुम्ही अमळनेरला कधी जाणार आहात?'

'परवाचे 'प्लॅनिंग' आहे!'

'ठीक आहे घ्या भेटून - काही इश्यूज असले तर तुमच्या दोघांच्या लेव्हलला क्लिअर झालेले केव्हाही चांगले!'

'म्हणून भेटायचे आहे! तुम्ही विजयाला तशी कल्पना देऊन ठेवा!'

'हो सांगतो मी विजूला!'

'ठेवतो'

'हो ठेवा!'

ॲड. देशमुखांनी फोन ठेवला व विजूकडे बघत म्हणाले, 'परवा विक्रांत स्वतः तुझ्याशी चर्चा करायला अमळनेरला येत आहेत!'

'उलट छान होईल बाबा - लग्नाच्या आधी सर्व बाबींचा उलगडा झालेला केव्हाही चांगला - नंतर संशयाचे भूत मनात घुसले तर ते जाता जात नाही!'

'खरं आहे बेटा - मग आपण आता वेळ फुकट घालविण्यात अर्थ नाही! तुमची दोघांची एकदा चर्चा होऊ दे - बघू काय निष्पन्न होते तुमच्या संवादाने!'

'हो बाबा!'

'गजू अरे बाबा आमची काही सोय?'

'आता आणतो साहेब गरम गरम कॉफी!'

'आण लवकर!'

'सावि, आता विक्रांत प्रत्यक्ष भेटुन चर्चा करणार आहेतच - त्यामुळे आपण त्यांच्या निर्णयाची वाट बघू! त्यांच्या दोघात काय ठरते! त्यानुसार...

'अहो, ती सगळं स्पॉईल करेल! तिला व्यवहारी ज्ञान नाही! - जरा ही अक्कल नाही!' अनुराधा ताई सौ. देशमुखांना,

'हे बघ सावि Marriages are made in heaven - they are only arranged on the earth!'

'तिचे त्याच्याशी ऋणानुबंध असतील तिथे ती जाईल - तू किंवा मी - आणखी कोणी नियतीची वाट अडवू शकत नाही! तू स्वस्थ रहा - तब्येतीची काळजी घे, येते मी!'

'हो ताई!'

अनुराधाताई शिरपुरला रवाना झाल्या व विजया अमळनेरला येऊन पोहचली.

राममंदीरात दर्शन घेऊन शिव, विजया व सुलोचना गार्डनमध्ये एका निवांत जागी बसले. विजयाने सिंदखेडचा पूर्ण वृतांत दिला. परवा मि. विक्रांत तिच्याशी चर्चा करायला येणार आहेत. हे ही सांगायला ती विसरली नाही!

'विजू, विक्रांतशी चर्चेचे तुझे मुद्दे कोणते आहेत?' शिवने उत्सुकतेने विचारले.

'शिव, माझ्या दृष्टीने फक्त एकच मुद्दा महत्वाचा आहे. अन् तो म्हणजे आपले दोघांचे प्रेमप्रकरण - याबाबत त्याची भूमिका!'

'प्रथम भेटीत विक्रांत हा माणुस तुला कसा वाटला?' - शिवने विचारले.

'चांगले तर वाटले शिव - पण १० मिनिटाच्या संभाषणात एखाद्याचा किती परिचय होणार?'

'ठीक आहे डिअर! - होईल सर्व ठीक!'

'हो शिव - let's hope so!'

'येतो मीविजू!'

'हो - बाय बाय!'

मि. विक्रांत दोन दिवसांनी अमळनेरला विजयाला भेटायला आले. सोबत त्यांच्या बालपणापासूनचा मित्र राजेंद्र पाटील होता. राजेंद्र सुद्धा बी.ई. सिव्हिल नंतर पी.डब्लू.डी. मध्ये सांगलीला सर्विस करीत होता. विजया, विक्रांत, सुलोचना व राजेंद्र कॅन्टिनमध्ये कॉफी घेण्यासाठी पोहचले. विक्रांतने राजेंद्रला ओळख करून दिली.

'ह्या विजया देशमुख व ह्या यांच्या जिवलग मैत्रिण सुलोचना सोनवणे. हा माझा जिवलग मित्र राजेंद्र पाटील!'

कॉफी घेतल्यानंतर व थोडे औपचारिक बोलणे झाल्यानंतर राजेंद्र व सुलोचना निघून गेले! विक्रांत व विजया गार्डनमध्ये एका निवांत जागी येऊन बसले! गार्डनमध्ये बालकांचा किलबिलाट सुरू होता.

'कशा आहात?' - विक्रांतने बोलण्यास सुरवात केली.

'छान आहे! - आपण?' विजयाने विचारले.

'मी - पण छान आहे!'

'तुमच्या परीक्षा आहेत - अशा वेळेला खरं तर तुम्हाला 'डिस्टर्ब' करायला नको! - पण विषय रेंगाळत ठेवायला अर्थ नाही!' विक्रांत म्हणाले.

'हो! - बरोबर आहे तुमचे म्हणणे!' विजयाने प्रतिसाद दिला

'तुमच्या शिक्षणाबाबत आमचा पूर्ण कुटुंबाचा पाठिंबा आहे! - तुम्ही ग्रॅज्युएट म्हणालात - मी तर म्हणतो पोस्ट ग्रॅज्युएट व्हा! - पुढे रिसर्च करा! एम.फिल. पि.एच.डी. काय हवं ते करा!'

'लग्नानंतर हे शक्य आहे का हो?' विजयाने विचारले.

'we will co-operate you fully! तुमच्या अभ्यासात कोणताही व्यत्यय येणार नाही याची आम्ही काळजी घेऊ! आणखी - Any important issue?' विक्रांतने विजयाला विचारले.

'It's most important issue!' - विजयाने सांगितले.

'अहो, तुम्ही सांगा तर खरं!'

विजया घुटमळत, 'I... scare! - really I very much scare!! पण, तुम्हाला लग्नाआधी सांगणे योग्य राहिल!'

'अहो, मग सांगा की! नो सस्पेन्स ॲट ऑल!'

विजया हिंमत एकवटत, 'मी - प्रेमात आहे! शिव महाजन - माझ्या क्लासमेटच्या! व तो सुद्धा माझ्यावर तितकेच प्रेम करतो!'

'वाव! - लकी फेलो!! - really lucky!' विक्रांतनी प्रतिक्रिया दिली.

'तुम्हाला धक्का नाही बसला - हे ऐकल्यावर?

'त्यात काय? कॉलेज लाईफ म्हटल्यावर हे चालायचे! It's golden life!'

विक्रांत गंभीर होत, कधीपासून सुरू आहे तुमचे? - आय मिन कधीपासून प्रेमात आहात?'

'कॉलेजच्या पहिल्या दिवशी एकमेकांना बघितल्या बरोबर!'

'I really envy that fellow! मला त्या मुलाचा हेवा वाटतो हो! तुमच्यासारखी 'रागिणी' पहिल्या दिवशी त्या मुलाच्या प्रेमात पडते! भेटावे लागेल - नाव काय म्हणालात?'

'शिव! - शिव महाजन!!' विजयाने पटकन सांगितले.

105

'नाव ही छान आहे! मुलगा ही चांगला असणारच - कारण तुम्ही भलत्या-सलत्या साठी नाहीतच मुळी! एखाद्या उपटसुंभाच्या प्रेमात तर तुम्ही खचितच नाही पडणार!'

'नाइस मिटींग! - येतो मी!'

'झाली चर्चा?' राजेंद्रने विचारले.

'चर्चा छान झाली - तिचे पदवीपर्यंतचे शिक्षण हा एक 'इश्यू' होता - तो 'सॉर्ट आऊट' झाला समाधानकारक! - पण दुसरा इश्यू - मी खूप कन्फुज झालो!'

'काय आहे दुसरा इश्यू?' राजेंद्रने विचारले.

'राजू, she is in love with her classmate!'

'प्रेमात आहे? मग यात कन्फ्युज व्हायचे काय? क्लोज हर फाईल - इतर मुली बघ!'

'मला त्या मुलीचा प्रामाणिकपणा आवडला! अशा गोष्टी मुली लपवितात किंवा त्यांचे पेरेंट्सत्यांना लपवायला भाग पाडतात! ह्या मुलीने ते धारिष्ट्य दाखविले. I really appreciate her honesty!'

'विकी, I tell you forget her!'

'खूप सुंदर अन् स्वभावाने पणखूप गोड आहे राजू ती!'

'अरे आहे - मी पण बघितले चांगली आहे - तुझ्या भारदस्त व्यक्तीमत्वाला अन् वैभवाला शोभणारी - पर वो खुद बता रही है की वो दुसरेकी हो चुकी है! जास्त विचार करण्यात वेळ घालवू नको. दुसऱ्या मुली बघायला लाग!'

'आई-बाबांना पण ती खूप आवडली! त्यांना काय सांगू राजू?'

'विकी जास्त चर्चा न करता आईबाबांना खर काय ते सांग!'

106

'राजू हे कारण सांगून एका प्रामाणिक, निष्पाप मुलीला मी समाजात बदनाम करू शकत नाही!'

'ही बदनामी नाही विकी! It's a fact! She herself is telling!!'

'पण राजू काही दिवस हा विषय स्थगित करतो - मला तीन महिन्याच्या ट्रेनिंगला जायचे आहे!'

'ठीक आहे बाबा! - पण तिचा विचार सोड! - मी तर म्हणेन बालबाल बच गए! ती मुलगी प्रामाणिक अन् सुविचारी - लग्नानंतर तुला कळले असते तर बसला असता रडत!'

'ठीक आहे राजू - I agree with you!'

विजया संध्याकाळी भेटल्यावर शिवने विक्रांतशी झालेल्या भेटीबाबत विचारले. विजयाने शिवला पूर्ण वृतांत दिला.

'सुलू, विजूने प्रेमप्रकरणाची माहिती दिल्यावर विक्रांतचा स्टँड काय असू शकतो?'

'दादा, ते पुढे पाऊल टाकणार नाहीत! त्यांना विजू आवडली आहे - पण त्यांचे आई-बाबा त्यांना पुढे पाऊल टाकू देणार नाहीत! कारण प्रेमप्रकरण सुरू असलेल्या मुलीचा कोणी स्विकार करीत नाहीत!'

'विजू, बाबांना भेटीबाबत कळविले का?'

'हो! - लागलीच - विक्रांत गेल्यानंतर!'

'मग बाबा काय म्हणाले?'

'बाबांनी शांतपणे ऐकून घेतले - काही बोलले नाहीत! - विक्रांत बाबांना भेटीबाबत फोन करतीलच! बाबा सुट्टीत माझ्याशी याबाबत

बोलतील! त्यांना माहित आहे उद्यापासून परीक्षा सुरू होत आहे! म्हणून ते मला डिस्टर्ब करणार नाहीत!'

कॉलेजची टर्मिनल एक्झॅम सुरू झाली. १० दिवसात सर्व पेपर आटोपले. दिपावळीची सुट्टी जाहीर झाली. सर्व विद्यार्थी आपल्या गावी जाण्याची तयारी करू लागले.

'Happy Diwali Shiv!'

'Happy Diwali Viju!'

'आई-बाबांना माझा नमस्कार सांगशील!'

'Yes Shiv - Bye bye!!'

'दुसर्‍या दिवशी विजया व सुलोचना सुट्टी घालविण्यासाठी व दिपावळीचा सण साजरा करण्यासाठी सिंदखेड या त्यांच्या गावी आल्या.

शिव व बीडी धानोरा या त्यांच्या गावी आले. पाडवी नंदुरबारला गेला.

सुट्टीत शिव दिवसभर शेतात काम करायचा. संध्याकाळी त्याचा वेळ गावातील मित्रांशी गप्पा करण्यात व हायस्कुलच्या क्रीडांगणावर व्हॉलीबॉल खेळण्यात जायचा! शिवला वाचनाची आवड असल्याने तो दिवसातील काही वेळ वाचनात घालवायचा. रात्री झोपल्यावर मात्र त्यास विजूची खूप आठवण यायची! - विजूची हसरी, सुंदर, नाजुक प्रतिमा त्याच्या डोळ्यासमोर यायची! - स्वप्नात तो विजूशी गप्पा करायचा! दोघे शरीराने दूर होते - मनाने मात्र अगदी जवळ - एकमेकांच्या सानिध्यात! मोठी मॉ व बाबा दिवसभर शेतात असल्याने शिवला त्यांच्याशी संवाद साधण्याची संधी मिळायची! - छोटी मॉ निवांत असेल म्हणजे घरकामात व्यस्त नसेल तेव्हा तो तिच्याशी हितगुज करायचा!

इकडे विजया घरी आल्यानंतर एक दोन दिवसांनी आई-बाबा, विजू व तिचा धाकटा भाऊ बंटी यांची एकत्रित बैठक झाली.

विजयाने मि. विक्रांतशी - अमळनेरला बैठकित झालेल्या चर्चेचा तपशिल त्यांना दिला. मि. विक्रांतने सुद्धा ॲड. देशमुखांना याबाबत सविस्तर कळविलेले होते.

सौ. सविता देशमुख यांनी बोलण्यास सुरवात केली.

'हे बघ - तुझ्या पदवीपर्यंतच्या शिक्षणाबाबत विक्रांतनी ठोस आश्वासन दिलेले आहे. तुला कोल्हापुरच्या कॉलेजला नियमित शिक्षण घेता येईल!'

'आई, माझ्या शिवशी असलेल्या प्रेमप्रकरणाबाबत स्पष्टपणे त्यांनी काही भाष्य केले नाही. त्यांनी ऐकून घेतले. त्याबाबत त्यांची भूमिका लग्नाआधी स्पष्ट झाली पाहिजे!'

'विजू, अजून तरी त्यांचा 'नकार' आलेला नाही - त्यामुळे आपण सकारात्मक विचार करू! या बाबीवर निर्णय घेण्यास त्यांना थोडा वेळ लागेल! ते तीन महिन्यासाठी बाहेर ट्रेनिंगला जात आहेत! - ट्रेनिंगहून परत आल्यावर ते खुलासा करतील!' सौ. देशमुख म्हणाल्या.

'मग तुला एवढी घाई का झाली आहे?'

'अगं बावळट तू सुट्टीत निवांत आहे शांतपणे

सर्वांगानी विचार करून निर्णय घेऊ! आपले जे ठरेल त्यांना कळविण्यात उशिर होणार नाही! आपल्या लेव्हलचे एकदा फायनल होऊ दे!'

'ठीक आहे आई, मला आठ-दहा दिवस विचार करण्यास वेळ दे - मी तुला माझा अंतिमनिर्णय देते!'

'विजू, तू वेळ घे - पण सुट्टी संपण्यापूर्वी तुझी भूमिका कळू दे! स्थळ खूप चांगले आहे - सर्व नातलग म्हणाले, 'विजू, खरच खूप भाग्यवान आहे!'

'दुरून डोंगर साजरं दिसतच आई! तिथे पोहचल्यावर त्याचे खरे रूप लक्षात येते!'

'का - तुला विक्रांत नाही आवडले?'

'विक्रांतमध्ये नाव ठेवण्यासारखे काही नाही!'

'मग कसला प्रॉब्लेमआहे?'

'आई, मी शिवच्या प्रेमात नसते तर एका पावलातच विक्रांतचा स्विकार केला असता!'

'प्रेमाने पोट भरते का? प्रेमाने जीवनातील कम्फर्टस, सुख प्राप्त करता येतात का?'

'नसेल कदाचित! - I don't know - I am not sure! - पण आई, 'प्रेम' हे फक्त 'प्रेम' असते त्यासारखे काही नसते!'

'काय असते प्रेम? - तरूणपणात मनाला लागलेले वेड! - वेडच ना बेटी?'

'हो आई - तू वेड म्हण - पागलपन म्हण!'

'तू अन् शिव तुम्ही दोघे वेडेच ना! - तुला व्यवहारातलं काही समजत नाही अन् कोणी सांगत असेल तर ऐकायची

सुद्धा तयारी नाही, मानसिकता नाही - याला वेडंच म्हणावे लागेल! अन् शिव, 'त्या वेड्याला' हे कळत नाही आपण जमिनीवरराहतो - अन् स्वप्न मात्र आकाशातील तारे तोडायचे पाहतो - ज्या मुलीवर

आपण प्रेम करतो ती कोणत्या 'खानदान' ची अन् आपले 'खानदान' काय? याचा जरासुद्धा विचार त्या वेड्याने करू नये!'

'हो आई मला व्यवहारी ज्ञान नसेल कदाचित - पण प्रेम ही जगाच्या व्यवहाराच्या तराजूत मोजण्याची, मापन्याची वस्तु नाही! प्रेमाचे मुल्य होऊ शकत नाही - ती मानवी मनाची एक खूप मोठी गरज आहे! ते परमेश्वराने मानवजातीला बहाल केलेले खूप मोठे वरदान आहे! - ते तुला 'वेडेपण' वाटत असेल तर वाटु दे! अन् शिवच्या खानदानाचा तू अनुल्लेख केला पण प्रेम खानदान बघून केले जात नाही - ती एक दैवी प्रेरणाच असते! - अन् आई, तू शिवच्या खानदानाचे काय बघितले? तो खानदानी आहे म्हणूनच त्याच्या कुटुंबाबाबत त्याने खरेखरे ते सर्व सांगितले. प्रमाणिकपणा हा त्याचा 'खानदानी गुण' आहे जो सध्या अभावानेच आढळतो!'

तेवढ्यात दारावर टकटक होते. विजयाने दार उघडल्यांवर सुलोचना प्रवेश करते.

'नमस्ते काकी-काका!'

'ये सुलू बैस बेटी!'

'काय सुरू आहे तुमचे?' सुलोचनाने विचारले.

'दुसरं काय सुरू असणार सुलू - सध्यातरी! विजूने उत्तर दिले!'

'काकू मी अवेळी येऊन तुम्हाला व्यत्यय तर आणला नाही ना?'

'नाही ग सुलु - you are part of our family - तू परकी आहेस का? चालली आहे तुझ्या लाडक्या मैत्रिणीची मनधरणी! - पण ती काही हाती लागू देईल तेव्हा ना!'

'मी थोडं मोकळेपणाने बोलले तर चालेल का काकू?'

111

'अगं सुलू बोल!' सौ. देशमुख म्हणाल्या.

'काकू, काही बाबी आपल्या हातात नसतात मुळी - एक अज्ञात शक्ती कार्यरत असते! तिच्या आज्ञेने सारे घडत असते! ते आपल्या लक्षात येत नाही! - आपण विचार करीत बसतो हे असे का होते आहे! आपण त्याच्यावर मल्लीनाथी करीत बसावे - त्यापेक्षा जे घडते आहे ते घडू द्यावे - त्याचे चांगले वाईट परिणाम समोर आल्यावर आपसुक बोध मिळतो. मला ही सुरुवातीलाविजूचे शिववरील प्रेम अक्षरशः वेडेपणा वाटला. आता माझी खात्री झाली - विजूचा निर्णय योग्य आहे! मैत्रिण म्हणून मी तिची तरफदारी करीत नाही - पण दोघांचा परस्परावरील विश्वास व निरपेक्ष प्रेम निश्चितच त्यांना सुखाच्या व आनंदाच्या स्थळी नेऊन पोहचवेल! काकू - आई म्हणून तुम्ही तिच्या उज्वल भविष्यासाठी विरोध करीत आहात- तुम्हाला विक्रांतमध्ये तिचे उज्वल भविष्य दिसतंय - तिला मात्र शिवमध्ये उज्वल

भविष्य दिसतंय! - शेवटी तुमच्यातील संघर्ष तिच्या उज्वल भविष्यासाठीच सुरू आहे ना - म्हणून Let it happen what is going to happen!'

जरा वेळ शांतता.

'तुझे म्हणणे पटले मला! बरं तू काही घेणार का?'

'नाही काकु - मी जेवण करूनच आले! सुट्टी सुरू झाल्यासून हिची भेट नाही - तिची आठवण आली म्हणून आले भेटायला!'

'अगं तिला तर तुझी रोजच आठवण येते!'

'कसली आठवण काकु - ती तर राधासारखी शिवच्या आठवणीतच रममाण असते! तिला माझी काय आठवण येणार - रात्रं- दिवस शिवचा जप सुरू असतो!'

112

विजया सुलोचनाला मारण्यासाठी उठणार तेवढ्यात लक्षात आल्याने सुलोचना लांबच लांब पळते - विजया तिचा पाठलाग करीत तिच्यामागे धावते. सौ. सविता मॅडम हसत मान डोलवितात! बंटी टाळ्या वाजवित, 'ताई पकड, सुलू दिदीला! पळ जोरात! पकड!!'

'सज्ञान झाल्या दोघी परंतु अजून दोघींचा बचपना गेला नाही! लहानपणापासून दोघींचे असंच!' सौ. देशमुख म्हणाल्या.

'तेवढ्यात फोन खणाणला! - विजया फोन घेते.

'हॅलो...

'हॅलो...

'आपण?'

'विसरली विजे, आवाज नाही ओळखू येत! अगं,

मी शिव!'

खुलत, 'शिव कुठून बोलतोय?'

'अगं सिंदखेडला आलो आहे - इथूनच बोलतोय!'

आनंदाने हुरळून हलकंस हसत, 'विश्वास नाही बसत! खरंच शिव?'

'अगं हो ना!'

'कशाकरिता?'

'देवीच्या दर्शनाला!'

'शिव थट्टा नको करू यार! Please!!'

'अगं, आशापुरी देवीच्या दर्शनाला!'

'तू कशी आहेस? - बाकी सर्व?'

'अरे सर्व छान, आनंदी आहेत! शिव - ये ना मग घरी! खरंच ये घरी! - सर्व घरीच आहेत आई-बाबा! - ये भेट होईल!'

'ठीक आहे येतो!'

थोड्या वेळाने शिव ॲड. देशमुखांच्या बंगल्यावर आला. विजूने सस्मित दार उघडले.

'ये आत!'

शिवने ॲड. देशमुख व सौ. देशमुखकडे हसतमुखाने बघितले! त्यांनी शिवला बसण्याची खूण केली. शिवने दोघांसमोर जाऊन त्यांचे चरणस्पर्श करून नमस्कार केला - व खुर्चीवर बसला.

'सुलू तू पण इथे?'

'दादा, तू येणार आहे म्हणून आले तुझ्या स्वागताला!'

'छान झालं आपली भेट झाली!'

शिवने सर्वांना देवीचा प्रसाद दिला.

'आमच्या कुलदेवीचा - आशापुरी देवीचा प्रसाद आहे! दर्शनाला आलो. दर्शन झाले. मग विचार आला आपण इथे आलो आहोत तर भेटून घेऊ या सर्वांना!'

'छान केलेस - दर्शनाला आला की घरी येत जा!' ॲड. देशमुख शिवला म्हणाले.

'तुमची आशापुरी देवी कुलदैवत आहे?'

'हो आई!'

'अरे व्वा! - खूपच छान!' सौ. देशमुख म्हणाल्या.

'शिव, मी जेवायचे बघते - तू बोल आई-बाबांशी.'

114

'विजू, मी जेवण करूनच आलो. सकाळी १० वाजता घरून निघालो!'

'इतक्या लवकर स्वयंपाक होतो का शिव?'

'अगं, शेतात जायचे असते सर्वांना! लवकर स्वयंपाक करतात!'

'मग चहा?'

'घेऊ - जरा वेळाने - बैस तू!'

विजया खुर्चीवर बसते. सौ. देशमुख 'गजू' असा आवाज देतात. थोड्या वेळाने गजू चहा-बिस्कीट घेऊन येतो.

'मग आई-बाबांना पण आणायचे होते दर्शनाला!' सौ. देशमुख म्हणाल्या.

'सर्व येणार होते. पण कापसाची वेचणी सुरू आहे म्हणून ते आले नाहीत!'

'पुढच्या वेळेला आई-बाबांना घरी घेऊन ये - सांग मोठ्या मॉ ला मी बोलविले आहे म्हणून - भेटायला! सौ. देशमुख म्हणाल्या.

'हो, नक्की आई - देतो मी तुमचा मेसेज!'

'पेपर कसे गेलेत तुला?' ॲड. देशमुखांनी विचारले.

'सोपे गेलेत! वेळ अपूर्ण पडतो!!'

'तीन तास अपूर्ण पडतात तुला? - कमाल आहे! - का रायटिंग स्पीड कमी आहे?'

'नाही - रायटिंग स्पीड चांगला आहे!'

'बाबा, त्याच्या चार-पाच पुरवण्या असतात! कमीत कमी २० ते २२ पेजेस लिहितो तो!'

'फर्स्ट क्लास मिळेल?' ॲड. देशमुखांनी विचारले.

'मिळायला पाहिजे!' शिवने उत्तर दिले.

'काका, फर्स्ट क्लास फर्स्ट राहील दादा!' सुलोचनाने स्पष्ट केले.

'एवढ्या सगळ्या 'ॲक्टीव्हिटिज' करून तू वेळ कसा काढतो अभ्यासाला?'

'मी, नियमित म्हणजे अगदी जुलै पासून रोज तीन तास अभ्यासाकरिता देतो!'

'तुला कंटाळा नाही येत अभ्यासाचा?'

'एखाद्या वेळेला - येतो - मग एक-दोन दिवस वाया जातात! - मग पुन्हा खडबडून जागा होतो - अभ्यासाला लागतो!'

'It's good habit to study regularly! आमच्या विजूलाही हीच सवय आहे!' ॲड. देशमुख म्हणाले.

शिव होकारार्थी मान डोलवितो.

'तिच्यामुळेच मला ही सवय लागली!'

शिव विजयाकडे हसत बघत बोलतो. विजया समाधानाने स्मित करते.

'यावर्षी हंगाम कसा आहे? सौ. देशमुखांनी विचारले.

'वरुणराजाच्या कृपेने चांगला आहे. कडधान्ये, कापूस, ज्वारी - भुईमूग सर्व पीके छान आहेत! कडधान्ये तर घरी आली!'

'तुम्ही केळी लागवड केली असेल ना?

'२ बिघे - म्हणजे दीड एकरात आहे. केळी पण उत्कृष्ट आहे!'

'तू कॉलेज होस्टेलला राहतो?' ॲड. देशमुखांनी विचारले.

'मी - प्रायवेट होस्टेलला राहतो - म्हस्कर वसतीगृह!'

'अरे वा खूप छान! अप्पासाहेब म्हस्कर मुलांकडे खूप लक्ष ठेवून असतात!'

'हो - खूप शिस्तप्रिय आहेत अप्पासाहेब!'

'कॉलेजच्या होस्टेलला का नाही प्रवेश घेतला? अॅड. देशमुखांनी विचारले.

'प्रि. डिग्रीच्या मुलांना देत नाहीत - एफ.वाय.बी.ए. पासून मिळेल. पुढच्या वर्षी बघू ट्राय करून!'

'म्हस्करलाच रहा - खूप छान आहे! कॉलेज होस्टेलला सिन्सियर मुलांचा अभ्यास नियमित होत नाही!'

'खरं आहे! करतात अभ्यास - पण फक्त परीक्षेच्या महिना आधी - वर्षभर चालतो गोंधळ!' शिवने स्पष्ट केले.

जरा वेळ शांतता.

'बरं बाबा-आई येतो मी!'

विजया व सुलोचनाकडे शिव हसत मुखाने बघत मानेने त्यांची रजा घेतो.

'येत जा शिव - छान वाटले तुझ्याशी बोलून!' - अॅड. देशमुख म्हणाले.

'हो बाबा - मला पण खूप बरे वाटले तुमच्या सर्वांच्या भेटीने! - येतो

शिव, संध्याकाळी उशिरा धानोरा येऊन पोहचला. त्याने सर्वांचे चरण स्पर्श करून देवीचा प्रसाद दिला.

सिंदखेडला त्याची कॉलेजमधील मैत्रिण राहत असल्याची माहिती त्याने मोठ्या मॉस दिली - व तिच्या आईने आपण सर्व दर्शनाला जाऊ तेव्हा भेटायला बोलविल्याचे सांगितले.

'काय नाव आहे त्या मुलीचे?' मोठ्या मॉ ने शिवला विचारले.

'विजया धनंजय देशमुख!' शिवने उत्तर दिले.

'तुझ्या वर्गात शिकते का?'

'हो मॉ - माझी वर्गमैत्रिण आहे!'

हलकसं हसत, 'वर्ग मैत्रिण शोधली तू - वर्गमित्र नाही मिळाला कोणी?'

'मित्र पण आहेत आई पण ही मैत्रिण पण आहे!'

'सांभाळ बेटा - मुलींपासून जरा अंतर ठेवूनच राहायचं ! - तुझे तरुण वय आहे!'

'हो मॉ - मी घेतो काळजी!'

शिव भेटून गेल्यानंतर अॅड. देशमुख व परिवारात शिवबाबत थोडी चर्चा झाली.

'सुलू, तु शिवला दादा म्हणते?'

'हो काकु - तो माझा मानलेला भाऊ आहे - राखी पोर्णिमेपासून! - खूप स्वच्छ मनाचा अन् विचारांचा आहे तो!'

'मग तू विजूच्या लग्नाला इकडून येणार का तिकडून?' सौ. देशमुखांनी हसत विचारले.

'काकु - तुम्ही ना! आधी परवानगी तर द्या त्यांच्या लग्नाला!'

'अग, गंमत केली! गमती तुम्हीच करायच्या का?'

गंभीरपणे, 'काकु खरंच तुमची परवानगी आहे - शिवशी लग्नाला?'

'सुलू, माझे निर्णय सर्व विचारपूर्वक असतात! घाई-गर्दीने, भावनेच्या आहारी जाऊन घेतलेले निर्णय चुकतात!'

'आई, मी पण अत्यंत विचारपूर्वक निर्णय घेतलेला आहे!'

'एखाद्या मुलाला बघितल्याबरोबर त्यांच्याशी लग्न करण्याचा हा निर्णय विचारपूर्वक वाटतो तुला? का गं सुलू?'

'आई, मुलींची १० मिनिटांत वधु-परीक्षा करवुन घेऊन तिची संमती आहे असे गृहीत धरून लागलीच साखरपुडा, लग्न उरकतात हे योग्य वाटते तुला - का मुलींवर अन्यायकारक? समाजात 'वर-परीक्षा' का घेतल्या जात नाहीत? आई, मी बघताक्षणी शिवच्या प्रेमात पडले हे खरे - पण त्याचे अंतरंग जाणून घेतल्यानंतरच मी त्याला

माझ्या आयुष्याचा जोडीदार करण्याचे ठरविले!'

'एक-दिड महिन्यातच तुला त्याचे 'अंतरंग' कळले?'

'जर १० मिनिटात - अगदी घाई-घाईने झालेल्या भेटीत मला विक्रांतचं \ अंतरंग कळले असं तुम्ही गृहीत धरून पुढचे सर्व करायला निघाले तर मग जो मुलगा दिवसभर माझ्या समोर असतो - त्याच्या प्रत्येक हालचालीवर माझे लक्ष असते - त्याचे अंतरंग मला नाही कळणार? आई, माणसं लगेच कळतात! त्यांचे विचार, आचार, संस्कार, मॅनेरिझम्स वरुन!'

'विजू, त्याचे सोशल, फिनान्शीयल स्टेटसचे काय?'

'आई, काय मापन आहे तुझी आर्थिक अन् सामाजिक समृद्धीची जरा एकदा स्पष्ट करशील? शिव तुझ्या नजरेत 'भिकारडा' असेल - माझ्या नाही - त्याच्याजवळ सर्व आहे - घरदार जमीन - जुमला! पैसा खूप शिल्लक नाही!'

'अन् सामाजिक दर्जाचे काय?

'तो बघायचा असेल तर त्याच्या गावी गेल्यावर कळेल! अन - मिळवेल तो - ही तर त्याच्या आयुष्याची सुरवात आहे - अन् ती इतकी दमदार आहे. मला विश्वास आहे, तो एक ना एक दिवस सर्व सामाजिक मानपान प्राप्त करेल! - He is struggling very hard!'

'ठीक आहे विजू तू आत्मघात करायचे ठरविले आहे - तुला कसे रोखायचे? - तू अजिबात ऐकायला तयार नाही! तू त्याच्या प्रेमात वेडी झाली आहेस!'

'काकू, ते दोघे एकमेकांच्या प्रेमात खरोखरच वेडे आहेत! - Mad for each other! पण - प्रेम ही अशी ऊर्जा आहे, शक्ती आहे, ती माणसाला उच्च ध्येयप्राप्तीकडे नेत असते! दादा, विजूला खूप सुखात व आनंदात ठेवणारच! - तो

जीवनात चांगले स्थान निश्चितच मिळविणार! तुमचे फक्त आशीर्वाद विजूच्या पाठीशी राहू द्या! येते मी काकु - आई वाट बघत असेल!'

'ये सुलू - येत रहा बेटी!'

'अन् आईला मला अधनं-मधनं फोन करायला सांग - भेटत तर नाही ती!'

'हो काकू!'

'काकू, सांगते मी आईला - बाय!'

'आई, तुला शिवचा पूर्ण परिचय झाल्यानंतर म्हणशिल, 'My daughter isn't wrong in her choice!'

'Yes beti, I am eagerly waiting for that day! - and wish that day should come!' सौ. देशमुख विजूला म्हणाल्या.

इतका वेळ सर्वांचे संभाषण ऐकत असलेला विजयाचा धाकटा भाऊ बंटी आईला म्हणाला, 'मला ही चांगला वाटला शिव!'

'दिसायला का बंटी?' सौ. देशमुखांनी विचारले.

'हो, दिसतो पण छान अन्बोलतोही छान!'

'विजू, तुझी मेजॉरिटी वाढताना दिसते आहे बेटी!' ॲड. देशमुख हसत म्हणाले.

'स्वतः हिमालयासारखा भक्कम बाप पाठिशी असताना तिचे बहुमत होणारच ना!' सौ. देशमुख वैतागून म्हणाल्या.

'पोरगा गोड आहे - पुढे जे व्हायचे ते होईल!' ॲड. देशमुख म्हणाले.

'याचे उत्तर येणारा काळ देईल!' सौ. देशमुख म्हणाल्या.

'बाईसाहेब तुम्ही जे म्हणत आहात मी पण तेच म्हटलं - थोडे शब्द वेगळे वापरले!'

'तुम्ही कसलेले निष्णात वकील आहात, मला काय जिंकू देणार?'

'तुम्ही उत्कृष्ट राजकारणी आहात देवीजी!

राजकारणी कुणाचे चालू देतात का?' ॲड. देशमुखांनी कोपरखळी मारली!

जरा वेळ शांतता.

'आई, मी 30 नोव्हेंबरला अमळनेरला जाईन!'

121

'वेळ आहे विजू अजून!'

'वेळ आहे - पण तुझ्या कानी घातले!'

'ठीक आहे!'

'माझे पण २८ नोव्हेंबरचे रिझर्वेशन आहे - पार्टी मिटिंग आहेत मुंबईला!!'

'मला ते कळले म्हणून तुला आधीच संगितले!' विजयाने स्पष्ट केले.

'काळजी घे - अभ्यासाकडे अजिबात दुर्लक्ष व्हायला नको! जा काही हरकत नाही!' सौ. देशमुख म्हणाल्या.

'हो आई!'

३० नोव्हेंबरला विजया व सुलोचना अमळनेरला आल्या. संध्याकाळी शिव व बीडीसुद्धा अमळनेरला येऊन पोहचले. रात्री मेसमध्ये शिव व विजूची भेट झाली. जेवण आटोपल्यावर ते कॉलेजच्या प्रांगणात थोडा वेळ येऊन बसले.

'उशिर झाला शिव यायला - आम्हाला वाटले सकाळी १०-११ वाजेपर्यंत येणार!'

'हो विजू, सकाळी निघणार होतो पण बाबा म्हणाले कॉलेज तर उद्या उघडते! जा संध्याकाळपर्यंत - जेवण कर - थोडी विश्रांती घे - मग निघा!'

'काळजी करतात बाबा तुझी!' विजया म्हणाली.

'हो, विजू खूप काळजी घेतात!'

'घरी सर्व ठीक शिव?'

122

'हो, सर्व मस्त आहे - हंगाम चांगला असला की आनंदी-आनंद असतो!'

'ते तर आहे शिव! - आणखी काही विशेष घडामोडी?'

'घडामोडी जबरदस्त!' - भावेश म्हणाला.

'म्हणजे काय झाले असे?'

'तुमची 'लव्हस्टोरी' सांगितली त्याने आई-बाबांना!'

'शिव, मग आई-बाबांच्या प्रतिक्रिया?'

'विजू, प्रेम सहजासहजी मोठ्या मनाने, आनंदाने स्विकारणारे आई-बाबा नाहीतच! जे तुझ्या घरी - ते माझ्या घरी!'

'भांडणे झालीत का?'

'भांडण नाही झालं - पण वादावादी झाली! चार-पाच दिवसापासून तेच सुरू होते!'

'मग, चर्चेतून काय निष्पन्न झाले?'

'विरोध - सर्वशक्तीनिशी - सर्व एका बाजूला मी एकटा एका बाजुला!'

'नाही परवानगी मिळणार शिव आपल्या मॅरेजला?'

'शेवटी म्हणाले, तू शिक्षण तर पूर्ण कर - मग ठरवू काय करायचे ते!'

'त्यांनी परवानगी नाही दिली तर?'

'आपले लग्न होणारच! I am very firm! - परवानगी दिली - नाही दिली आपण विवाह करणारच - हे आपले दोघांचे ठरलेले, त्यात बदल नाही विजू!'

जरा वेळ शांतता.

'प्रेमाचा प्रवास झपाटलेल्या वादळ-वाऱ्यातूनच असतो विजू! - तुम्ही फक्त दोघं एकमेकांचा हात घट्ट धरून ठेवा, काही झाले तरी सोडू नका!' सुलोचनाने सुचीत केले.

'शिव, तू हिंमत हारू नको!'

'नाही विजू, मी हिंमत हारणार नाही! परिस्थितीपुढे हार मानणार नाही - घरी मी अगदी शांत होतो - बाबा खूप संतापले,

फक्त मारायचे बाकी राहिले होते, धावुन आले माझ्याकडे! पण मी अतिशय मुद्देसुदपणे व शांतपणे त्यांची मानसिकता बदलविण्याचा प्रयत्न करीत होतो - नाही का भावेश?'

'हो विजया - शिवने खूप निर्धाराने, अतिशय ठामपणे आपले म्हणणे मांडले. पण 'इंटरकास्ट लव्ह मॅरेज' म्हटले की सर्वांच्या भुवया ताणल्या जातात. पुन्हा याच्या बालविवाहाचे काय? त्यामुळे त्यांनी - शिवच्या बाबांनी सरळ सांगितले - कोणत्याही स्थितीत तुला लग्नाची परवानगी मिळणार नाही. तुझे बालपणी झालेले लग्न तुला स्वीकारावेच लागेल - नाहीतर - तेवढ्यात शिवच्या मोठ्या माँ ने त्यांना थांबविले!' भावेशने स्पष्ट केले.

'नाहीतर पुढे काय म्हणाले असते बाबा?'

'सर्व हेच म्हणतात, आमच्याशी काहीही तुमचे संबंध राहणार नाहीत - आमच्या घरी पाय ठेवायचा नाही - त्या मुलीला इथे आणायचे नाही!!! - यापैकी एक नाहीतर हे सगळं!' शिवने स्पष्ट केले.

'मग कसं होणार शिव?'

'मोठ्या माँ चे शिववर अमर्याद प्रेम आहे - सावत्र आई असल्या तरी - त्या शिवला सपोर्ट करतील कदाचित!'

'पण भावेश शिवचा ज्या मुलीशी बालविवाह झालेला आहे - ती तर शिवच्या मोठ्या मॉ च्या जवळच्या नात्यातीलच आहे - अशा परिस्थितीत ...!!'

'तसं सार खूप अवघड आहे तुमच्या दोघांसाठी! - पण शेवटी नियती-इश्वरेच्छा!'

प्रकरण ५ वे

लव्ह ट्रँगल

शिवचे कॉलेजमध्ये रुटीन व्यवस्थित सुरू होते. शिव अपेक्षेप्रमाणे टर्मिनल एक्झॅम मध्ये फर्स्ट क्लास मिळवून क्लास टॉपर झाला.

विजया फर्स्ट क्लास मिळवून वर्गात दुसऱ्या क्रमांकावर होती. विजयाने ही बातमी कळविण्यासाठी घरी फोन केला.

'हॅलो बाबा - '

'बोल बेटी सगळं ठीक आहे?'

'हो बाबा - आमचा टर्मिनल एक्झॅमचा रिझल्ट मिळाला. मला फर्स्ट क्लास मिळाला!'

'व्हेरी गुड! - तुझ्या चॉकलेट हिरोचे काय?'

'बाबा, क्लास टॉपर आहे तो!'

'तुझा चॉकलेट हिरो?'

'छान! हुशार आहे पोरगा!'

'तुमचे दोघांचे अभिनंदन. अशीच प्रगती करा!'

'धन्यवाद बाबा. आई आहे जवळ?'

'सध्या मुंबईला मुक्काम! राजकीय उलथा-पालथी सुरू आहेत! काही दिवस तिथेच थांबणार आहे!' - तिचा येईलच फोन - कळवितो तिला!'

'हो बाबा - बाय!'

विजयाने फोन ठेवला.

126

शिवने पोस्टकार्ड पाठवून घरी रिझल्ट कळविला. शिवच्या बाबांना खूप आनंद झाला. शिवची कॉलेजमधील एका मुलीशी मैत्री आहे हे कळल्यावर ते चिंतीत होते. शिव अभ्यास सोडून इतर तर काही उद्योग करीत नसेल ना असे त्यांना वाटायचे पण शिव पहिल्या नंबरने वर्गात आल्यांने त्यांना खुप समाधान झाले.

अमळनेर कॉलेजला शिवच्या गावातील इतर काही मुले असल्याने त्यांनी शिवबाबत गावात व समाजात अपप्रचार करण्यास सुरवात केली होती. ते ऐकुन शिवचे बाबा अस्वस्थ होते. पण आता ते खुप आनंदित झाले व त्यांनी जवळच्या नातलगांना शिव वर्गात पहिला आल्यांने पेढे वाटले.

शिव व विजया दररोज टेबल-टेनिसची प्रॅक्टीस करायचे! शिवचे खेळातील नैपुण्य बघून विजयाने शिवला जळगाव येथील 'फाइव्ह स्टार क्लब' चे सदस्यत्व घेण्यास सांगितले. शिव शनिवारी व रविवारी जळगावला क्लबमध्ये टेबल-टेनिस खेळण्यास जाऊ लागला.

शिवचा खेळ दर्जेदार असल्याने थोड्याच दिवसात त्याने या क्लबमध्ये आपली ओळख निर्माण केली. तिथे त्याची विवेक वेद व ज्योति इनामदार या दोघे टेबल-टेनिस चॅम्पीयनशी गट्टी जमली. विवेक व ज्योति दोघे एम.जे. कॉलेज जळगाव येथे शिकत होते. दोघे चांगले मित्र होते. शिवशी या खेळामुळे त्यांची मैत्री जमली.

शिव बॅक हॅण्ड व स्पिन मध्ये थोडा कमी असल्यांने त्याने यात सुधारणा करण्याचे ठरविले.

ज्योति इनामदार मात्र 'स्पिन व बॅकहॅंड' ची 'क्विन' गणली जायची. शिवने ज्योतिच्या या स्किलचा फायदा घेण्याचे ठरविले!

शिव ज्योतिसोबत खेळताना स्पिन व बॅक हॅंडची प्रॅक्टीस करायचा! हळुहळु दोघांची जवळीक वाढु लागली! गेमच्या इंटरवलमध्ये

दोघे गप्पा व हसी-मजाक करीत! केव्हा केव्हा विवेक त्यांना येऊन मिळायचा! शिवचा मनमोकळा स्वभाव विवेक व ज्योतिला आवडायचा!

दोन दिवस जळगावला प्रॅक्टीस करून आल्यानंतर सोमवारी विजयाची भेट झाल्यावर शिव तिला इत्यंभूत माहिती द्यायचा!

थोड्याच दिवसात शिवच्या गेममधील स्पिन व बॅकहँड मध्ये झालेली सुधारणा बघुन विजयाला खुप आनंद व्हायचा! तिला वाटायचे शिवचे विद्यापिठाच्या संघात स्थान पक्के झाले पाहिजे!

'शिव, यापुढे फक्त टेबल-टेनिस खेळत जा - व्हॉलीबॉल व इतर खेळ बंद कर - तो वेळ इकडे देता येईल!'

'हो विजू, मी सुद्धा तसाच विचार करीत होतो!'

'शिव Jack of all होण्यापेक्षा Master of One होणे केव्हाही फायद्याचे!'

'Yes sweetie, I fully agree with you!'

हसत, 'बरं शिव जळगावची तुझी टेबल-टेनिस

मैत्रिण कोणत्या वर्गात आहे?'

'ज्योति, प्रि-डिग्री आर्टसला - अगदी आपल्यासारखे!'

'नाव काय म्हणाला?'

'ज्योति इनामदार'

'छान नाव आहे? - दिसायला सुंदर आहे?'

'म्हणजे काय? सुंदर हा शब्द तिच्यासाठी अपुर्णच!'

'शिव, उगीचच मला चिडवू नको!'

128

'अगं, चिडू नको? खरचं खुप सुंदर आहे ती!! मधुबालासारखी गौर कांती, हेमा मालिनीसारखे कमलनयन, त्या ॲन्टेनिच्या क्लिओपात्रासारखे नाक - अगदी सरळ, नाजुक कमनिय शरीरयष्टी, हरिणीसारखी चाल..'

'म्हणजे सारखी पळत सुटते का?' विजयाने विचारले व पुढे म्हणाली,

'कारण इतके सगळे असल्यावर त्रास होणारच - जीव वाचवावा लागेल!'

'विजू तू लिंक तोडली माझी!'

'मी कशाला तोडू? तुच मला 'डिलिंक' करण्याच्या मार्गावर दिसतोस!'

'अगं, ऐकना पुढे - '

'हं सांग!'

'अन् हसणं तर विचारू नको! अगं, दुसरी मोनालिसा!'

विजया फणकाऱ्याने, 'ठीक आहे येते मी! बायबाय' -

शिव विजयामागे पळत जातो, 'ए s ए s ए माय डिअर, माय स्विटी.... निघाली कुठे? - अगं थांब.'

'विजे, तू खरंच निघालीस?'

'मग काय करू थांबून? तुला मोनालिसा, मधुबाला आणखी काय काय सर्व एकत्र भेटल्यावर! बाबा हे सारं माझ्यात नाही!'

'विजू, गंमत केली!'

'पक्का अवलिया आहे तू! - बरं गेम कसा आहे तिचा?'

'तिचे विद्यापिठ संघात सिलेक्शन झाले! भन्नाट खेळते! मला तिचा खेळ खुप आवडतो!'

'शिव खेळापुरते मर्यादित ठेव बरं! नाहीतर आपला खेळखंडोबा व्हायचा! - आता योगायोगाने त्या टेबल-टेनिस क्वीनशी ओळख झाली आहे तर तिच्यापासुन स्पिन अन बॅकहँडचे स्किल अवगत करून घे!'

'हो! - अगं तिच म्हणाली -

'काय म्हणाली?'

'शिव, तुझा गेम खुप दर्जेदार आहे पण वाईट वाटुन घेणार नसशील तर बोलू?'

'तुझ्याशी एवढ्यात 'एकेरी' बोलायला सुरवात! - अगो बाई!!'

'अगं तिच बोलणे तसेच आहे!'

'सर्वांशी एकेरी? - म्हणजे उद्धट आहे!'

'उद्धट नाही म्हणता येणार! असते पद्धत एकेकाची बोलण्याची!'

'शिव! तू का डिफेंड करतोय तिला?'

'विजू, तुला का राग येतोय एवढा?'

'तुझा तिच्याशी डेव्हलप होत

असलेला 'अनुराग' बघुन!'

'यार तू पूर्ण तर ऐकून घे! डिस्टर्ब नको करू मला!'

'बरं सांग पुढे काय झाले?'

'ज्योति मला म्हणाली - तू स्पिन अन् बॅकहँड मध्ये मार खातो! - तुझा दोष नाही काढत रे - पण जे आहे ते सांगितले!'

130

'मी तिला म्हणालो - 'तू हे आज सांगते आहे! हे - हे मला तर विजूने खूप आधी सांगितले व म्हणून क्लब जॉईन करायला सजेस्ट केले!'

'मग शिव - काय म्हणाली ती?'

'कोण ही विजू?' ज्योतिने मला विचारले.

'मग तू काय उत्तर दिले?'

'सांगितले - खरे काय ते!'

'अरे पण काय? - तू नं शिव उगीचच सस्पेन्स निर्माण करतो!'

'माय डिअर स्विटी कथन कसे जिज्ञासा वर्धक झाले पाहिजे!'

हसत, 'हो वाढली माझी जिज्ञासा - सांग पटकन! जिज्ञासावर्धक? कुठून शोधून काढतो असे शब्द देव जाणे! अरे - थांबलास का? सांग आता पटकन!'

'विजू, तू बोलू देशील तेव्हा ना - तू मध्ये मध्ये बोलते!'

'आता नाही बोलणार सांग!'

मी ज्योतिला म्हणालो, ' विजू इज माय बिलव्हड! माझी प्रेयसी!'

'असं स्पष्ट सांगितले?'

'हो - हेच शब्द!'

'मग तिची प्रतिक्रिया?'

'बोलली नाही - फक्त गोड हसली अन् बाय करून विवेक सोबत निघून गेली!'

'शिव तिचे हसणे ही तुला गोड दिसायला लागले - माझे 'स्माईल' तुला गोड वाटायचे! आता तिचे! - काय सुरू आहे तुझे? - तुझे जळगावला जाणे बंद! - उफ! ओ माय गॉड!!'

'खरंच, बंद का स्विटी, माय डिअर!!'

'आता नको मस्का लावू - बघू शनिवारी!'

'हे बघ स्विटी तुझे स्वप्न आहे मी यूनिवर्सिटी प्लेअर व्हावे म्हणुन - त्यासाठी मी झटतो आहे!'

'हो शिव मला मनापासुन वाटते तू विद्यापिठ काय स्टेट प्लेअर व्हावा म्हणुन!'

'मी होईल विजू - तुझ्या प्रेमाची ऊर्जा मला सतत परिश्रम करण्यास उत्तेजीत करते! पुढे जाण्यासाठी मला नवनवीन रस्ते शोधावे लागतील! मार्गात काही प्रवासी - सहप्रवासी भेटतील!'

'म्हणजे ज्योति तुझी सहप्रवासी असेच सुचीत करायचे आहे ना तुला? मग आपल्या पुढच्या सहप्रवासाचे काय शिव?'

'विजू, ज्योति तात्पुरती सहप्रवासी! तू तर माझी जीवनसाथी! तुझे निस्सीम प्रेम, सहवास माझे इंधन!'

'शिव, माझ्या प्रेमाची ऊर्जा आहेच पण ती ज्योति आता फडफडायला लागली ना? - मग भिती वाटणारच!'

'विजू, हे सारे तू सिरिअसली बोलतेय?'

विजया शिवकडे बघुन हसत, 'नाही शिव! - तुझी थोडी गंमत करावीशी वाटली! तू माझा आहे अन् जीवनभर माझाच असणार!'

'मग शनिवारचे?'

'अरे जा! - carry on!' हसते.

शिव खूप आनंदित होऊन रूमवर आला. शनिवारी सर्व तासिका आटोपल्यावर तो जळगावला निघाला. 'फाइव्ह स्टार' टेबल-टेनिस क्लबच्या कोर्टवर तो सरावासाठी हजर झाला. सर्व खेळाडू जमले होते. आपसात गप्पा-गोष्टी सुरू होत्या. ज्योतिने शिवला बघितल्यावर ती हसत त्याच्याकडे आली!

'केव्हा आलास शिव?' ज्योतिने विचारले.

'झाले की दहा मिनीट! - तु विवेकशी बोलत होतीस!'

'अरे हो - तो महत्वाचे काहीतरी सांगत होता!'

'विवेक - अन् महत्वाचे?' शिव हसतो - 'what a joke?'

'अरे - हसतो काय? खरंच!'

'तो काय सांगत होता - मी विचारणार नाही तुला -

'शिव, मुंबईच्या नेने सरांच्या जळगावला येण्याबाबत - दुसरं खाजगी असं नाही'

'अविनाश नेने? नॅशनल टेबल-

टेनिस चॅम्पीयन?'

'हं - त्यांच्याच बद्दल! आहे की नाही महत्वाचे?'

'हो आहे! - बरं त्यांचे काय? येताहेत जळगावला?'

'शिव, आर्डेसर प्रयत्नशील आहेत - त्यांच्या तारखा मिळत नाहीत!'

'Oh - so sad! - आले पाहिजे ज्योति ते जळगावला!'

'बरं तू कसा आलास अमळनेरहून?'

133

'कसं म्हणजे? - नेहमीसारखा! नेहमी येतो तसाच!'

'शिव, आता मी मारीनच तुला!'

'अग ट्रेनने - ते ही पॅसेंजरने! मस्त थांबत - थांबत - अर्धा तासाचा प्रवास पण लागतो दीड-तास!'

'अरे मग तू एक्सप्रेस ट्रेनने का येत नाही?'

'सर्व एक्सप्रेस गाड्या ऑड टाईमला आहेत! रात्री-बेरात्री! पॅसेंजर खुप सुटेबल आहेत!'

'खुप गर्दी असते शिव - पॅसेंजरला!'

'असते! - काय ऑप्शन आहे! मी नेहमी स्टँडिंग येतो! गाडीत चढता आले व पाय ठेवायला जागा मिळाली एवढे फक्त बघायचे!'

'शिव, तू कॉलेज चेंज कर अन् इथे ये!'

'मला विजू येऊ देईल का?'

'शिव खरंच तुझी प्रेयसी आहे का नुसता फेकतोय!'

'मी 'फेकू' कॅटेगरीतला नाही - मी सत्यवादी!'

'अ ऽ हा ऽ हा!! हा सुद्धा पुन्हा 'फेकण्याचा' प्रकार! नाही का शिव? राजा हरिशचंद्रानंतर तुझेच नाव घेतले जाते सत्यवादी म्हणून - असंच ना?'

'राजा हरीशचंद्राची मी काय कोणीच बरोबरी करू शकणार नाही! - पण मी जे बोलतो ते खरे - सत्यम् वद धर्मम् चर!'

'म्हणजे महाभारतातील युधिष्ठीर उर्फ 'धर्मा' सारखे असेच ना?'

'उफ! ज्योति - तू केवढी मोठी मोठी नावे घेतेस - मी आपला पामर गं!'

'मग पामरा - चल - आपली टर्न आली खेळू या!'

शिवने दोन दिवस क्लबमध्ये सातत्याने सराव केला - रविवारी संध्याकाळी तो परत यायला निघाला.

'शिव - वेट - वेट - आय ड्रॉप यू!'

'कशाला ज्योति - जवळच आहे - जातो मी!'

'अरे, खेळुन खेळुन दमलास किती? पुन्हा इतक्या लांब पायी जाणार? - बैस मुकाट्याने गाडीत - तुझी ट्रेन जायची!'

'बाय शिव!' - ज्योतिने शिवला स्टेशनला ड्रॉप केले.

'Thanks Jyoti - Bye bye!'

शिव अमळनेर स्टेशनला उतरल्याबरोबर कॉलेज मेसकडे गेला. तिथे विजया, सुलोचना व भावेश जेवण करीत होते. शिव त्यांच्या बाजुला जाऊन जेवायला बसला - सर्व जेवण आटोपुन बाहेर आले.

'शिव जळगावला जेवणाचे कसे करतो?

क्लबमध्ये आहे का व्यवस्था?' विजयाने विचारले.

'छे विजू, कल्बमध्ये कसली आली व्यवस्था? बाहेर जवळच खुप हॉटेल्स, बोर्डिंग आहेत - मी छान होटेलमध्ये जातो!'

'व्हेज का नॉनव्हेज?'

'प्युअर व्हेज - तिथे फक्त पुरीभाजी, पापड, श्रीखंड, बासुंदी मिळते.

'एवढं सगळं? लिमिटेड की अनलिमिटेड?'

'अगं, लिमिटेड असते - फक्त चार पुरी व एक वाटी बटाटा भाजी - इतर हवे असल्यास ज्यादा पैसे! एक्स्ट्रा काहीही हवे असल्यास मिळते!'

'ज्योति व इतर खेळाडू काय करतात?'

'त्यांचे स्वतःचे घर असल्याने जेवण करून येतात. माझ्या सोबत बाहेर गावचे दोन-तीन खेळाडु असतात.'

'म्हणजे तुला सोबत आहे?'

'हो आहे! पण असली-नसली तरी 'पोटपुजा' तर करावी लागते. उपाशी पोटी नाही खेळले जात - लंचन पाहिजेच!'

'हो शिव! त्याशिवाय स्टॅमिना कसा येणार? कोच आले होते?'

'हो - नेहमीचे स्थानिक कोच असतात पण आर्डेसर - क्लबचे सर्वेसर्वा मुंबईचे अविनाश नेने सरांशी करार करण्याच्या प्रयत्नात आहेत - पण त्यांच्या तारखा मिळत

नाहीत - नॅशनल चॅम्पियन आहेत ते!'

'वाव शिव! खरंच किती मस्त! तुला नॅशनल चॅम्पीयनचे मार्गदर्शन मिळेल!'

'हो विजू - आमचे आर्डेसर खूप महत्वाकांक्षी आहेत - त्यांना वाटते आपल्या क्लबचे दोन-तीन प्लेअर नॅशनल पर्यंत पोहचले पाहिजेत!'

'खुप छान झाले शिव - तुला चांगला स्कोप आहे! बरं, तुझी खास मैत्रिण भेटली असेलच!'

'आता क्लबमेंबर म्हटल्यावर दोन दिवस भेटी होतात!'

'काही विशेष बोलणे तिच्याशी?'

136

'कसलं बोलणं? फक्त खेळायचे व दमायचे - बसायचे घाम पुसत! हो - निघताना तिने मला स्टेशन वर सोडले!'

'स्कुटरने का कारने?'

'अगं कार आहे तिची!'

'तिला येते ड्रायव्हिंग?'

'ते नाही माहित मला! ड्रायव्हर होता गाडी चालवायला!'

'बरीच काळजी घेते तुझी!'

'हो - स्वभावाने ओपन हार्टेड आहे!'

विजया चमकत, 'ओपन हार्टेड? Oh nice!'

'पण तुझे 'हार्ट' जरा लांबच असू दे तिच्यापासुन!'

'मला हार्ट आहेच कुठे? ते तर तू कधीच लांबविले!'

'खरंच शिव?'

'तुला का शंका यावी स्विटी?'

'शंका नाही रे - पण थोडे 'कन्फ्युज' व्हायला होते!'

'विजे, तुला थोडे 'कन्फ्युज' व्हायला होते पण तुझ्या त्या कन्फ्युजन मुळे माझे 'फ्युज' उडायला लागले त्याचे काय?'

'सॉरी शिव - But I really feel insecured! - तू जळगावला जायला लागल्यापासुन माझ्या मनात एक अनामिक भिती निर्माण झाली आहे!'

'हे बघ विजू - तुझ्या आनंदापेक्षा माझ्या दृष्टीने कोणतीच गोष्ट मोठी नाही! - मी क्लबचे सदस्यत्व सोडतो - झंझटच गेली!'

'Shiv, I don't mean that! यार, तू जरा समजून घे मला!'

'सुलू, काय करू? क्लबला जाणे बंद करू का?'

'नाही दादा - आमचा विषय झाला - मी तिला खुप समजाविले But she feels unsafe! हे मात्र खरे! - She believes you fully!'

'जर विश्वास आहे तर मग कोणताच अविचार मनात यायला नको विजूच्या! I can't see her all the time upset! वो टिटिकी ऐसी की तैसी! विजूके लिए तो सारी दुनियाको ठुकरा देंगे हम!'

'शिव, please no more filmy dialogues यार - I believe you! - That's all!' विजूने शिवला आश्वासित केले.

'गुडनाईट शिव!'

'गुडनाईट डिअर - नो मोअर रॉन्ग थिकिंग!'

विजया व सुलोचना हसत होस्टेलकडे जातात.

'छान बोललास शिव!' भावेश म्हणाला.

'मी नुसता वरवर बोललो नाही भावेश - माझे अंतःकरणाचे बोल होते ते! ज्योतिशी माझी मैत्री दृढ होते आहे हे मी मान्य करतो - पण विजू माझी नुसती मैत्रीण नाही - She has become part of my soul!'

'Yes Shiv! I know, I understand! हा मुलींचा स्वभाव असतो! मुली मुळातच संशयी वृत्तीच्या असतात!'

'हो पण विजू याला अपवाद आहे असे मी समजतो! ती माझ्यावर संशय घेऊच शकत नाही व तिने घेऊ सुद्धा नये असे माझे ठाम मत आहे!'

138

'Frailty - thy name is woman!'

'हो भावेश असे म्हटले जाते! पण हे फक्त इतर मुलींच्या बाबत! My Viju is totally different! म्हणजे मी तिला जे समजतो, ओळखू शकलो ते! - ज्योति सुद्धा खुप व्यवस्थित आहे - सभ्य सुसंस्कृत आहे - तिच्या लाघवी स्वभावामुळे ती कुणालाही आवडते!'

१४ जानेवारी १९७० - मकर संक्रांतीचा शुभ दिवस - अघोषीत सुट्टीसारखे कॉलेजमधील वातावरण! सर्व मुले-मुली एकमेकांना तिळगुळ देण्यात मग्न!

सर्व मुली नव्या नवरीसारख्या नटुन-थटुन आलेल्या! तिळगुळ देण्याच्या निमित्ताने प्रत्येकजण 'आपल्या मन की राणी' ला तिळगुळ देऊन तिच्याशी बोलण्याची, हसण्याची - लाडीगोडी करण्याची संधी शोधत होता, घेत होता!

विजयाची गौरकांती ब्लॅक अँड व्हाईट कॉम्बीनेशन असलेल्या साडी मॅचिंगमध्ये उजळुन निघाली होती! सर्व पोरांच्या नजरा तिच्यावरच खिळलेल्या होत्या. तिला तिळगुळ देणारांची चढाओढ सुरू होती - अक्षरशः रांग लागली होती!

ती ज्याला तिळगुळ द्यायची व घ्यायची तो तिच्या सुहास्यवदन चेहर्‍यांकडे बघून हरखुन जायचा! विजया मात्र हवाई सुंदरीसारखी चेहर्‍यावर कृत्रिम हास्य आणून सर्वांना प्रफुल्लीत करीत होती!

विजयाचे कमलनेत्र मात्र या हास्याच्या खर्‍या हकदारचे शोध घेत होते. सर्वत्र वेगवेगळ्या परफ्युमचा सुगंध दरवळत होता. हळुहळु विजयाच्या सभोवतालची गर्दी ओसरल्यावर शिवचा कंपु तिला तिळगुळ द्यायला पुढे सरसावला!

विजयाकडे हसत बघत भावेश म्हणाला, 'आम्हाला वाटले आज तिळगुळ द्यायला आपला नंबर लागतो की नाही?'

दीपक पाडवी म्हणाला, 'बाप रे! इतनी भिड?'

जैसेकी कॉलेजमे कोई अभिनेत्री पधारी हो!'

विजया त्या दोघांकडे हसत बघत म्हणाली 'काय हो तुम्हीपण - उगीचच काहीतरी! - घ्या तिळगुळ अन् असेच गोड रहा!'

दोघांना तिळगुळ देऊन झाल्यावर विजयाने शिवकडे बघितले, 'शिव आम्हाला तिळगुळ नाही देणार आता?'

शिवने खिशातून छोटेसे गिफ्ट काढले - विजयाच्या हाती देत, please accept as the token of my love and never ending affection for you!'

विजया त्या इवल्याशा गिफ्टकडे बघत भावुक होत म्हणाली, 'Thanks Shiv! It's most precious gift for me! नुसता तिळगुळ दिला असता तरी चालले असते, गिफ्टची काही आवश्यकता नव्हती!'

'घे हा तिळगुळ - Be happy for ever!' दोघांनी एकमेकांना तिळगुळ दिला.

'विजू, तू आज अप्रतिम सुंदर दिसत आहे!' - शिव विजूकडे नखशिखान्त बघत उद्गारला.

'हो दादा - मी तिला सकाळीच म्हणाले!'

'काय म्हणाली तिला?'

'आज कॉलेजला ॲम्ब्युलन्स नक्की बोलवावी लागेल! अन् बघितले ना तू घायाळ झालेल्यांची तोबा गर्दी!' - असे म्हणून सुलोचना विजयापासून लांब पळते.

'सुले जाशील कुठे? बघते मी तुला

नंतर!'

शिव विजयाकडे प्रेमभऱ्या नजरेने बघत गुणगुणायला लागतो.

'अपनी आँखोंमे बसाकर कोई इकरार करू, जिंमे आता है के जी भरके तुझे प्यार करू! अपनी आँखोंमे....!'

सर्व शिवभोवती गोळा होतात... 'दादा, ही खरी संक्रांतीची गिफ्ट! गीत म्हणून दाखव ना - please!'

भावेश म्हणाला, 'yes - we also like!'

'सुलू, आज तिचं रूप तसच आहे गं!' तुम्ही सर्व आग्रह करीत आहेत म्हणून गातो...

'मैने कब तुझसे जमानेकी खुषी माँगी है, एक हलकिसी मेरे लबने हँसी माँगी है, एक हलकिसी मेरे लबने... हँसी माँगी है - सामने तुझको बिठाकर तेरा दिदार करू... जी मे आता है के जीभर के मुझे प्यार करू----

सर्व जोरजोरात टाळ्या वाजवित शिवची प्रशंसा करतात. विजू मात्र शांतपणे गीत ऐकत गीतातला एक एक शब्द पचवित होती! थोडा वेळ शांत राहुन खुप भावुक होत शिवला म्हणाली, 'किती प्रेम करतोस शिव! मला नं तुझ्या प्रेमाची खुप भिती वाटते रे! काही विपरीत... अनपेक्षीत... विजया बोलताना मध्येच थांबते व शिवकडे डबडबलेल्या डोळ्यांनी बघते.

थोडा वेळ शांतता. विजया डोळ्यातुन ओघळणारे अश्रु पुसुन घेत शिवकडे शांतपणे बघते - शिव पण भावुक होऊन विजयाकडे बघत राहतो.

विजया अश्रुभरीत नेत्रांनी शिवने नुकत्याच दिलेल्या इवल्याशा गिफ्टकडे बघत 'शिव I shall keep it with me forever! I have no gift to give you in return today!'

'My Sweetie, you are the most precious gift given to me by God! - I need no more gifts!'

शिव विजयाचे दोन्ही हात हातात घेत, 'Love you dear love you forever - up to my last breath!'

सर्व भावुक होऊन विजया व शिवकडे बघतात.

रुमवर गेल्यावर विजयाने गिफ्ट उघडुन बघितले. शिवने हातरुमालाची जोडी गिफ्ट केली होती. या हात रूमालावर हृदयाच्या आकारात 'विजया-शिव' ही नावे कशिदा केलेली होती. शिवकडुन प्रथमच मिळालेले गिफ्ट तिला खुप आवडले! ती सुलोचनाला म्हणाली, 'सुले, हे गिफ्ट माझ्यासाठी खुप म्हणजे हिरे-मोती माणकांपेक्षाही जास्त मौलिक आहे! यातील एक रुमाल मी आयुष्यभर आमच्या प्रेमाची आठवण म्हणून जपुन ठेवेन - अन् दुसरा नियमित वापरासाठी घेईन! मी शिवला काय भेट देऊ सुलु?'

'Nothing! Only love him as usual forever! - that will be the everlasting gift for him!

'ठीक आहे सुलु - I like your view point!'

प्रकरण ६ वे

आघात अन् अपघात !!

कॉलेजचे स्नेहसंमेलन फेब्रुवारीच्या १ ल्या आठवड्यात होणार होते. त्याबाबतच्या सुचना फलकावर झळकल्या!

शिवने सिनेगीत गायन मध्ये व विजयाने समुहनृत्य या कार्यक्रमांत सहभाग नोंदविला.

'शिव कोणते गीत म्हणणार आहेस? - काही ठरविले का?' विजयाने विचारले.

'एक ड्युएट अन एक सोलो सॉग गाण्याची परवानगी आहे - बघू कसे जमते!'

'ड्युएटला सोबत कुणालाही घे - पण त्या वेदिका बक्षीला सोडून!'

'का विजू? - What happened?'

'अरे, नेहमी येता-जाता तिचे टोमणे सुरू असतात! She is very jealous with me!'

'पण का?' शिवने विचारले.

'तिला वाटते मी तुला इतर मुलींशी बोलण्यास प्रतिबंध केला!'

'ठीक आहे डिअर - नको टेंशन घेऊ! - आपण दुसरी सहगायिका बघू!'

'पण मग कोणाला घेणार शिव?'

'आपण सायली पटवर्धनला विचारून बघू?'

'हो - ती चालेल - छान गाते! पण तिचा सहगायक राहुल देशपांडे आहे ना?'

'विजू At least let's see her!'

'हो - ती संगीत भुवन मध्ये असेलच! जाऊ या तिकडे!'

शिव, विजया, सुलोचना व भावेश

सर्व संगीत भुवन मध्ये येऊन सायलीला भेटतात.

'इकडे कसा काय दौरा आज विजू?'

'अगं, तुझ्याशी काम होते - जरा बाहेर बोलू!'

'ओके!'

विजया सायली पटवर्धनला शिव सोबत गाण्याची विनंती करते - ती तडका फडकी स्विकारते.

'सायली तुझा सहगायक राहुलला वाईट नाही वाटणार?'

'अगं, तुम्ही येण्याच्या आधी राहुल अन् मी याच विषयावर बोलत होतो. त्याला व्हायरल इनफेक्शन आहे - May be typhoid... तोच मला म्हणाला - दुसरा गाणारा बघ म्हणुन! - अन् तेवढ्यात तुम्ही आलात!'

'चला छान झाले!' विजया म्हणाली.

'पण शिवला आवडेल का माझ्यासोबत गायला - काय शिव?'

'थट्टा करतेस माझी? हा स्वर्गीय आनंदाचा क्षण कोण वाया घालविणार?'

'अहा हा - इतक नको वर चढवू!'

‘सायली, तुझ्याइतकी ‘पट्टीची गायिका’ कॉलेजमध्ये आहे कुणी?’ शिवने तारीफ केली.

‘पट्टीची वगैरे नाही रे - ठीक आहे! आप जैसे दोस्तोकी महफिल मे गा लेती हूँ! बरं मग आपण संध्याकाळी गीत निवडू अन् -

‘सायली, आमचे समुह नृत्याचे सॉग पण निवडायचे आहे - काकुना भेटायचे आहे!’

‘अगं, मग या घरी - मी आईला सांगून ठेवते! सहा वाजण्याच्या आत या!

‘yes!’ - विजयाने होकार दिला.

शिव व विजया संध्याकाळी ५ वाजता सायलीच्या घरी येऊन पोहचले. सायलीच्या आई संगीत शिक्षिका होत्या. त्या घरी गायनाचा क्लास घेत असत. सायलीचे बाबा उत्कृष्ट हारमोनियम व तबलावादक होते. नुकताच क्लास आटोपला होता!

सायलीने शिव व विजयाची ओळख करून दिली. राहुलचा तब्येतीचा प्रॉब्लेम असल्याने त्याने दुसरा सहगायक बघायला सांगितल्याने ती शिवसोबत गाणार असल्याची माहिती दिली.

शिवचे ऑडिओ टेस्टींग घेतल्यानंतर त्यांनी दोन गीत सुचित केले. शिव, सायली व विजयाने चर्चा करून एक गीत फायनल केले.

नंतर समुहनृत्यासाठी विजयाने त्यांना गीत सुचित करण्याची विनंती केली.

त्यांनी दोन-तीन गीत सांगितले, त्यातील एक गीत फायनल झाले. अशाप्रकारे शिव व विजयाने सायलीच्या मदतीने व तिच्या आईच्या मार्गदर्शनाने स्नेहसंमेलनासाठी सादर करावयाच्या कार्यक्रमाचा श्री गणेशा केला.

प्रज्ञा पाटील ही विजयाची आतेबहिण पुण्याहून समुहनृत्याच्या मार्गदर्शनासाठी अमळनेरला आली. शिव व सायलीने दररोज द्वंद्वद्गिताची तालिम सुरू केली.

सिल्वर ज्युबिली ईयर असल्याने कॉलेजने पालकांनासुद्धा काही ठळक कार्यक्रमासाठी आमंत्रित केले होते.

कॉलेजचे वार्षिक स्नेहसंमेलन सुरू झाले. आज शेवटचा दिवस व शेवटचा कार्यक्रम - 'संगीतरजनी' असा होता! संध्याकाळी कॉलेजच्या भव्य प्रांगणात भव्य रंगमंचावर कार्यक्रम सुरू झाला.

विजयाचे आई-बाबा व भाऊ बंटी कार्यक्रमास उपस्थित होते. नटराज पुजन झाल्यानंतर भक्तीगीत, भावगीत व देशभक्तीपर गीतानंतर तरुणाईच्या पसंतीच्या सिनेगीत कार्यक्रमास सुरवात झाली.

शिव महाजन व सायली पटवर्धन चित्रपटाचे नाव, 'हरियाली और रास्ता' गीताचे बोल - 'बोल मेरी तकदीरमे क्या है - मेरे हमसफर मुझको बता..' निवेदकाने उद्घोषणा केली. शिव व सायली दोघे माईकसमोर जाऊन उभे राहिले. हारमोनियमचे सुर निनादले, त्यासरशी सायलीने आलाप घेण्यास सुरवात केली. टाळ्यांचा प्रचंड कडकडाट झाला. श्रोत्यांच्या या प्रतिसादाने शिव व सायलीचे मनोबल उंचावले व त्यांनी अधिक तन्मयतेने गाण्यास सुरवात केली. गीत संपल्यावर 'वन्स मोअर' चा नारा सुरू होता.

नंतर समुहनृत्य कार्यक्रम सुरू झाला. 'विजया देशमुख व सहकलाकार फिल्म मुघल-ए-आझम! नृत्यगीत - मोहे पनघटपे नंदलाल छेड गयो रे..!

पडदा वर गेल्याबरोबर रंगमंचावरचे

दृश्य बघून सर्वांनी तोंडात बोटे घातली. अतिशय आकर्षक, सुंदर वेशभुषेमध्ये व त्यास अनुसरून रंगभुषेत विजया व तिच्या साथीदार

नृत्याच्या पवित्र्यात उभ्या होत्या. सुलोचना कान्हाच्या वेशात व भूमिकेत खुपच गोड दिसत होती. विजया राधाच्या वेशभुषा व रंगभुषेत खुप मोहक दिसत होती. आपल्या चेहर्यावरील हाव-भावांनी तर तिने सर्व प्रेक्षकांना मंत्रमुग्ध केले होते. चेहर्यावर हाव-भाव करताना दोन्ही गालांवर स्पष्ट उमटणार्या 'खळ्या' मुळे तर तिचे मोहक रूप अधिकच विलोभनिय झाले होते. सायली व तिच्या साथीदारांनी सादर केलेल्या गीतावर राधा व सर्व गोपींचा पदन्यास सुरू होता! प्रज्ञा पाटीलने खुप चांगल्या प्रकारे नृत्य बसवुन दिले होते. लाईट इफेक्ट्स मुळे कॉस्च्युमचे कलर बदलत होते. नृत्य संपले. प्रेक्षकांनी टाळ्यांच्या गजराने नृत्यास सर्वाधिक दाद दिली.

कार्यक्रम संपला. सर्व बाहेर आले.

'खुप छान! अफलातुन प्रेझेंटेशन झाले. सर्व मुलींनी खुप मेहनत घेतली. ॲड. देशमुख म्हणाले. सौ. देशमुखांनी विजयाला जवळ घेऊन कुरवाळले.

'बाबा खरे श्रेय प्रज्ञाताई व सायलीला द्यावयास हवे. सायलीने साथीदारांच्या मदतीने गीत म्हटले व प्रज्ञाताईने आठ दिवस इथे थांबून रात्रंदिवस आमच्याकडून हे गीत नृत्य बसवुन घेतले.'

'प्रज्ञा-सायली तुमचे खरंच खुप कौतुक करावेसे वाटते! सौ. देशमुख म्हणाल्या कॉस्च्युम कुठुन आणले प्रज्ञा?'

हलकंस हसत, 'मामी - काय विचारता कॉस्च्युमचे? - खुप टेंशन आले होते हो - इथे न मिळाल्यामुळे! शेवटी पुण्याहून अर्जंटली स्पेशल ऑर्डरने मागविले. त्यांनी कॉस्च्युम घेऊन स्पेशल माणुस पाठविला! फॉरचुनेटली सर्वांच्या साइझेस ओके निघाल्या. पण खुप पैसे मोजावे लागले!' प्रज्ञाने वृतांत दिला.

'हौसेचे मोल नसते बेटी! कॉस्च्युमने खुप प्रभाव पडला. खुप छान स्टेप्स दिल्या तू - अन् सायली तुझ्या आवाजाबाबत तर बाई काय बोलावे? - सर्वांच्या मेहनतीचे फळ!'

'हो मामी - टीमवर्क महत्वाचे शेवटी!' विजूने सर्व मुली चांगल्या निवडल्या. म्हणजे मला खरंच सांगावं नाही लागलं - एकदा संगितले की झाले!'

'शिव-सायली तुमच्या बोल मेरी तकदीरचे काय विचारावं? - गीताची निवड परफेक्ट - सुंदर कॉम्बीनेशन!'

'काकु, गीत विजूने निवडलेले!' सायली म्हणाली.
हलकंस हसत 'वाटलचं! - काय गं?' सौ. देशमुख आनंदाने म्हणाल्या.

'मार्गदर्शन मात्र माझ्या आईने केले. ह्या माझ्या आई! - म्युझिक टिचर आहेत!'
सौ. देशमुखांनी त्यांना नमस्कार केला.

'मुलांमध्ये कला-गुण असतात - योग्य

मार्गदर्शक मिळाले म्हणजे ते बहरतात!' सौ. देशमुख म्हणाल्या.

'हो खरे आहे! सायलीचा प्रश्नच नाही!' असं सायलीच्या आईने म्हटल्याबरोबर, 'ती संगिताच्या झाडाखालीच आहे!' - सौ. देशमुख पटकन हसत म्हणाल्या.

'हो - खरे आहे! पण मला शिवचे नवल वाटते - उपजत गुण आहे त्याचा' - सायलीच्या आईने शिवचे कौतुक केले.

'आम्ही सुद्धा चकित झालो - खरंच छान गातो शिव!' सौ. देशमुख म्हणाल्या.

'चला भेटू या! बर प्रज्ञा तू आमच्याबरोबर चल आता सिंदखेडला!'

'मामी, विजुला दोन दिवस सुट्टी आहे - आम्ही उद्या सोबत येऊ!'

'ठीक आहे प्रज्ञा या उद्या! बाय -

दुसऱ्या दिवशी विजया व प्रज्ञा सिंदखेडला आल्या - अर्थात सुलोचना सोबत होतीच!

विजया काही कामासाठी बाहेर गेली असताना सौ. देशमुखांनी प्रज्ञाजवळ शिवचा विषय केला.

'कशी वाटली विजूची चॉईस तुला?'

'मामी, शिवबद्दलच विचारताय तुम्ही?'

'हो - शिव कसा वाटला तुला?'

'चांगला आहे - विजूच्या व्यकीमत्वाला शोभणारा आहे - स्वभावाने तर खुपच मनमोकळा आहे! आठ दिवस भेट रोज व्हायची - त्यावरून सांगते मी! दोघे एकमेकांना खुप आवडतात - आदर करतात!'

'प्रज्ञा, काही अडचणी आहेत बेटी!'

'कोणत्या मामी?''आपल्या जातीचा नाही - ही पहिली अडचण - आपल्या स्टेटसचा पण नाही! पुन्हा त्याचा बालविवाह झालेला!'

'मामी, जातीचे काय एवढे घेऊन बसलात! - काळ बदलतो आहे! बदलत्या काळाची जीवनमुल्ये आपण स्विकारली पाहिजेत! स्टेटस म्हणजे श्रीमंती ना? - खुप पैसा असला म्हणजे सुख, आनंद विकत घेता येतो असे वाटते का तुम्हाला? मामी, पैशाने फक्त 'कम्फर्टस' विकत घेता येतात - सुख-समाधान नाही! सोडा त्या 'आर्थिक दर्जाचे' अन् मिळवतील ते दोघे!'

'बरोबर आहे तुझे! मलाही पटते! पण हे इतरांना कसे समजवायचे?'

'इतरांना? - अहो मामी शिवचे स्टेटस जे असेल ते - विजुला जर मान्य आहे, तर प्रश्न मिटला! - इतरांचे काय घेऊन बसलात? अन् तुम्ही सुद्धा हा मुद्दा प्रतिष्ठेचा करू नका!'

'प्रज्ञा समाजात वावरावे लागते - त्यात मी सार्वजनिक क्षेत्रात काम करते - उगीचच लोकांना टिंगल करायला संधी मिळते!'

'मामी, तुम्ही एवढ्या खंबीर व्यक्तीने लोकांच्या मताला, टिकेला घाबरायचं? लोक टिंगल-टवाळी करणारच! काहींचा हा खानदानी धंदा असतो! आर्थिक समृद्धीचे काय घेऊन बसलात? काय करता या सोन्याच्या पिंजऱ्यांना! कितीतरी मुली आपल्या समाजाच्या गर्भश्रीमंताच्या घरात दिलेल्या धाय मोकळून रडत आहेत! विजूला शिव आवडला - तो

जसा आहे तसा - आता कशाला विचार करीत बसता?'

'प्रज्ञा, आपले नातलग - तसेच समाजातले लोक गप्प नाही बसणार? खुप नाचक्की सहन करावी लागेल!'

'हो - मान्य आहे - वरकरणी नाचक्की होणार! But it's love marriage! प्रेम करताना प्रेमात पडताना जातपात, आर्थिक-सामाजिक दर्जा बघितला जात नाही! तसे बघितले तर तो एक व्यवहार ठरणार! सौदा होणार!! पण 'प्रेम' हा स्वच्छ भावनांचा अंतर्मनाचा पवित्र खेळ आहे - भावनांचा सौदा होत नसतो!'

'प्रज्ञा, त्याचा बालविवाह झालेला आहे व मुलगी त्याच्या मोठ्या म्हणजे सावत्र आईच्या जवळच्या नात्यातील आहे - हे गणित खुप अवघड आहे!'

'यात शिवचा काय अपराध? उलट हा तर अन्याय आहे! - त्या दोघांवर! त्यांना लग्न म्हणजे काय असते ते कशाशी करतात - हे त्या वयात कळत नसताना दोघांच्या जन्मगाठी बांधून टाकल्या - यांस सामाजिक रूढी, चालत आलेल्या चुकीच्या पद्धती जबाबदार आहेत! मामी, विजुला सुद्धा या बाबीचे खुप वाईट वाटले - तिला वाटते शिवचे ज्या मुलीशी बालपणी लग्न झालेले आहे - त्या मुलीचा आपण अधिकार

तर हिसकावून घेत नाही ना? She felt very much guilty! उलट मी विजूला समजाविले, तू

तसा विचार करू नको म्हणुन! त्या दोघांचे - शिव व त्याच्या बालवधुचे अधिकार तर त्यांना प्राप्त होण्याआधी त्या दोघांच्या आई-वडिलांनी काढून घेतले! दोघेही तसे दुर्दैवी! आता नियती नेईल तिकडे दोघांना जावे लागेल! मामी, जी गोष्ट स्पष्टपणे बेकायदेशीर आहे - हे माहित असताना देखील केली जाते - त्यात जे भरडले जातात त्यांचा काय दोष? - ते तर बिचारे बळी आहेत ह्या घाणेरड्या रूढी-परंपरांचे! रूढी-परंपरांचा आदर आपण केलाच पाहिजे पण त्या कोणत्याही जीवावर अन्यायकारक नसल्या तरच! बर, मला हे सांगा मामाचे शिवबद्दल काय मत आहे?'

'तसा विनम्र, हुशार आहे त्यामुळे त्यांना आवडला! अन् विजूला जे जे आवडते ते त्यांना आवडते - हे काही नवीन नाही! ते विजूला कधीही दुखवत नाहीत!'

'तुमचे मत सांगा मामी?'

'सुरवातीला नाही आवडला! पण आता ठीकच म्हणाव! विक्रांतचे स्थळ विजूसाठी सर्वार्थाने योग्य होते - त्यासाठी माझा आग्रह - खुप सुखात राहिल तिथे! पण ती अजिबात ऐकायला तयार नाही!'

'म्हणजे मामी एकंदरीत विजूने विक्रांतशी विवाह करावा असे तुमचे मत दिसते!'

'हो! आपल्या जातीचा, स्टेटसचा, सरकारी अधिकारी चांगल्या हुद्दयाचा, तिला शोभणारा आणखी काय पाहिजे? म्हणुन मला वाटते विजू फक्त विक्रांत सोबत सुखात आरामात जगेल! सर्व मिळेल तिला - हवं ते!' 'मामी, विजूचा विक्रांतला विरोध नाही - पण हा प्रस्ताव जर शिवच्या प्रेमात पडण्याआधी आला असता तर तिने क्षणाचाही विलंब न

लावता स्विकारला असता! प्रेम एकावर अन् लग्न दुसऱ्याशी - मन एकीकडे अन् शरीर दुसरीकडे ही तिच्या सद्सद्विवेकबुद्धीला मान्य नाही. अन् मी तिच्या भूमिकेशी पुर्ण सहमत आहे! - मामी तुम्ही हट्ट सोडा कारण तिचा शिवशी जर विवाह झाला नाही तर ती कुणाशीही लग्न करणार नाही - ती आयुष्यभर त्याच्या आठवणीत जगणार - हा तिचा दृढनिश्चय आहे!'

'म्हणूनच आम्ही हात टेकले! सर्व करून बघितले - धाक-दपटशा पण ती नाही वाकली!'

'मामी, ए जो सच्चे प्यार की नशा होती है - प्यार कभी झुकता नही!'

'म्हणजे 'पागलपन', 'निर्बुद्धपणा' असेच ना प्रज्ञा?'

'मामी तुम्ही काहीही म्हणा - पण सच्च्या प्रेमासारखे सुंदर अन् मनाला निस्सीम आनंद देणारे दुसरे काही नाही!'

'तू आहे का कुणाच्या प्रेमात?'

हलकसं हसतं, 'अजुन तर कुणी भेटला नाही - आहेत एक-दोन मित्र - पण अजून ती भावना नाही निपजली! मामी प्रेम ठरवून होतच नाही - ते झाल्यावरच कळतं! - आपोआपच होतं -तुम्हाला

आहे की अनुभव - मामा अन् तुमचेही लव्ह मॅरेज - आई सांगते मला गंमती तुमच्या अन् मामाच्या प्रेमाच्या!'

'हो आमचही 'लव्ह मॅरेज' आहे - But it was something different!'

हसतं, 'मग विजूचे तर वेगळ्या अर्थाने 'टोटली डिफरन्ट' असंच म्हणावं लागेल!'

‘ठीक आहे प्रज्ञा - तुमचा सर्वांचा विजुला पाठिंबा - तुमच्या जनरेशनचे विचार जुळणारच!’

‘मामी, आम्ही चुकीचे काही करीत नाही! - आम्हाला सुद्धा आमच्या भविष्याची काळजी आहे!’

‘बरं वाटलं बाई तुझ्याशी मन-मोकळेपणाने बोलून! घरी गेल्यावर आईला माझ्याशी बोलायला सांग!’

‘हो मामी सांगते - अवश्य!!’

‘या निमित्ताने तरी तू इकडे आली - नाहीतर कधी येत नाही!’

‘विजुसाठी यावे लागले - अमळनेरला खुप सार्‍या व्यवस्था नाहीत - कला-गुणांना वाव देण्यासाठी! मलाही छान चेंज झाला. खुप गंमती-जमती मजा आली!’

‘कसल्या गंमती-जमती?’

‘अहो मामी सुलोचना रोज ‘बासरी’ उलटी धरायची! माझ्या लक्षात आल्यावर मी तिला म्हणाले - वाजव बर!’ सौ. देशमुख जोरजोरात हसतात.

‘आवाज येईना - मग तिच्या लक्षात आले - आपण पावा उलटा धरला म्हणून मग तिला चूक कळली! प्रज्ञा म्हणाली.

‘मग वाजविला तिने पावा!’ सौ. देशमुख हसत म्हणाल्या.

‘खरं म्हणजे तो वाजवायचा नव्हता नुसता ‘शो’ होता पण तो सुलटा धरावा की

नको! - अन् मोरपिसची तर गंमत ऐका!’

सौ. देशमुख हसत, ‘काय झाले मोरपिसचे?’

'अहो मामी, रंगीत तालिमच्या दिवशी मोरपीस दिसत नव्हते सामानात! मोरपिस शिवाय कान्हा कसा वाटला असता? मग झाली शोधाशोध सुरू - ते काही सापडेना! मग पुण्याला फोन लावला. त्याने 'टिपिकल' पुणेरी उत्तर दिले. 'सामानात आहे - डोळे उघडुन शोधा!'

'मग?'

'त्याने सर्व सामानाच्या खाली एका पेपरमध्ये ठेवलेले -

'मग सापडले?'

'हो! तेव्हा जीव खाली पडला! मग काय लागल्या सगळ्या नाचायला! असं असतं मामी!'

'खरं आहे प्रज्ञा - एक-एक वस्तुसाठी अडुन जाते! - अन् ऐन वेळेला शोधायचे कुठे?'

'हो मामी - But we enjoyed!!'

जरा वेळाने विजया व सुलोचना दोघी आल्या. विजयाने एकदा आईच्या व एकदा प्रज्ञाच्या तोंडाकडे बघितले! जरा वेळ स्तब्धता!

'मी व प्रज्ञा तुमच्याबद्दलच बोलत होतो!' सौ. देशमुख विजयाला म्हणाल्या.

'आमच्याबद्दल?' - विजयाने प्रज्ञाकडे बघितले.

'अगं, मामी मला विचारीत होत्या - शिव आवडला का म्हणुन, कसा वाटला?'

'मग?'

'मी सांगितले, 'विजूला आवडला, मग आपणा सर्वांना आवडणारच!' - हसते

'Thanks!' विजया पण समाधानाने हसते.

'मग कधी बोलविता लग्नाचे लाडू खायला?' प्रज्ञाने विजयाला विचारले.

'बघु - अजून तरी काही ठरविले नाही!

'प्रज्ञा आधी करिअरचं बघू बाई!' - 'शिक्षण, नोकरी, आर्थिक स्थैर्य....मग लाडु! - असेच ना विजू?'

'हं s s!'

प्रज्ञा फिरकी घेत, 'लाडुच्या पुढचे सांग?'

प्रज्ञाच्या या विधानाला विजया लाजत मान खाली घालते.

'बघ कशी छान लाजली! मस्त जोडी आहे तुमची!' असे म्हणून प्रज्ञा विजयाला जाऊन भेटते - त्यांना सुलोचना पण जाऊन भेटते - तिघी खुप भावुक होतात. विजयाचे डोळे भरून येतात.

'माझ्या तिन्ही मुली किती छान दिसतात!' सौ. देशमुख समाधान व्यक्त करतात. विजया आईजवळ येते.

'आईS S!' सौ. देशमुख मायेने तिला कुरवाळतात! तिचे पदराने डोळे पुसतात.

दोन दिवसाची सुटी संपल्याने विजया अमळनेरला आली. प्रज्ञासुद्धा पुण्याला गेली. विजया व शिवची भेट झाल्यावर विजयाने शिवला घरी जाऊन आला का म्हणुन विचारले. शिवने इथेच आराम केला म्हणुन सांगितले.

गॅदरिंगची धुंदी ओसरायला एक आठवडा तरी जातो. वर्षभरातला सर्वात महत्वाचा अन् शेवटचा कार्यक्रम आटोपला होता. आता सर्वांना वार्षिक परीक्षेचे वेध लागले होते.

सर्व अध्यापक अभ्यासक्रम पुर्ण करण्यासाठी धडपडत होते. विद्यार्थी सुद्धा परीक्षेच्या तयारीला लागले. बाहेर उन्हाची तिरीप जाणवू लागली! कडक उन्हाळा सुरू झाल्याची सर्वांना जाणीव होऊ लागली. मार्च महिना सुरू झाला होता. ट्रेनिंग आटोपल्याने विक्रांत पाटील गावी नरडाणा आले होते. लग्नाचा निर्णय घेण्यासाठी त्यांनी एक आठवड्याची सुटी घेतली होती. साखरपुडा उरकून यायचे असे त्यांनी ठरविले होते.

155

आई-बाबांनी विक्रांतला लवकर निर्णय घेण्याबाबत सांगितले.

'हो आई, उद्या अमळनेरला जाऊन चर्चा करून निर्णय घेतो!'

विक्रांत अमळनेरला विजयाला भेटायला आला. रविवार असल्याने कॉलेज परिसर शांत होता. विजया नुकतीच झोपेतून उठली होती. ती गॅलरीत उभी राहून ब्रश करीत असताना तिला विक्रांत होस्टेलकडे येताना दिसले. ती रूममध्ये पळाली.

'सुले, विक्रांत खाली उभे आहेत!'

सुलोचना अर्धवट झोपेतच होती, 'मग मी काय करू?' असे म्हणाली.

'अगं तू झोप - मी काय करू ते सांग!'

'आले आहेत तर जाऊन भेट ना!' असे म्हणुन सुलोचना पुन्हा झोपली.

विजया चेंज करून विक्रांतना येऊन भेटली. दोघे गप्पा करीत कॅन्टीनमध्ये येऊन एका कोपऱ्यात जाऊन बसले. रविवार असल्याने तुरळक गर्दी होती.

चहा-नाश्ता झाल्यानंतर -

'आता आपण महत्वाच्या विषयाकडे येऊ!' विक्रांत विजयाकडे बघत स्मित करीत म्हणाले व पुढे बोलु लागले.

'लग्न याच वर्षी म्हणजे तुमची सुटी सुरू झाल्यावर उरकून घ्यायचे! लग्नानंतर - We will plan properly तुमचे शिक्षण पुर्ण होण्याच्या द्रुष्टीने!

तुमचा दुसरा महत्वाचा मुद्दा - you are in love त्याला माझा आक्षेप नाही! कॉलेज लाईफमध्ये - It's quite natural!

लग्नानंतर मात्र तुम्हाला हे सारे विसरावे लागेल! जी कोणी व्यक्ती असेल - तुमच्या आयुष्यात आलेली - त्याच्याशी पुर्ण संबंध तोडावे लागतील! - तुमचे हे गुपीत कायम गुपीत राहिल! Even I will not tell it to my parents! हे माझे आश्वासन आहे - अन् मी दिलेली आश्वासने पाळतो!'

असे म्हणून विक्रांत प्रतिसादासाठी विजयाकडे बघु लागले. विजयाला काय उत्तर द्यावे ते क्षणभर सुचले नाही! तीने जरा वेळाने मनाचा निर्धार करुन बोलण्यास सुरवात केली. या भल्या माणसाची कशी समजुत घालायची हा तिच्या समोर गहन प्रश्न होता! विजयाला त्यांच्यापासुन सुटका हवी होती. पण उलट ते तिच्यापासून दूर न जाता जास्त गुंफले जात होते!

'मि. विक्रांत, तुम्ही मला बघायला आलात तेव्हाच मी स्पष्ट केले होते - की पदवीनंतरच लग्नाचा विचार करायचा! आज सुद्धा मी माझ्या मताशी ठाम आहे! दुसरा मुद्दा प्रेम एकावर करायचे अन् लग्न, संसार दुसऱ्याशी! - ही गोष्ट माझे मन स्विकारायला तयार नाही!'

'मी सुद्धा तुम्हाला बघता क्षणापासून तुमच्यावर प्रेम करतोय!' मि. विक्रांत म्हणाले,

'पण मी शिववर नितांत प्रेम करते! अन् तो सुद्धा माझ्यावर निस्सीम प्रेम करतो!'

'एका विवाहित मुलाने अविवाहित मुलीवर प्रेम करणे - तिची दिशाभुल करणे, ही फसवणुक नाही वाटत तुम्हाला? - शिवचे बालपणी लग्न झालेले असताना गर्भश्रीमंताच्या मुलीशी तो प्रेमाचे नाटक करून तिला बरबाद करायला निघाला याला काय म्हणणार तुम्ही? - प्रेम की पैशाच्या अमिषाने, लोभाने केलेली फसवणुक?'

विजया चिडून, Its none of your business, Mr.Vikrant! तो आमच्या दोघातील अंतर्गत प्रश्न आहे - please don't interfere in our affair!' - माझ्या निर्णयाशी शिवचा संबंध जोडू नका - This is my personal decision!'

'अहो मी माहिती घेतली, तुमच्यासारख्या मुलीला सुखी-समाधानी, आनंदी ठेवू शकेल असं त्याच्याजवळ काही नाही - 'कफल्लक' आहे तो!'

'कफल्लक असू दे - सुंदर, स्वच्छ मन आहे शिवचे!'

'ते सर्वांकडे असते! मी पण माझे सुंदर, स्वच्छ मन तुम्हाला देऊ करीत आहे, तुम्ही स्विकारीत नाही!! किती सुंदर, सुंदर स्वप्न बघत होतो मी आपल्या वैवाहिक जिवनाची! - लग्नानंतर हनीमूनला कोणत्या हिल स्टेशनला जायचे, संसार सुरू झाल्यानंतर तुम्हाला आनंदित ठेवण्यासाठी काय-काय योजना आखल्या हो मी - किती रम्य स्वप्न सगळी!!! आपले पहिले पिलु आल्यानंतर काय काय करायचे - सगळं सगळं मी ठरविलेले. अन् तुम्ही मात्र त्या स्वप्नांचा चुराडा करण्याच्या मार्गावर!' - विक्रांत खुप भावुक होऊन विजयाकडे उदास चेहऱ्याने एकटक बघत राहतात.

'आपले अजून काहीही ठरलेले नाही! - मी तुमच्याशी विवाह न करण्याची माझी अडचण स्पष्टपणे सांगितली - तरीही तुम्ही स्वप्नांचा बाजार मांडीत आहात - व मला दोषी ठरविता - त्यापेक्षा एखादी सुंदर, सर्वगुण संपन्न मुलगी बघा - तिच्याशी लवकर लग्न करा - अन् सर्व स्वप्न सत्यसृष्टीत आणा! Please forget me Mr.Vikrant! Forget me forever!'

'No-no, I can't forget you! Never forget you Viju!'

'But Why?' - 'का ही बळजबरी?'

'I love you Viju! - I very much love you! - Please be kind to accept my hand!'

'अहो - हे असं 'be kind' वगैरे नका म्हणू - मला गुदमरल्यासारखे होते! खरचं तुम्ही खुप चांगले 'इन्सान' आहात! पण आम्ही दोघांनी - मी व शिवने एकमेकांना मनाने वरले आहे! ------

हम एक दुसरे के हो चुके है - just formalities are to be completed! - वेडेपणा करू नका - तुम्ही खुप प्रगल्भ आहात!'

'I have already gone mad! - मला काही सुचत नाही. इतर मुली बघाव्याशा वाटत नाहीत. काय करू मी? - माझा मित्र राजेंद्र हेच म्हणाला, Forget Vijaya Deshmukh!'

'पण नाही विसरता येत हो! खुप बेचैन, अस्वस्थ आहे मी!'

'अहो - इतके परिपक्व असुनही तुम्ही -

'मी आहे विचारी - परिपक्व पण माझी विचारशक्ती कुंठीत झाली हो! जीवनसाथी म्हणुन तुम्हीच नजरेसमोर येतात! - काय करु? 'I request you to forget Shiv forever - and accept my love! - हवं तर मी शिवशी बोलतो! त्याच्याजवळ प्रेमाची भिख मागतो - तुमच्या प्रेमासाठी मी काय वाट्टेल ते करायला राजी आहे!' -

'अहो - It's highly impossible! मी शिवला नाही विसरु शकणार! Shiv is my first and the last choice as husband! Please forgive me Vikrant!!'

जरा वेळ शांतता

'जाऊ या - परीक्षा जवळ आहे माझी' असे म्हणुन विजया उठून वसतीगृहाकडे जायला निघाली! विक्रांत पूर्णपणे गलीतगात्र होऊन तिच्या

पाठमोऱ्या आकृतीकडे बघत राहीलेत. विजया कंपाउंडचे दार बंद करेतोवर!!

विक्रांत अत्यंत जड पावलांनी चालत गाडीजवळ आले! त्यांनी ड्रायव्हरला साईडला बसायला सांगून स्वतः गाडी चालवायला घेतली. त्यांचे विचारचक्र सुरू झाले - त्यांचे गाडीच्या

स्पिडकडे अजिबात लक्ष नव्हते! गाडीने वेग घेण्यास सुरवात केली तसे विचारचक्र सुरु...

'मी व शिवने एकमेकांना मनाने वरले आहे'.... 'मी शिवला नाही विसरु शकणार'... 'Shiv is my first and the last choice as husband... Please forgive me... इतर मुली बघा... प्रेम शिववर व संसार विक्रांतशी हे मला मान्य नाही.... अशा सर्व नकारात्मक विचारांनी त्यांच्या मनावर प्रचंड आघात झाला. ते अनावधानाने गाडीचा स्पिड वाढवित गेले. समोरून येणाऱ्या वाहनास टक्कर देण्यापासून वाचविण्यासाठी त्यांनी गाडी वळविली पण नियंत्रण सुटल्याने गाडी रस्त्याच्याकडेला असलेल्या मोठया निंबाच्या झाडावर जाऊन आदळली.

प्रचंड आवाजाने परिसर हादरुन गेला! गाडीच्या बॉनेटचा पार चक्काचुर झाला होता! विक्रांत रक्तबंबाळ होऊन बेशुद्ध होते. ते स्टिअरिंग मध्ये अडकले होते.

ड्रायव्हरला जरासे लागल्याने तो रस्त्यावर येऊन विनवणी करू लागला. लोकांनी विक्रांतला गाडीतून बाहेर काढले - व एका खाजगी वाहनाने ताबडतोब धुळ्याच्या शासकिय रुग्णालयात नेले. तिथे 'इमर्जन्सी' मध्ये त्यांच्यावर तात्काळ उपचार सुरू झाले.

डॉक्टरने नरडाण्याला ही बातमी कळविली. विक्रांतचे आई-बाबा व सर्व इतर नातलग तातडीने रुग्णालयात दाखल झाले.

160

रामराव पाटलांनी सिंदखेडला फोन करुन ही बातमी ॲड. धनंजय देशमुखांना दिली. त्यांनी फोन ठेवल्यावर सौ. देशमुखांना हे सांगितले.

'असं अचानक? - आताच तर ट्रेनिंगहुन परत आले!'

'हे बघ सावि, आपण निघूया!'

'विजूला घ्यायचे का सोबत?'

'आधी आपण तर जाऊन बघु - अजुन बेशुद्ध अवस्थेत आहेत!'

'ठीक आहे, निघु या!'

ॲड. देशमुख धुळ्याच्या सरकारी रुग्णालयात येऊन पोहचले. विक्रांत आय.सी.यु. मध्ये अत्यवस्थ अवस्थेत होते! काचेच्या खिडकीतून त्यांनी विक्रांतना बघितले.

ॲड. देशमुख रामराव पाटलांजवळ येऊन धीर देऊ लागले.

'होईल सुरळीत सर्व - नका काळजी करु!'

'अहो - काय काळजी करु नका? चोविस तास उलटुन गेले - अजून डोळे उघडत नाही! त्याला मी अमळनेरला जायला नाही म्हणालो - नाही ऐकले त्याने! स्वतः गाडी वेगाने पळवित निघाला अमळनेरहून परत येताना! - ड्रायव्हर सोबत होता व त्याला फारशी दुखापत नव्हती म्हणून त्याने इथे दवाखान्यात तरी आणले. डॉक्टर म्हणाले, 'जरा उशीर झाला असता तर कठीण झाले असते!'

'रामराव परमेश्वरावर आपला पूर्ण विश्वास आहे - तो आपले वाईट होऊ देणार नाही! ॲड. देशमुख रामरावांना धीर देत होते.

सौ. देशमुख विक्रांतच्या आईला दिलासा देत होत्या. त्यांना तर अश्रु अनावर झाले होते

जरा वेळाने आय.सी.यु. मधून डॉक्टर बाहेर आले - व रामराव पाटलांना म्हणाले, काळजी करु नका! धोका तसा टळलेला आहे! तुम्ही फक्त एकटे त्यांना बघून लागलीच परत या - बोलण्याचा प्रयत्न करु नका!'

रामराव पाटील विक्रांतला बघायला आत गेले. विक्रांतने डोळे उघडुन बाबांकडे बघितले! पाटलांचा चेहरा आनंदाने फुलला! बाहेर येऊन म्हणाले, 'विकीने डोळे उघडले! पाटलांचे डोळे भरून आले! वर बघत म्हणाले,

'विठ्ठला तुझे किती आभार मानु! माझ्या विकीला लवकर बरे कर!'

विक्रांतच्या प्रकृतीत संध्याकाळपर्यंत हळूहळू सुधारणा होऊ लागली. डॉक्टरांनी इतर नातलगांना त्यांना बघुन येण्याची अनुमती दिली.

ॲड. देशमुख व सौ. देशमुख त्यांना बघून बाहेर आले.

'घ्या काळजी - येतोय आम्ही!' असे म्हणुन सौ. देशमुख व ॲड. देशमुख हॉस्पिटलच्या बाहेर आले. त्यांनी अमळनेरचा रस्ता धरला. विजयाला घटनेचा वृत्तांत दिला.

विजयाने त्यांना विक्रांतशी अपघाताआधीच्या अमळनेर भेटीत झालेल्या चर्चेची पूर्ण माहिती दिली. ॲड. देशमुख सिंदखेडला घरी परत आले.

विजया व सुलोचना विक्रांतना बघण्यासाठी धुळयाला हॉस्पिटलला पोहचल्या. विक्रांतच्या आईंना भेटल्या. नंतर आय.सी.यु. मध्ये जाऊन

विक्रांतना बघून बाहेर आल्या. थोडा वेळ विक्रांतच्या आई व बहिणीसोबत घालवल्यानंतर अमळनेरला परत आल्या.

साधारण पंधरा दिवसानंतर विक्रांतची तब्येत बरी झाली. त्यांचेवर दोन शस्त्रक्रिया झाल्या होत्या! दीड महिना हॉस्पिटलला उपचार व विश्रांती घेऊन ते नरडाण्याला घरी परत आले. त्यांना भेटायला नातलगांचे ताफे येऊ लागले.

विक्रांतने कोणालाही घटना का व कशी घडली याची माहिती दिली नाही - आई-बाबांना सुद्धा! हे विक्रांतला मिळालेले जीवनदान समजावे! नियतीचा खेळ दूसरे काय म्हणावे?

विजयाशी झालेल्या भेटीनंतर हा अपघात घडल्याने तिला अपराधित्व आल्यासारखे झाले होते! परंतु सुलोचनाने तिला यात तुझा कसलाही दोष नसल्याचे सांगितले! बऱ्याचशा बाबी मानवी जीवनातल्या आपल्या हातात नसतातच मुळी! त्यानंतर विजया थोडी रिलॅक्स झाली.

नरडाण्याला विक्रांतला बघायला येणाऱ्या काही हितशत्रुंनी या घटनेस ॲड. देशमुखांची मुलगी जबाबदार आहे - असे बोलण्यास सुरवात केली. त्या मुलीचे लव्ह अफेअर असल्याने विक्रांतचे मानसिक संतुलन बिघडले व अपघात झाला - असे तर्क लढवले जाऊ लागले.

रामराव पाटलांनी विक्रांतशी याबाबत चर्चा केली परंतु मोकळेपणाने विक्रांत त्यांच्या बाबांशी बोलले नाहीत!

रामराव पाटलांची अस्वस्थता वाढू लागली. बघायला येणाऱ्यांच्या तोंडी एकच वाक्य - 'देशमुखांची मुलगी अपशकुनी आहे. दुसरी बघा! पुढे जास्त संकटे येतील! - वेळीच निर्णय घ्या - 'मोठ्यांची मुलगी' असली म्हणून काय झाले!'

रामराव पाटलांनी मिळालेल्या माहितीची शहानिशा करण्यासाठी ॲड. देशमुखांना नरडाणा येथे येण्याची विनंती केली.

ॲड. देशमुख व सौ. देशमुख नरडाण्यांस येऊन पोहचले. इकड-तिकडच्या गप्पा झाल्यानंतर त्यांनी मुळ विषयास हात घातला. समोर विक्रांत बेडवर पडल्या-पडल्या ऐकत होता!

'कसं बोलावे, काय बोलावे, बोलावे की नको - खुप गोंधळलो आम्ही!' विक्रांतचे बाबा ॲड. देशमुखांना म्हणाले.

रामराव, 'मनात किंतु न ठेवता निसंकोचपणे स्पष्ट बोला!' ॲड. देशमुख म्हणाले.

'लोक बरंच काही उलट-सुलट बोलायला लागले हो! - आम्हाला काही सुचत नाही!'

'काय बोलतात ते स्पष्ट सांगा.'

'विजयाचे 'प्रेम प्रकरण' सुरू आहे!' ___ म्हणून - विकीच्या अपघाताचे ते कारण आहे!'

'अपघात होतात - कारण काहीही असू दे! वाहनाचे अपघात नवीन बाब नाही! - माझ्या मुलीच्या प्रेमप्रकरणाबाबत म्हणाल तर खरे आहे! - आम्ही _____'

अश्वस्थ होत, 'मग तुम्ही आम्हाला ही बाब आधी का नाही सांगितली? ----- का लपविली आमच्यापासून?' रामराव पाटील ॲड. देशमुखांकडे रागाने बघत म्हणाले.

'आम्ही लपविली नाही! माझ्या मुलीने तीन महिन्यापूर्वी म्हणजे विक्रांत ट्रेनिंगला जाण्याआधी स्वतः त्यांना सांगितली! त्यांना हे सुद्धा सांगितले - तुम्ही इतर मुली बघा, मला विसरा!'

'विकीने आम्हाला याबाबत काही सांगितले नाही!'

'कारण त्यांना आमची मुलगी खुप आवडली! विजयाला त्यांनी 'तरीही' स्विकारण्याचे ठरविले! अपघात होण्याच्या साधारण तासभर

164

आधी विजूने त्यांना स्वतः स्पष्ट नकार दिला! तुमची सर्वांची फसवणुक करायची नाही - असे स्पष्ट सांगितले! यात माझ्या मुलीची किंवा आमची काय चुक? आम्हाला ही बाब लपविणे योग्य वाटले नाही म्हणून आपले काही ठरण्याआधी सर्व स्पष्ट केले!'

'आम्ही तुमचे आभारी आहोत! मुलगी प्रमाणिक व स्पष्टवक्ती असल्याने तीने लग्नाआधी हे निदर्शनास आणले - मग आपण आता काय ठरवायचे?'

'तुम्हाला जे योग्य वाटेल ते?'

'या परिस्थितीत इथेच थांबणे योग्य - कारण मुलीची इच्छा नाही - अन् बळजबरीने दोघांचे लग्न लावून काही साध्य होणार नाही! आम्ही विकीची समजुत काढू!' रामराव पाटलांनी निर्णय दिला.

'ठीक आहे - येतो आम्ही!'

'ॲड. देशमुख व सौ. देशमुख सिंदखेडला परत आले! विजया त्यांच्या येण्याची वाट बघत होती. गजूने पाण्याचा ट्रे आणला - पाठोपाठ लक्ष्मी कॉफी घेऊन आली.

आई-बाबांचा पडलेला चेहरा बघून काहीतरी धक्कादायक घडल्याची तिला जाणीव झाली. ती काही न बोलता फक्त आई-बाबांकडे बघत राहिली. कॉफी घेतल्यावर देशमुख थोडे 'रिलॅक्स' झाले!

'बाबा सर्व ठीक आहे?'

'ठीकच म्हणावे लागेल! They have closed the file! आपण इथे थांबू या' - रामराव पाटील म्हणाले. 'लग्नाच्या आधी खरे सांगितले - खुप चांगले झाले! तुम्हाला व आम्हाला मार्ग मोकळे!'

'विक्रांत होते?'

'बेडवर पडुन ऐकत होते - ते काही बोलले नाहीत - त्यांचा निर्णय झालेला होता - कळविण्यास बोलविले! माणसे खुप चांगली होती - आता तुझे नशीब! दारापर्यंत आलेल्या सुखाला तू घालविलेस बेटी! इथे आमचा रोल संपला! यापुढे तुमचे भवितव्य तुम्हाला घडवायचे आहे!'

'बाबा - आम्हाला तुमचे दोघांचे आशीर्वाद पुरे आहेत! शिव व मी निश्चितच यशस्वी होऊन दाखवू!'

'आम्हाला हेच हवे बेटी - तु सुखात, आनंदात हवी! आता होईल 'छि-थू' ते ऐकावे लागेल - सहन करावे लागेल - ते स्विकारू आम्ही!'

'का बाबा 'छि-थू'?'

'बेटी, समाजाला चाकोरीबद्ध वागणारी माणसे आवडतात! एक चौकट आहे, एक साचा आहे - सामाजिक परंपरा, रूढी, निती-नियमांचा! त्याविरुद्ध म्हणजे सामाजिक प्रवाहाविरुद्ध जाण्याचे

कोणी ठरविले म्हणजे त्याला त्रास दिला जातो. अन् आईला तर रात्रंदिवस समाजामध्ये वावरावे लागते! अशा स्थितीत आपल्या समाजातील माणसांना दुखवून नाही चालत! तिचे राजकीय विरोधक आता या बाबीचे पुर्णपणे भांडवल केल्याशिवाय स्वस्थ बसणार नाहीत - आजपर्यंत आईच्या विरोधात ओरडायला त्यांच्याकडे काहीही नव्हते - आता ही संधी ऐन निवडणुकीच्या तोंडावर त्यांना चालुन आली!'

'आंतरजातिय प्रेमविवाह हा गुन्हा आहे बाबा?'

'नाही बेटा, अजिबात नाही! उलट वेळीच तू सर्वांना सावध- अवगत करून खुप चांगले काम केले. ही बाब लग्नानंतर उघड झाली असती अन् ती लपत नाही - उघड होतेच - तर जास्त प्रश्न निर्माण झाले असते! 'प्रेम' - 'प्रेमविवाह' - त्यात पुन्हा आंतरजातीय 'ह्या बाबी'

166

समाजातील सामान्य माणसाच्या पचनी पडणाऱ्या नाहीतच मुळी - याला खुप मोठ्या मनाची माणसे लागतात! समाज तसा नाही!'

विजया आईच्या जवळ जाते 'आई, मी तुला खुपच अडचणीत आणले!'

'नाही विजू, काही अडचणी नाहीत! थोडे दिवस मोहळ उठणारच! नंतर बसेल जागच्या जागी! मला त्याची भिती नाही वाटत - पण खुप चांगले स्थळ आपल्या हातातून निसटले याचे मला मनस्वी दु:ख होते! खुप चांगली माणसे आहेत - संपुर्ण परिवार! श्रीमंत असूनही उन्मत्त नाहीत - व्यसनी नाहीत! अन् विक्रांतबद्दल काय बोलावे? लक्ष्मी -

नारायणाचा जोडा शोभला असता तुमचा! पण तुझे कर्म म्हण, नशिब म्हण - दगा दिला तुला! आता करीत बैस आयुष्यभर संघर्ष! शिव हा मुलगा खरोखर गुणी आहे, विनम्र आहे - पण तू ज्या वैभवात आजपर्यंत वाढली, वावरली त्यास तुला मुकावे लागेल! तिथपर्यंत पोहचण्यासाठी तुम्हाला दोघांना खुप कष्ट, मेहनत संघर्ष करावा लागेल! - इथे सारे आपसुक मिळाले असते!'

आईच्या या मनोगताने विजयाचे डोळे भरून आले. सौ. देशमुखांच्या ते लक्षात आल्यावर त्यांनी विजयाला जवळ घेऊन कुरवाळले! तिच्या डोक्यावरुन मायेने हात फिरविला - तिचे आसवे पुसत म्हणाल्या, 'मी अन् बाबा आहोत, तुमच्या पाठिशी! नका काळजी करू!' सौ. देशमुखांचा कंठ दाटून आला!!

विजया रडक्या सुरात, 'आई आम्हाला फक्त तुमचे आशीर्वाद अन् पाठीवरून मायेची थाप हवी - तेवढे भरभरून द्या! शिव मला म्हणाला, 'विजू आपल्याला आई-बाबांचा 'मॉरल सपोर्ट' हवा तेवढा जरी मिळाला तरी आपण सर्व स्वप्न साकार करून दाखवू!'

'बेटी आमचा तुम्हा दोघांना यापुढे पुर्ण सपोर्ट राहील! शिवला आम्ही जावई नाही तर 'दुसरा मुलगा' मानू! अन् त्याचे वागणे ही तसेच आहे - आमच्याशी! तो परका वाटतच नाही!'

'हो आई - खरं आहे ते! त्याचे अन् माझे जन्मोजन्मीचे नाते आहे की काय असे मला सुद्धा वाटते!'

प्रकरण ७ वे

शिवसमोरील आव्हान!

विजया सुलोचनाला भेटायला तिच्या घरी गेली. तेवढ्यात ॲड. देशमुखांकडची फोनची रिंग वाजली.

'हॅलो - कोण?'

'आई - शिव बोलतोय - कसे आहात सर्व?'

'कुठून बोलतोय?'

'घरूनच म्हणजे गावाच्या पी.सी.ओ. मधून!'

'विजू, आताच सुलुकडे गेली - येईल थोड्या वेळाने!'

'ठीक आहे - मी बोलतो तिच्याशी, सुलुचा नंबर आहे माझ्याकडे!'

हो - चालेल - घे बोलून! काही विशेष नाही ना?'

'उद्या सिंदखेडला आशापुरी देवीच्या दर्शनाला आम्ही येत आहोत!'

'आम्ही म्हणजे?'

'सर्व महाजन परिवार - काका धाकट्याला दत्तक घेत आहेत - म्हणुन देवीच्या आशीर्वादासाठी येत आहोत!'

'कितीजण आहेत सर्व!'

'सात-आठ तरी असतील!'

'मग दर्शानानंतर सर्व घरी जेवायला या - मी जेवण तयार ठेवते!'

'आई - जेवणाचे राहु द्या - आम्ही भेटायला येऊ!'

'नाही - जेवायलाच या सर्वच्या सर्व!'

'ठीक आहे - ठेवतो आई!'

शिवने सुलोचनाकडे फोन लावला!

'हॅलो s s s ---

'सुलू, शिव बोलतोय!'

'दादा तू? कधी फोन नाही केला!'

'म्हणून आज केला सुलू!'

'मला नाही - तिला केला! - घे गं!'

विजया फोनवर - 'हं बोल, कुठे आहेस?'

'घरी!'

'मला वाटले, इथे आला की काय?'

'येऊ का?'

'विचारून - प्लिझंट सरप्राईज नाही देता येत तुला!'

'देतो - प्लिझंट सरप्राईज उद्या!'

विजया तोंड वेंगाळत - 'देतो प्लिझंट सरप्राईज - असं द्यायचं असतं? तुम्ही आशापुरी देवीच्या दर्शनासाठी सर्व येत आहात - खरं आहे?'

'अगं खरचं - तुला कसे कळले?'

'स्वप्न पडले मला!'

'तू तर अंतरयामी आहेस!'

'आईने आता सांगितले मला तुझा फोन यायच्या आधी!'

‘आई - जेवण तयार ठेवणार आहे - तशी कल्पना दे सर्वांना!’

‘अवघड आहे विजू - मी आईसमोर जास्त बोलू शकलो नाही. कसं सांगू त्यांना जेवणाचे?’

‘अरे - फक्त मोठ्या मॉंस सांग - त्या करतील बरोबर!’

‘yes dear! - you are right! खुप हुशार आहेस गं तू!’

समाधानाने हसत, ‘या उद्या - ठेवते!’

विजयाने फोन ठेवला - आनंदाने सुलुकडे बघितले. सुलोचनाच्या आई हसत म्हणाल्या, ‘विजू, लगता है आपका इन्तजार जल्दही खत्म होनेवाला है!’

‘नाही काकू - लग्न सेटल झाल्याशिवाय नाही! आम्हाला आगीत उडी घ्यायची नाही!’

‘हेच योग्य राहिल विजू - स्वाभिमानाने

जगण्याचा आनंद खुप वेगळा असतो!’

‘हो काकु - शिव खुप स्वाभिमानी आहे - त्याची ‘टॉपेस्ट प्रायोरिटी वेल सेटल’ होण्याकडे आहे! तो म्हणतो, ‘लग्नानंतर आर्थिक बाबींसाठी आपण कुणावर अवलंबून राहता कामा नये!’

‘खुप चांगला विचार आहे हा - अडचणीच्या वेळेला आई-बाबा सर्व मुलांच्या पाठिशी असतातच! पण दररोजचे आपलं आपल्याला मिळविता आले पाहिजे - दैनंदिन गरजांसाठी इतरांकडे हात पसरविणे कदापि योग्य नाही!’ सुलोचनाच्या आई म्हणाल्या.

‘काकु, एम.ए. झाल्यावर आम्हाला दोघांना जॉब मिळेल - त्यानंतर विवाह करू - कसली घाई?’

‘विजू किती छान विचार करायला लागली तू - किती बदललीस!’

सुलोचना विजूला चिडविण्यासाठी म्हणते, 'माँ - ए तो शिवके प्यार का करिष्मा है - बाकी कुछ नही!' असे म्हणून सुलू लांब पळते. विजया तिचा पाठलाग करीत तिच्यामागे धावते... सुलोचनाचा धाकटा भाऊ योगी आनंदाने टाळ्या वाजवित, 'पळ ताई, जोरात - विजूताईला सापडू नको!'

सुलोचनाला पकडल्यावर विजया तिला हलक्या हाताने पाठीवर धपके देते, आई ऽ गं!

'लहानपणापासून तुमचे हे सुरू आहे - कधी ही पळते तर कधी ती पळते! सर्व हसतात.

'विजू, नरडाण्याहून परत आल्यावर आई रागावली का तुझ्यावर?' सुलोचनाच्या आईंनी विचारले.

'छे काकु - अजिबात नही! मनाने मात्र खुप दुखावली गेली - खुप चांगले स्थळ हातातुन निघून गेल्याने! खुप खुप वाईट वाटत होते आईला! तिला वाटायचे विक्रांतकडे मला सर्व 'कम्फर्टस' मिळाले असते. मी आनंदात आयुष्य काढले असते. सर्व आयते मिळत होते - शिवशी संसार करतांना खुप संघर्ष, परिश्रम करून 'कम्फर्टस' मिळतील!'

'अगदी बरोबर आहे साविचे!'

'हो काकु, हे मलाही पटते - विक्रांतशी जो अल्पसा परिचय झाला माझा - त्यावरुन मलाही वाटते - त्यांनी मला सुखात-आनंदात ठेवले असते.... ते ही माझ्यावर प्रेम करायला लागले होते - प्रत्यक्ष भेटीत तसे ते म्हणाले देखील - अन् त्यांच्या वागण्या-बोलण्यातून ते दिसायचे! पण मी, शिवला फसवू शकत नाही - दिल दिया - बस दे दिया! पुनर्विचार नको! पुढे आमचे कष्ट अन् नशीब!'

'विजू, तू प्रमाणिकपणे हे लग्नाआधी सांगण्याची हिंमत केली खुप चांगले झाले - कारण विक्रांतशी लग्नानंतर कळल्यावर खुप बोभाटा, नाचक्की झाली असती - आई-बाबांची!'

'काकु, मला कुणालाच फसवायचे नव्हते - अगदी स्वतःसकट! मन एकाला द्यायचे अन् देह दुसऱ्याला अर्पण करायचा - हे माझ्या तत्वात न बसणारे - शिवशी माझे लग्न होवो अथवा न होवो आयुष्यभर मी शिवचा जप करणार - अर्थात शिव मला फसवणार नाही - अन् माझ्या दुर्दैवाने तसे काही घडले तर मी आजन्म अविवाहित एकटी राहीन - आई-बाबांनाही त्रास देणार नाही!'

विजयाचे डोळे भरून येतात. सुलोचनाच्या आई तिला जवळ घेतात.

'नाही बेटी, सुलुने मला जे सांगितले त्यावरून मी सांगते शिवसोबत तू खुप सुखात, आनंदात आयुष्य घालवशील - तुझ्या आनंदासाठी तो काय वाट्टेल ते करेल! तो तुला फसवेल हे मनातुन काढुन टाक!'

'हो काकु, माझा त्याच्यावर खुप विश्वास आहे म्हणुनच मी विक्रांतचे स्थळ नाकारले! - या निर्णयापर्यंत येताना मलाही खुप त्रास झाला. पण माझे मन पूर्णपणे शिवमध्ये गुंतल्याने माझा नाईलाज झाला. मी - माझ्या मनाने दिलेला कौल स्विकारला!'

'जे झाले ते योग्य झाले! जे तू केले ते अतिशय वाखाणण्याजोगे- '

'येते मी काकु - उद्या ते सर्व येत आहेत - बघुया काय होते ते!'

शिव आपल्या परिवारासोबत पाटण - सिंदखेडला आशापुरी देवीच्या दर्शनासाठी आला. दर्शन झाल्यानंतर मोठया माँ ने ॲड.

देशमुखांकडे त्यांच्या भेटीसाठी जाण्याची इच्छा व्यक्त केली. त्यानुसार सर्व ॲड. देशमुखांच्या बंगल्यावर पोहचले. चहा-कॉफी घेतल्यानंतर शिवच्या बाबांनी 'दत्तक विधान' कार्यक्रमास येण्याची विनंती ॲड. देशमुखांना केली. त्यांनी 'अवश्य येऊ' असे आश्वासन दिले.

'सहपरिवार - सहकुटुंब या' असे मोठया माँ सौ. देशमुखांना म्हणाल्या. त्यांनी हसत आमंत्रण स्विकारले. जेवण तयार आहे - आपण सर्वांनी जेवायला आत या असा आग्रह केला.

'चहा-कॉफी झाले आहे - जेवणाचे राहू द्या!' मोठया माँ म्हणाल्या.

'नाही हो - जेवण खरच तयार आहे - मी ताट लावायला सांगते!'

सर्वांची जेवणं आटोपली.

'माझी मुलगी शिवसोबत अमळनेरला कॉलेजला शिकते - तिच्याशी ओळख करून देते - विजू, ए बेटी बाहेर!'

विजया, सुलोचना व बंटी बाहेर आले.

'ही माझी एकटी मुलगी विजया व हा तिचा धाकटा भाऊ बंटी व ही सुलोचना विजूची बालमैत्रीण!'

विजयाने सर्वांचे चरणस्पर्श करुन नमस्कार केला.

'खुप गोड दिसते बेटी तू!'

शिवच्या मोठ्या माँ म्हणाल्या व त्यांनी विजयाच्या हातात पाच रुपये दिले. विजयाने आपल्या आईकडे बघितले व पैसे स्विकारले.

'तुमच्याशी खुप बोलायचे आहे - पण आता बोललेले योग्य राहिल का?' सौ. देशमुख मोठ्या माँस म्हणल्या.

'बोला तुम्ही - काही संकोच बाळगू नका!' मोठ्या माँ म्हणाल्या.

'शिवने तुम्हाला काही कल्पना दिली असेलच -

'हो सांगितले त्याने - विजयावर त्याचे 'प्रेम बसले' म्हणुन! व विजयापण त्याच्यावर प्रेम करते!'

'मग आता आपण काय करायचे?'

'काही अडचणी आहेत आमच्यासमोर - व जास्त करून माझ्यासमोर - शिवचे तो ११ वर्षाचा असताना आजीच्या

इच्छेने त्याचे लग्न माझ्या सख्ख्या भावाच्या नातीशी झालेले आहे. त्यामुळे पुढे काहीही पाऊल उचलता येणे शक्य दिसत नाही! तुमची मुलगी खुप गोड व सुसंस्कारीत आहे - ज्येष्ठांसमोर वाकताना हे माझ्या लक्षात आले पण नाईलाज आहे!'

'अहो - कालच तिच्यासाठी चालत आलेले स्थळ ती शिवच्या प्रेमात असल्याने तिनेनाकारले. ती शिवशी लग्न करायचा हट्ट सोडायला तयार नाही!'

'हो - शिवसुद्धा या विषयावर आमच्याशी खुप भांडला - तो त्याच्या बाबांना म्हणाला, लग्न फक्त विजयाशी करेन - नाहीतर आयुष्यभर अविवाहित राहीन - मला बालपणी झालेल्या लग्नाशी काही घेणे नाही!'

'म्हणुनच मी म्हणते अशा परिस्थितीत त्यांना संमती देणे योग्य राहील!' सौ. देशमुख म्हणाल्या.

'शिवचा बालविवाह राहीला नसता तर आनंदाने विजयाचा आम्ही सुन म्हणुन स्विकार केला असता - पण तो विवाहीत आहे!'

'बालविवाह पुर्णपणे बेकायदेशीर आहे - त्याला जर मान्य नाही तर तो रद्दबदल होतो!' ॲड. देशमुख म्हणाले.

'हे बघा, आमच्या समाजात रोज बालविवाह होतात - सर्व कायदेशीर झाले - सामाजिक रूढी, परंपरांना कायदा आव्हान देऊ शकत नाही!' 'जोपर्यंत तक्रारदार पुढे येत नाही तोपर्यंत ठीक - कायदा काही करत नाही! - पण बालविवाह विरुद्ध तक्रार दाखल झाल्यास तो विवाह रद्द होतो - तशी तरतुद आहे - मग 'त्या मुलाने' किंवा 'त्या मुलीने' सज्ञान झालेवर केलेला विवाह प्रथम विवाह ठरुन तो कायदेशीर होतो. उद्या शिव व विजया या दोघांनी कोर्ट मॅरेज किंवा मंदिरातजाऊन लग्न केले तरी आपण काही करु शकणार नाही! कायदा त्यांच्या बाजूने राहील.'

'ठीक आहे दादा आपण या विषयावर नंतर चर्चा करु. कारण आम्हाला त्याचा बालविवाह मोडणे सोपं नाही - खुप भावनिक बाबी आहेत. तुम्ही कार्यक्रमाला या - तेव्हा आपण पुन्हा चर्चा करु!'

'हो ताई काही हरकत नाही - येऊ आम्ही कार्यक्रमाला!'

'बरं वकीलसाहेब आम्हाला आता परवानगी द्या!' शिवचे बाबा ॲड. देशमुखांना म्हणाले.

'ताई, एक मिनिट आलेच मी!' असे म्हणून सौ. देशमुख हातात काही गिफ्ट घेऊन आल्या. हळदी कुंकु झाल्यानंतर सर्व निघायला लागले.

'ताई, गिफ्ट नको - योग्य नाही वाटत - तुम्ही खुप आदरसत्कार केला. गिफ्ट नको - राग नका मानु! कार्यक्रमाला अवश्य या - चर्चा करुन यांचे त्रागड कसे सोडविता येईल त्याचा विचार करु!'

'हो ताई या!' शिवच्या घरी शिवच्या बालविवाहाचे बाबत निर्णय घेण्यासाठी सर्व नातेवाईकांची बैठक झाली. शिवच्या गावातसुद्धा शिवच्या प्रेमप्रकरणाचे लोण येऊन पोहचले. शिवची बदनामी सुरु झाली होती.

'सुरेखामध्ये काय कमी आहे असे तुला वाटते - मोकळेपणाने सांग आम्हाला!' मोठी माँ शिवला म्हणाली.

'माँ तिच्यात काहीही कमी नाही. ती सर्वगुणसंपन्न आहे! पण सुशिक्षित नाही - मला सुशिक्षित बायको पाहिजे!'

'ती अडाणी नाही, अशिक्षित नाही, गावात प्राथमिक शाळा आहे - तेवढे तिचे शिक्षण झालेले आहे. ती सातवी फायनल पास आहे!'

'माँ गावात मॅट्रीक पर्यंत शाळा आहे - तिला पुढे शिक्षण का घेऊ दिले नाही?'

'तिची होती इच्छा पण तिचे बाबा नाही म्हणाले - बसली गप्प!'

'म्हणजे केवढा हा अन्याय! मुलीची इच्छा असून देखील तिला शिक्षणापासून, तिच्या भावी प्रगतीपासून वंचित केले - ते ही जन्मदात्यांनी!'

'आपल्या गुजर समाजात मुलींना जास्त शिक्षण देत नाहीत बेटा!'

'का माँ? - पण का?'

'मुली जास्त शिकल्या की डोक्यावर बसतात! असे सगळे म्हणतात!!' मोठ्या माँ ने सांगितले.

शिव चिडत, 'हेच हेच तर अज्ञान आहे आपल्या गुजर समाजात! म्हणुनच आपला समाज इतर समाजाच्या तुलनेत मागे आहोत! - आई, म. फुले, सावित्रीबाई फुले यांनी मुलींच्या शिक्षणासाठी

शाळा काढल्या. त्यांनी स्त्री शिक्षणाचे महत्त्व विशद केले. आपल्या गावात ठिकठिकाणी भिंतीवर 'अडाणी आई घर वाया जाई!' असे सर्वांना वाचता येईल अशा पद्धतीने लिहिलेले! तरीही मुलींना

'रांधा, वाढा अन् उष्टे काढा' यापासुन सुटका नाही!! सुरेखाला शिकायचे होते - ती हुशार आहे - पदवीधर होऊ शकली असती - पण तुम्ही तिच्या स्वप्नांचा चुराडा केला! म्हणे काय तर शिकलेल्या मुली उद्धट होतात, डोक्यावर बसतात, ज्येष्ठांचा सन्मान करीत नाहीत! - किती ह्या खुळ्या कल्पना!'

'शिव मुलींना जास्त शिकविले तर लोक टिंगल करतात बेटा' शिवचे बाबा म्हणाले.

'बाबा, लोकांना घाबरुन मुलींचे भविष्य अंधकारमय करणार का तुम्ही? ताईच्या बाबत तुम्ही हेच केले. ताई सातवीनंतर पी.टी.सी. करुन शिक्षिका होण्याचे स्वप्न बघत होती. तुम्ही तिच्या हातात विळा देऊन तिला शेतात पाठविले - सासरच्यांनी तेच केले. मेहुणे सुशिक्षित, नोकरीला असुनही त्यांनी ताईला प्रोत्साहन दिले नाही!'

'बेटा, काही रूढी, पद्धती यांना विरोध करता येत नाही - परंपरेने सुरु आहे - चालु राहू द्यायचे!'

'बाबा, घातक, अन्यायकारक रूढी, परंपरांना, सामाजिक चालीरितींना विरोध केलाच पाहिजे'

'सामान्य माणुस नाही करु शकत बेटा, त्यांना जातीबाहेर काढले जाते - त्यांच्यावर बहिष्कार केला जातो - म्हणून सर्व

घाबरतात!' शिवच्या बाबांनी खंत व्यक्त केली.

'मी विरोध करणार - मला सुरेखाबद्दल तक्रार नाही - पण हा बालविवाह मला मान्य नाही. मी कायदेशीर सल्ला घेतलेला आहे - बालविवाह हा विवाह होऊ शकत नाही! मी विजयाशी विवाह करणार - आम्हाला घाई नाही - शिक्षण पुर्ण झाल्यावर!'

सर्व नातेवाईक तोंडात बोटे घालून शांत बसतात.

'सुरेखाचे काय? तू - 'त्या मुलीशी' लग्न करुन सुखी होणार! - सुरेखाने कुठे जावे?' मोठ्या माँ ने विचारले.

'हा बालविवाह करणाऱ्यांनी विचार करायला हवा होता - मी याचे काय उत्तर देणार माँ!'

'आमची चुक झाली - आम्ही मान्य करतो! - मुलीला हळद एकदाच लागते - दोनदा नाही - पुरुषांचे तसे नसते - तू लग्न करु शकशील - सुरेखा नाही - तिचे झाले तर गांधर्व होईल - नाहीतर आई-वडिलांकडे पुर्ण आयुष्य काढावे लागेल!'

'पाहिलस माँ सामाजिक रुढींचे दुष्परीणाम! - करतो कोण भोगतो कोण? - केवढी ही शिक्षा!'

'म्हणून बेटा 'त्या मुलीला विसर' शिक्षण पुर्ण झाल्यावर सुरेखा अन् तू सुखाने संसार करा - झालेली चुक दुरुस्त होणार नाही!'

'नाही माँ - मला हा कठोर निर्णय घेताना खुप वाईट वाटते पण मी विजूला फसवू शकत नाही - विजूने माझ्या प्रेमासाठी खुप काही गमविले!'

'अरे बेटा तू त्या परक्या मुलीला न्याय द्यायला निघाला - आपल्या नात्यातल्या मुलीचे काय? तू सुरेखाचा अधिकार विजयाला देणार?' मोठ्या माँ ने विचारले.

'माँ - बालविवाह पुर्णतः बेकायदेशीर असल्याने मुलाला किंवा मुलीला कोणतेच अधिकार देत नाही - दोघं सज्ञान झाल्यावर स्वतंत्रपणे निर्णय घेऊ शकतात - हे नाते - बालपणी जोडलेले पुढे चालू ठेवायचे की तोडायचे! मला पुढे चालू ठेवायचे नाही - मी मनाने पुर्णपणे

विजयात गुंतलो आहे. अशा स्थितीत जुन्या नात्यास विराम देणे - तो ही पुर्णविराम योग्य राहील!'

'तुझ्या निर्णयात काही बदल होणार नाही?' बाबांनी विचारले.

'नाही बाबा - मला काहीही किंमत मोजावी लागली - त्रास झाला - कोणी मारायला उठले, शिविगाळ बदनामी केली तरी मी विजयाशी लग्न करणार - सुरेखाला तिचा मार्ग मी या क्षणापासून मोकळा करून देत आहे - त्यांना तसा संदेश, निरोप द्या - कायदा बालविवाहाला विवाह मानत नाही - त्यामुळे 'लिगल सेपरेशन' चे कागदपत्र तयार करण्याची सुद्धा आवश्यकता नाही - हा स्वखुशीने दोघांनी घेतलेला निर्णय राहील!'

शिवचे निर्वाणीचे बोल ऐकून सर्व सुन्न झाले. गावात शिवचे एका कॉलेज मधल्या मुलीशी 'लफडे' सुरू असल्यांने बालविवाह मोडला - अशा चर्चा चौकात रंगू लागल्या. साधारण गावातील पारावार बसणाऱ्या रिकामटेकड्यांना चघळायला एक खुमासदार विषय मिळाला.

शिव रस्त्याने जात असताना त्याला 'टोमणे' बसू लागले. पण शिवने या सर्व बाबींकडे संयमाने दुर्लक्ष केले. 'आपल्या गावातला समाज-सुधारक बघितला का कोणी? नसेल तर तो बघा - शिव! आला समाज सुधारणेचा कैवारी!' काही अपशब्द - शिव्या-शाप देऊ लागले. पण शिव मात्र थोडासुद्धा विचलित झाला नाही. त्याचा निर्धार पक्का होता.

शिवचे काका त्याच्या धाकट्या भावास दत्तक घेणार होते - तो दिवस उजाडला. साधारण ११ वाजेच्या सुमारास ॲड. देशमुख सहपरिवार सहकुटुंब कार्यक्रमास उपस्थित झाले. कार्यक्रम आटोपल्यावर शिवच्या घरी चर्चेसाठी सर्व जमले.

शिवच्या मोठ्या माँ ने बोलण्यास सुरवात केली. त्या ॲड. देशमुखांना म्हणल्या 'दादा मुलगी तर तुमची साक्षात लक्ष्मीचे दुसरे रूप

आहे! तुमच्या सारखे स्थळ मिळायला सात जन्माचे पुण्य पाहिजे! विजया गृहलक्ष्मीच्या रूपाने आमच्या दारी आली तर आमच्यासारखे भाग्यवान कोणी नाही! पण - शिवचे लहानपणी लग्न झालेले आहे - अन् ती मुलगी माझ्या रक्तातील नात्यातली आहे जे मी 'जोडले' ते मी कसे 'तोडू'? तुम्हीच सांगा!'

थोडा वेळ सर्व विचारात...

'मग ताई तुमचा काय निर्णय आहे?' ॲड. देशमुखांनी विचारले.

'कृपया तुम्ही गैरसमज करून घेऊ नका - आमचा निर्णय नाही पण अडचण

आहे - खुप मोठा भावनिक गुंतागुंतीची!!' - शिवच्या मोठ्या माँ म्हणल्या.

'शिव अन् विजया देखील भावनिक पातळीवर एकमेकांत खुप गुंफले गेले आहेत. एका चांगल्या स्थळास तिने शिवसाठी सपशेल नकार दिला!' ॲड. देशमुखांनी स्पष्ट केले.

'दादा - खुप मोठा 'चक्रव्युह निर्माण केला या पोरांनी आपल्यासाठी - कसं बाहेर पडायचं? जगात तोंड दाखवायची हिंमत होणार नाही - हे मोडले तर! कसं करायचं?'

'आमच्यासाठी पण सोपे नाही! - आम्हाला आमच्या मुलीला समाजाकडून काय दुषण दिली जात आहेत - तुम्हाला काय सांगायचे? पण मुलगी आयुष्यभर अविवाहित राहण्याची भाषा वापरते....

ॲड. देशमुखांचा कंठ दाटून आल्याने ते थोडं थांबतात - 'काय आहे ताई, आपणही या पिढीच्या भाव-भावनांचा, त्यांच्या विचारांचा आदर केला पाहिजे!'

'हो दादा, आम्ही ही शिवला खुप लाडा-कोडात वाढविलेले - त्याला दुखविताना, त्याच्या मनाविरुद्ध वागताना आम्हाला खुप वाईट वाटते - पण आमचा नाईलाज आहे - सामाजिक चालीरितीच्या विरोधात आम्ही नाही वागू शकत!'

'त्या बेकायदेशिर असल्या तरी?'

'आमच्या गावात, समाजात, आमच्या जातीत कायदा महत्वाचा नाही! काय कायदेशीर काय बेकायदशीर याला आमचा समाज महत्व देत नाही!

आम्ही महत्व देतो फक्त आमच्या सामाजिक परंपरा, चालिरिती, रूढी, पद्धती अन् नातीगोती यांना! म्हणून बालविवाह असला तरीही हे नात्या-गोत्यातील, रूढी-परंपरेने झालेले शिवचे लग्न पूर्ण कायदेशीर आहे!'

पुन्हा जर वेळ शांतता.

'दादा, ह्या पोराला हुशार म्हणून शिक्षणासाठी अमळनेरला पाठविले - ते राहिले बाजूला - हे रिकामे उद्योग करून संकट ओढवून घेतले सर्वांसाठी! तुमच्या हातून पोरीसाठी आलेले चांगले स्थळ निसटले - अन् इकडे आमच्यासमोर हे धर्मसंकट - सर्वात जास्त मी अडचणीत! - मोठ्या माँ चे डोळे ओलावले - बालपणी लग्न झालेल्या मुलीने काय करावे? तिचं तर सारं संपलं! - पुन्हा विवाह होणे नाही!'

'ताई, तरुणपणी प्रेम करणे गुन्हा आहे का? - आंतरजातीय प्रेमविवाह हा अपराध आहे का?'

'नाही दादा - अजिबात नाही! प्रेम गौरी ने केले ती शंकराची पार्वती झाली. प्रेम रुक्मिणीने केले ती कृष्णाची राणी झाली. दोघींना त्यांच्या माहेरकडून तीव्र विरोध - तरीही त्यांचे प्रेम तसुभरही कमी झाले

नाही - उलट जेवढा त्यांना विरोध वाढत गेला तेवढे त्यांचे प्रेम वाढत गेले!'

'दादा प्रेमासारखी पवित्र भावना दुसरी कोणतीही नाही!'

'अगदी बरोबर बोललात ताई तुम्ही

प्रेम हा अपराध नाही तर तो हक्क आहे - अन् त्या हक्काचा आपण आदर राखला पाहिजे! - प्रेम जात-पात, धर्म काही बघत नाही!'

'हो दादा, आम्ही जात-पात मानीत नाही - जात ही अडचण नाही - जिच्याशी शिवचे लग्न झाले त्या मुलीच्या भविष्याचे काय?'

'ताई, शिव व विजूच्या पवित्र प्रेमाचे काय? विजू शिवच्या प्रेमात वेडी झाली आहे -

'हो दादा, शिवसुद्धा विजयाच्या प्रेमात पुर्ण वेडा झाला आहे!'

'मग अश्या स्थितीत ताई, आपण पालकांनी सामंजस्याची भूमिका घेऊन, मनाचा मोठेपणा दाखवून या दोन्ही वेड्यांचे लग्न लावून देणे उचित नाही का?'

'दादा, तुमची सर्वांची, तुमच्या सर्व नातलगांची परवानगी राहील यांच्या दोघांच्या लग्नाला?'

'नातलगांची राहिल न राहिल हा त्यांचा प्रश्न - आमची परवानगी आहे - त्यांना पुर्ण पाठिंबा आहे, आशीर्वाद द्या - इतरांचे सोडा!'

'ठीक आहे - मी विचार करून कळविते!' मोठ्या माँ म्हणाल्या.

'आता विचार करण्यात काहीएक अर्थ नाही - दोघे सज्ञान झाले आहेत - त्या दोघांनी उद्या जरी 'कोर्ट मॅरेज' केले तर आपण काहीही

करू शकणार नाही - किंवा पळून जाऊन मंदीरात चार-मित्रांच्या साक्षीने विवाह केला तरी कायदेशीर आपल्याला काहीच करता येणार नाही

ना तुम्हाला ना आम्हाला! उलट तुम्ही कायद्याच्या कचाट्यात सापडाल बालविवाह लावला म्हणून! ज्या वयात मुलांना लग्न काय असते, ते कशासाठी करतात हे ही कळत नाही त्या वयात केवळ रूढी-परंपरांचा आधार घेत आपण त्यांची लग्ने करून मोकळे होतो - कायद्याचा अवमान करून ... कायद्याला आव्हान देऊन!'

'हे बघा दादा, जी चुक म्हणा की अपराध व्हायची ती झालेली आहे आमच्या हातुन - त्याबद्दल आम्हाला वाईट वाटते - पश्चाताप होतो! मॅट्रीकनंतर तो शेती सांभाळत घरी राहिला असता तर हे प्रश्न निर्माण झाले नसते! तो योगायोगाने कॉलेजला शिक्षणासाठी गेला म्हणून हे घडले!'

'म्हणजे ताई हे एका अज्ञात शक्तीने नियतीने घडवून आणले असं आपण म्हणू या का?'

'हो दादा आता तसच म्हणावं लागेल!'

'ताई, मग जी गोष्ट नियतिच घडवून आणत आहे ती आपण माणुस म्हणून टाळू शकतो का?'

'नाही टाळू शकत - म्हणुनच शिव कुणाचेही अजिबात ऐकायला तयार नाही - शिवची सर्वांनी समजूत काढली - पण तो आपल्या निर्णयाशी ठाम! हात टेकले सर्वांनी!'

'जी तुमची अवस्था तीच आमची अवस्था! समोर झाडाला सोन्याची फळे आलेली दिसत असतानाही

आमच्या मुलीने तोडू नये - उलट पाठ फिरवून निघून यावे! ताई, तुम्हाला जसा मनस्ताप होतो आहे - विजूच्या आईने काही कमी सहन नाही केले! वर्षभरापासून ती स्वस्थ झोपली नाही! अन् मुलीच्या या निर्णयाने तिचे राजकिय भविष्य दावणीला बांधले गेले - पण लेकीच्या आनंदासाठी ती हे सर्व झेलतेय!'

'ठीक आहे दादा शेवटी दोघांची इच्छा - आपण कोण ठरविणारे?'

'हो ताई, छान वाटले तुमच्याशी मनमोकळी चर्चा करून - येतो आम्ही - महाजनसाहेब द्या परवानगी! - अन् भेटत रहा, येत रहा - निमित्ताने - नमस्कार.

विजयाने शिवच्या आई-बाबांना व इतर नातलगांना चरणस्पर्श करून नमस्कार केला. मोठ्या माँ ने तिला आई प्रमाणेने कुरवाळले. ॲड. देशमुख रात्री ८ वाजता कुटुंबासह सिंदखेडला येऊन पोहचले.

गजूने पाण्याचा ट्रे व कॉफी आणली. लक्ष्मीने सौ. देशमुखांना विचारले, 'बाईसाहेब स्वयंपाक करू कां?'

'अगं खिचडी व कढी घाल - तसं दुपारी उशिरा जेवल्याने खुप भुक नाही! सुलू, तू पण जेवण करून जा बेटी!'

शिवकडील घडामोडीमुळे विजया व सुलोचना खुप चिंताग्रस्त होत्या. विजयाने बोलण्यास सुरवात केली.

'आई सुरेखाचा गुंता नाही सुटला समजा, तिला योग्य स्थळ नाही आले तर मग आमचे लग्न?'

'प्रेमात पडायच्या आधी सारासार विचार

का नाही केला घोडी? अविचाराने घेतलेल्या निर्णयाच्या शिक्षा ठरलेल्या असतात! विक्रांतचे चांगले स्थळ घालविले!'

'आई, मोठ्या माँ एवढे का ताणून धरत आहेत?'

'त्यांच्या जागी कुणीही राहिले असते तर हेच केले असते! त्यांच्या सख्ख्या भावाची नात आहे ती मुलगी! तरीही शिववरील त्यांच्या ममत्वांमुळे त्यांच्या बोलण्यातून विरोध जाणवत नव्हता - त्या स्वतः खुप अडचणीत असल्याचे, कोंडीत सापडल्याचे सांगत होत्या. शिवने असे अचानक प्रेमात पडणे व लग्न मोडण्यास सांगणे हे सर्व त्यांना धक्कादायक, अनपेक्षित होते. त्यांना पश्चाताप होत होता शिवचा बालविवाह करून दिल्याचा - पण आता काही करता ही येत नव्हते!'

'आई, जर त्यांना वाईट वाटत होते, अपराधित्व वाटत होते तर मग आता त्यांना चुक दुरुस्त करून शिवला माझ्याशी लग्नास परवानगी देण्याची संधी चालुन आली आहे!'

'विजू, ती चुक दुरुस्त करणे सोपे नाही - असाधारण चुक आहे ती!' ॲड. देशमुख म्हणाले.

'का बाबा?'

'तू ऐकले ना सर्व त्यांचे म्हणणे? - काय कायदेशीार काय बेकायदेशीर हे आम्हाला - म्हणजे त्यांच्या समाजाला काही घेणे नाही! शिवचे लग्न समाजातील प्रचलित रूढीनुसार झालेले आहे ते कायद्याला स्विकारावे लागेल!'

'त्यांचे असे म्हणणे बरोबर आहे का बाबा?'

'आपल्या दुष्टीने नाही! पण त्यांच्या समाजात रोज बालविवाह होतात ते कायद्याने अमान्य झाले का? नाही झाले! - का? तर कोणीतक्रार केली नाही म्हणुन! जोपर्यंत कोणी बालविवाह बाबत तक्रार करीत नाही तोपर्यंत कायद्याला काही घेण-देणे नाही! 'चलने दो जो चल रहा है। ही कायद्याची भूमिका! कायदा सामाजिक रूढी-परंपरांना सहजासहजी हात लावित नाही!'

'मग बाबा, शिवचा बालविवाह तुम्ही कायदेतज्ञ म्हणुन बेकायदेशीर कसा म्हणता?'

'मी नाही म्हणत, कायदा म्हणतो' कारण शिवच्या या 'स्पेशिफिक' केस मध्ये शिव स्वतः तक्रारदार आहे - त्याला बालपणी झालेले त्याचे लग्न अमान्य आहे! तो स्वतः त्या लग्नाला आव्हान देऊ इच्छित आहे!'

'म्हणजे बाबा शिवने जर त्यांचे 'चाईल्ड मॅरेज' मान्य केले तर कायदेशीर ठरेल असेच ना?'

'Exactly! पण जसा शिवला अमान्य करण्याची मुभा आहे तशीच त्या मुलीला सुद्धा! जर तिने बालविवाह मान्य नसल्याची तक्रार दिली तर तो विवाह रद्दबदल ठरतो. Child marriage is completely nullified by law!'

'आले लक्षात - म्हणजे दोघांपैकी एकाला जरी अमान्य असले तर ते बेकायदेशीर ठरते!'

'बरोबर! शिवचा तुझ्याशी विवाह करण्याचा दृढनिश्चय आहे तो पर्यंत तू 'सुरक्षित' आहे - उद्या शिवने पाठ

फिरविली व बालविवाहाचा स्विकार केला तर तू खुप अडचणीत सापडणार! यापुढे शिवच्या तुझ्या वरील प्रेमाची खरी कसोटी आहे! शिवला आता प्रखर अशा अग्नीदिव्यातून जावे लागेल! त्याच्या वर आता चोहोकडुन दबाव वाढणार - त्यातून तो स्वतःचा बचाव करू शकला तर ठीक! नाहीतर....

'नाहीतर काय बाबा?'

'तुमचा दोघांचा प्रेमविवाह होणार नाही! कारण प्रेमाला कायद्याचे संरक्षण नाही! मग बैस रडत आयुष्यभर त्याच्या नावाने खडे फोडत!

187

मग - मला सांग बेटी गेल्या वर्षभरापासुन आईचा जो तडफडाट होत होता तो वाजवी होता की गैरवाजवी? कारण तुझ्या जगावेगळ्या प्रथमदर्शनी प्रेमाचे तारू सुखरूपपणे किनाऱ्यावर पोहचणार की मध्येच नौका बुडणार याबाबत ती 'आई' म्हणुन खुप चिंताग्रस्त होती - आपली मुलगी आत्मघात करायला निघाली अशी भिती तिला वाटत होती! म्हणून तिची चिडचिड-संताप सुरू होता - कधी तुझ्यावर तर कधी शिववर!'

विजया आईकडे केविलवाण्या नजरेने बघते, 'आईचा दृष्टीकोन वागणे बरोबर होते बाबा! मी चुकते आहे व घोर संकटाकडे जात आहे असे तिला वाटत होते! माझ्या भविष्याच्या काळजीने ती चिंताग्रस्त होती! खुप बेचैन होती - म्हणुनच

माझ्यावर सारखी ओरडत होती व त्या संतापाच्या भरात तिच्याकडून शिवचा अवमान होत होता!'

'बेटी, आई रोज रात्री ओक्सा-बोक्सी रडत होती हे फक्त मलाच ठाऊक!'

विजया आईला जाऊन बिलगते!

'आई, मला क्षमा कर - मी तुला तुझ्या प्रेमाला नाही समजू शकले!'

विजूचे डोळे भरून येतात - सौ. देशमुख पदराने तिचे डोळे पुसतात व तिला कुशीत घेऊन मायेने तिच्या डोक्यावरुन हात फिरवितात.

'क्षमा काय मागते बेटी! मुलं चुका करणारच! तुमच्या चुका आम्ही नाही पोटात घालायच्या तर मग कोण घालणार?'

विजया रडक्या सुरात, 'आई, शिव मला मध्येच लटकविणार तर नाही ना?'

'अजिबात नाही! तो सुद्धा तुझ्यावर त्याच्या जिवापेक्षा जास्त प्रेम करतो! तुझ्या प्रेमासाठी तो सर्व जग सोडून तुझ्याकडे येईल! पण त्यासाठी त्याला खुप संघर्ष करावा लागेल स्वतःच्या जन्मदात्यांशी!' असे म्हणुन सौ. देशमुख विजयाचे ओघळणारे अश्रु पुसतात.

ॲड. देशमुख म्हणतात, 'विजू बेटी, प्रेमाची सुरवात मंद वार्‍यांच्या सुखद झुळकाने होते! पण शेवट मात्र तुफानाच्या रौद्र स्वरुपाने!! प्रेमात पडणे सोपे, पण ते टिकविणे - निभविणे, जोपासणे व सर्व अडथळे पार करून यशस्वी करून दाखविणे तितकेच आव्हानात्मक अन्

अवघड! प्रेम हे गिर्यारोहणाच्या थ्रिलिंग सारखे असते! आधी गिर्यारोहकास खुप रोमांचकारी वाटते! पण डोंगरावर पुढे पुढे जात असताना प्रचंड वादळे, बर्फवृष्टी, रक्त गोठविणारी थंडी, कमी-कमी होत जाऊन सारखे घसरत जाणारे तापमान, हवेतील ऑक्सिजनचे कमी-कमी होत जाणारे प्रमाण, अकस्मात होणारे हवामानातील प्रचंड बदल- घसरणे, सरपटणे, पडणे, पुन्हा उठणे व शिखरावर नजर ठेवून प्रचंड मानसिक ताकदीने एक एक पाऊल पुढे टाकणे - शिखर यशस्वीरित्या गाठता आले तर स्वर्गीय आनंदाचा लाभ घेणे - अन्यथा जखमी अवस्थेत - बेशुद्ध होऊन मध्येच पडून राहणे! अगदी असच प्रेमाचा प्रवास असतो! Totally unsafe, highly risky but inspiring journey through unknown path!'

विजया आईच्या कुशीत बाबांचे म्हणणे एकाग्रतेने ऐकत होती.

मध्येच सुलोचनाने विचारले, 'काका, तुमचा काय कयास आहे - विजू अन् शिव शिखर गाठू शकतील?'

'या क्षणापर्यंत असलेला दोघांमधील अतुट विश्वास व निस्सीम प्रेम असेच कायम राहिले तर! प्रेमाची खऱ्या प्रेमाची हीच कसोटी असते कितीही वादळे येऊ देत 'प्रेमज्योत विझायला नको!'

'तुला काय वाटते ते सांग सुलू? तू या दोघांच्या प्रेमाची अगदी पहिल्या क्षणापासून साक्षीदार आहे!'

'काका मी आत्मविश्वासाने सांगते, 'They both will cross all the hurdles! They both are made for each other! I emphasize They both are "MAD FOR EACH OTHER!!"

'Let's hope so beta as you have said!' ॲड. देशमुख सुलोचनाला म्हणाले.

'बरं काकु येते मी - झोपली ती!'

'हो - थकली गं माझी लेक! जाशिल बेटी - थांब मी गजूला पाठविते!'

'नाही काकु - जवळच आहे अन् खुप रात्र झाली नाही - वर्दळ आहे रस्त्यावर!'

दोन दिवसांनी प्रि डिग्री आर्टस् चा निकाल जाहिर झाला. 'बातमीदार' या जळगाव येथून छापल्या जाणाऱ्या दैनिक वर्तमान पत्रात निकालाची पुरवणी मिळाली. शिव व विजया दोघेही फर्स्ट क्लासमध्ये उत्तीर्ण होते. शिवने हि आनंदाची बातमी बाबांना सांगितली. शिवच्या बाबांचे डोळे आनंदाश्रुंनी भरून आले! बाबांनी पेढे मागवून जवळच्या नातलगांना वाटून आनंद व्यक्त केला.

मोठ्या माँ ने तुकाराम पाटलांच्या घरी जाऊन शिव फर्स्ट क्लासने पास झाल्याची बातमी व पेढे दिले.

'काय पेढे घेऊन आनंद व्यक्त करायचा आम्ही - आत्याबाई! काय राहिलय आपल्यात? तुमचे व वकील साहेबांचे 'साटेलोटे' सुरू आहे - तुम्ही त्यांच्याकडे जातात ते तुमच्याकडे सहपरिवार येतात - तुम्ही त्यांच्या मुलीचा

सुन म्हणुन स्विकार करतात! अशा स्थितीत कोणत्या नात्याने घ्यायचे व तुमच्या आनंदात सहभागी व्हायचे?' सुरेखाच्या वडिलांनी मनातला संताप व्यक्त केला.

'अजून आम्ही कोणताही निर्णायापर्यंत आलोलो नाही - एकमेकांकडे जाणे-येणे सुरू असले तरी! माणुसकी धर्माने आम्ही त्यांच्याकडे जातो व ते आमच्याकडे येतात!'

'चालू द्या तुमचा माणुसकी धर्म! आम्ही ठरवू काय करायचे ते! बरं झालं तुमच्या पोराचे 'लफडं' लवकर समजलं! नाहीतर माझी मुलगी बर्बाद झाली असती!'

'अहो भाऊ तुम्ही 'लफडं' काय म्हणतात - प्रेम आहे त्याचे त्या मुलीवर व तिचेही त्याच्यावर!'

'ठीक आहे - कधीच्या वावड्या कानावर येत होत्या - आता तुम्हीच तुमच्या मुलाचे 'कर्तुत्व' कौतुकाने सांगत आहात - 'प्रेम' काय गोंडस नाव!' सुरेखाचे वडिल उपहासाने म्हणाले.

'बालविवाह बेकायदेशीर आहे, ही प्रथा अन्यायकारक आहे असे शिवचे म्हणणे आहे!' मोठ्या माँ म्हणाल्या.

'अहो आत्याबाई ही आपली परंपरागत चालत आलेली सामाजिक रूढी आहे - त्याचे आपल्या पूर्वजापासून सर्व पालन करीत आले! तुमचा मुलगा सामाजिक रूढीच्या विरोधात वागून खुप मोठा अपराध करतो आहे! त्याचे परिणाम भोगावे लागतील तुम्हा सर्वांना!'

'अपराधी माझा मुलगा नाही! अपराधी आपण सर्व आहोत मुलांची कोवळ्या वयात लग्न लावून देणारे! शिव तर कायद्याचे पालन करायला निघाला आहे!'

'याचा अर्थ तुम्ही सर्व शिव सोबत आहात - म्हणजे तो जे काही चुकीचे करीत आहे - त्याचे समर्थन तुम्ही सर्व करीत आहात!'

'काय चुकीचे करतो आहे तो? आपण कोवळ्या वयात अकारण त्यांची लग्ने लावून दिलीत - ही आपली चुक नाही का? तुम्हाला हजारवेळा सांगितले - शिव शिक्षण घेतो आहे - तुम्ही सुरेखाला हायस्कुलला पाठवा! तुम्ही मात्र याकडे दुर्लक्ष केले - सुरेखाला शिक्षणापासून वंचित करून तिची प्रगती खुंटविली! - ही चूक कोणाची? तुम्ही माझ्या मुलाच्या पवित्र प्रेमाला लफडं म्हणून हिणवित आहात - मग श्रीकृष्णाचे रुक्मिणीवरील व शिवशंकराचे पार्वतीवरील पवित्र प्रेमाला तुम्ही काय म्हणणार? पार्वती व रुक्मिणी सारखी विजया हट्ट धरून बसली आहे - लग्न करणार तर शिवशी नाहीतर आजन्म अविवाहित राहणार! तिच्या जन्मदात्यांच्या विरोधात जाऊन त्या पोरीने चांगल्या स्थळाला नकार दिला - शिववर असलेल्या निरपेक्ष प्रेमापोटी! अन् तुम्ही म्हणावं लफडं! अहो भाऊ अडाणी लोकांचे मी समजू शकते - पण तुमच्यासारखे सभ्य, सुसंस्कृत लोकांच्या तोंडी ही भाषा शोभत नाही!

सुरेखा मला परकी नाही नात्याने माझ्या सख्ख्या भावाची नात आहे पण नियतीपुढे आम्ही हात टेकले! तुम्ही सुरेखासाठी स्थळ बघा नाहीतरी ती कुमारी आहे! सासरी आलीच कुठे?'

'म्हणजे आत्याबाई पेढे देण्याच्या निमित्ताने तुम्ही हा कटू संदेश द्यायला आलात!'

'मी तुम्हाला सावध केले. कायदा मुलांच्या बाजूने आहे - त्यांनी पळून जाऊन लग्न केले तर आपण काहीच करू शकणार नाहीत - त्या

मुलीचे वडिल निष्णात वकील असून देखील त्यांनी हात टेकले! विजया व शिव दोघेही ऐकण्याच्या मनस्थितीत नाहीत! मोठ्या माँ ने स्पष्टपणे सांगितले.

'मग आता काय करायचे आपण?' सुरेखाच्या वडिलांनी मोठ्या माँ स विचारले.

'दमदाटी बळजबरी करून उपयोग होणार नाही! अशा स्थितीत आपण काहीच करू शकत नाही! आपण काही केले तर कायद्याच्या कचाट्यात अडकू त्यापेक्षा शिवला त्याचा मार्ग मोकळा - आपण सुरेखासाठी चांगले स्थळ बघू!'

हे ऐकून सुरेखाचे वडिल डोक्याला हात लावून बसले.

'येते मी भाऊ!'

प्रकरण ८ वे

प्रेमाचे गहिरे रंग!

कॉलेजचे नवीन शैक्षणिक वर्ष सुरु झाल्याने शिव व विजया अमळनेरला येऊन दाखल झाले. शिव अपेक्षेप्रमाणे क्लास टॉपर व विजया सेकंड टॉपर होती. आता शिवच्या व विजयाच्या प्रेमाने एक नवीन आयाम घेण्यास सुरवात केली. दोघांच्या मार्गातले कौटुंबिक अडथळे, विरोध संपण्याच्या मार्गावर होते.

कॉलेजच्या निवडणुकांच्या सुचना लागल्या. त्याबरोबर कॉलेजमध्ये निवडणुकांचे पडघम वाजण्यास सुरवात झाली. सर्वत्र एकच विषय - एकच चर्चा - कॉलेज निवडणुक!

या वर्षी कॉलेजचा जी. एस्. कोण होणार? कारण कॉलेजचा जनरल सेक्रेटरी होणे खुप प्रतिष्ठेचे मानले जायचे! जनरली हुशार, अभ्यासु मुले या भानगडीत पडत नसत! त्यामुळे शिव अगदी शांत होता. त्याने निवडणुकीपासून लांब रहाण्याचे ठरविले होते!

कॉलेजमध्ये एकुण ११ पदांसाठी निवडणुक होणार होती. त्यात जनरल सेक्रेटरी पद राज्याच्या मुख्यमंत्र्यासारखे! जनरल सेक्रेटरीला मत देताना विद्यार्थी विचारपुर्वक मतदान करीत! दोन पॅनलमध्ये खरी चुरस होती. ब्राइट स्टुडंट्स पॅनल आणि प्रगती स्टुडंट्स पॅनल!

शिवला वादविवाद मंडळ सेक्रेटरी पदासाठी अनिल कदम या ब्राईट स्टुडंट्स पॅनलच्या लिडरकडुन ऑफर आली. दुसऱ्या दिवशी प्रगती पॅनलकडून जनरल सेक्रेटरी पदासाठी शिवने निवडणुक लढवावी अशी दुसरी ऑफर प्रगती पॅनलचे सर्वेसर्वा संजय पाटील कडून मिळाली.

विजयाला ही बातमी शिवने सांगितली. विजयाने आपण सर्व मिळून चर्चा करुन योग्य निर्णय घेऊ असे शिवला सांगितले.

संध्याकाळी गार्डनमध्ये शिवच्या सर्व हितचिंतक मित्रांची बैठक झाली.

'दादा, तू या निवडणुकांच्या भानगडीत पडू नये असे मला वाटते!' सुलोचनाने शिवला सुचित केले.

'का पण सुलू? तुला असे का वाटते?' भावेशने विचारले.

निवडणुका हा शिवसारख्या हुशार, अभ्यासु मुलांचा प्रांत नाही! इथे सर्व मस्तीखोर व दंगलखोर असतात! त्यांच्या संपर्कापासून केव्हाही चार हात दूर राहिलेले चांगले!' सुलोचनाने स्पष्ट केले.

'मग सुलू, आजचा विद्‌यार्थी हा उद्‌याचा नेता कसा होऊ शकेल?' भावेशने विचारले.

'मला वाटते शिवला खुप चांगली संधी चालुन आली आहे. त्याने कोणत्या तरी एका पॅनलकडून निवडणुक लढवावी!' योगिनीने आपले मत मांडले.

'कोणत्या पॅनलकडून योग्य राहील योगी?' विजयाने उत्सुकतेने विचारले.

'तसे दोघेही पॅनल सारखेच आहेत, प्रगती कडून जी. एस. पदाची ऑफर आहे ती घ्यावी - कारण हे कॉलेजमधले मानाचे पद आहे!' योगिनी म्हणाली.

'म्हणजे शिव डायरेक्ट कॉलेजचा चिफ मिनिस्टर - सर्व कॉलेज आपल्या हातात!'

पुंडाने आनंद व्यक्त करीत मत मांडले.

विजया शिवच्या मनात काय सुरु आहे ते जाणुन घेण्यासाठी शिवला विचारते, 'शिव, तू असा गप्प का? काहीच बोलत नाहीस? अरे निवडणुकीला तुला उभे रहायचे आहे - आम्हाला नाही! तुझी भुमिका, मत तर कळू दे!'

'निवडणुक म्हटली म्हणजे खर्च आला, पुन्हा वादा-वादी, भांडणे, आरोप-प्रत्यारोप, प्रचाराला हिंसक वळण मिळाले म्हणजे 'मारामाऱ्या' - सर्व आलं! पुन्हा पंधरा-वीस दिवस अभ्यासाचा बट्ट्याबोळ! म्हणुन वाटतं लांबच राहवं!' शिवने आपली भूमिका समजावून सांगितली.

'हो दादा, याकरिता माझा विरोध आहे!' सुलोचनाने शिवच्या म्हणण्याला संमती दर्शविली.

थोडावेळ सर्व शांत, तेवढ्यात सिद्धार्थ सोनकांबळे आनंदाने पळत पळत शिवकडे आला व म्हणाला, ' शिव, प्रगती पॅनलकडुन जी. एस्. पदासाठी तुझ्या एकट्याच्या नावावर एकमताने शिक्कामोर्तब झाले. अजून दोन इच्छुक होते - पण संजय पाटीलने शिवचे नाव जाहीर केल्याने त्यांनी स्विकारले!'

'हे बघ शिव, तुझे स्टार खुप चांगले आहेत - त्यामुळे तू आढेवेढे न घेता निवडणुकीसाठी तयार रहा!' योगिनी म्हणाली.

'सुलू, काय हरकत आहे गं - अशा संधी वारंवार येत नसतात! अन् इथे तर आंधळा मागतो एक डोळा - देव देतो

दोन - अशी स्थिती आहे!' विजयाने सुलोचनाला समजाविण्याचा प्रयत्न केला.

'हरकत नाही विजू! संधी आहे - पण दादाचा स्वभाव मुळी राजकारण्याचा नाही! पुन्हा पद मोठे म्हणून खर्च खुप आला! दादा तर एक एक पैशाचा हिशोब लावतो!' सुलोचनाने स्पष्ट केले.

'सुलू, संजय पाटील सर्व बघणार! तो सर्व मॅनेज करतो - त्याच्या उपजत राजकीय वारशामुळे! पैशाचे फारतर आपण सर्व मिळून 'कॉन्ट्रीब्युट' करु! काय शिव - तू तरी बोल ना?'

'तुझी काय इच्छा आहे विजू?'

'लढ! संधी आली आहे - अरे तिकिटांकरिता भांडणे होतात - इथे एकमताने तुझ्या नावावर शिक्कामोर्तब झाले आहे!' विजयाने प्रोत्साहन दिले.

'अन् पडलो तर?'

'हे बघ शिव, निवडणुकीत फक्त दोनच गोष्टी घडू शकतात - एक 'निवडणे' व दुसरे 'पडणे' यापैकी एक नक्की घडणार! - कशाला जास्त विचार करतो! - लढव निवडणुक!' विजयाने शिवला पटवून दिले.

समोरून संजय पाटील आपल्या ताफ्यासह शिवकडे येताना दिसला. संजयने लांबुनच दोन्ही हात पसरुन आनंदाने हसत शिवला भेटण्याचे संकेत दिले. शिव चार पाउले पुढे जाऊन संजयला भेटला. दोघांची गळाभेट झाल्याने सर्वांनी जोरजोरात टाळ्या वाजविल्या व घोषणा दिल्या, 'कॉलेज का जी एस कैसा हो - शिव जैसा हो!' '

'कैसा हो, कैसा हो - शिव जैसा हो!'

'शिव, मी सोबत फॉर्म आणला आहे - भरुन सही कर - !'

'संजय, मला फक्त एक दिवस दे - उद्या मी सांगतो! - Please!'

'विजू, याला जरा सांगशील - कशाला उद्या?'

'संजयदादा, शिव तयार आहे जी एस पदासाठी! झाली आमची चर्चा!'

'आता शिव, you can't say no!' संजय पाटील स्मित करीत शिवला म्हणाला.

शिवने हसत उमेदवारीचा स्विकार केला, पुन्हा घोषणा झाली

'कॉलेज का जी एस् कैसा हो? - बिलकुल - शिव जैसा हो!'

अशा रितीने शिवने जनरल सेक्रेटरी पदासाठी आपले नामांकन सादर केले.

झालं! - कॉलेजमध्ये निवडणुकीची रणधुमाळी सुरु!! प्रगती पॅनल व्हर्सेस ब्राइट स्टुडंटस् पॅनल तर्फे प्रचारास उधाण आले! कॉलेजचे शैक्षणिक कामकाज ठप्प झाल्यासारखे वातावरण निमार्ण झाले! शिवच्या प्रचारासाठी दररोज विजया सह संपूर्ण मित्र मंडळ परिश्रम घेऊ लागले! लेडिज होस्टेल, बॉइज होस्टेल, क्लास रुम्स्, रेस्टॉरंट संपूर्ण कॉलेजमध्ये निवडणुकांच्या चर्चांना उधाण आले!

'कोण निवडणार? कोण पडणार! याबाबत आपापल्या बुद्धीने व तर्काने कयास बांधण्यात येऊ लागले!

शिवच्या विरोधात नरेश गुजराथी या विद्यार्थ्याने ब्राईट पॅनलतर्फे नामांकन सादर केले होते. संपूर्ण कॉलेजचे मतदान असल्याने २१०० मतांचे विभाजन होणार होते. जी. एस्. पदासाठी सरळ लढत असल्यांने खूप चुरस निर्माण झाली होती. नरेश गुजराथी हा श्रीमंत उद्योजकाचा मुलगा होता तो बी.कॉम फायनल ईयर स्टुडंट असल्याने त्याने आपली सर्व शक्ती पणाला लावली होती!

संजय पाटीलच्या प्रगती पॅनलचे

दरवर्षी उमेदवार निवडून येत. संजय पाटीलला राजकिय वारसा असल्याने तो स्वतः निवडणुक न लढविता किंगमेकरच्या भूमिकेत

असायचा! - तो कॉलेजमध्ये 'किंग मेकर' म्हणून प्रसिद्ध होता. राजकिय डावपेचात त्याची बरोबरी कोणीही करु शकत नव्हते! - एका रात्रीत बाजी परतविण्याचे राजकीय कसब संजयमध्ये होते! त्याचेही कॉलेजमधील शेवटचे वर्ष होते त्यामुळे त्याला अपयशावर थांबायचे नव्हते! त्याच्या दृष्टीने ही निवडणुक प्रतिष्ठेची होती!

शिव हा सर्वार्थाने त्याच्या विरोधी उमेदवारापेक्षा सरस होता! आपल्या विविध ॲक्टिव्हिटीज मुळे व विशेषतः विजया देशमुखसारखी मुलगी त्याच्या प्रेमात पडल्याने त्याचे नाव प्रत्येकाच्या ओठी होते! शिव स्वभावाने खूप सरळ व विनम्र होता. त्यामुळे सुरवातीच्या प्रचार फेरीतच शिव बाजी मारेल असे चित्र तयार झाले!

विजया आपल्या संपूर्ण मित्र-मैत्रिणींच्या ताफ्यासह शिवच्या 'डोअर टु डोअर' प्रचारात दिवसभर व्यस्त असायची! प्रगती स्टुडंटस् पॅनलच्या सर्व मंडळाच्या उमेदवारांना सकारात्मक प्रतिसाद मिळू लागला. संजय पाटीलने आपले पूर्ण राजकीय कसब पणाला लावून विजयश्री कडे प्रगती पॅनल ची वाटचाल सुरु ठेवली. ब्राईट स्टुडंट्स पॅनलने फारसे परिचित उमेदवार उभे न केल्याने त्यांना अल्पसा

प्रतिसाद मिळू लागला. त्यामुळे त्यांचे मनोबल खच्ची झाले!

मतदानाचा दिवस उजाडला. ८०% पर्यंत मतदान झाले. मतमोजणी होऊन शिवला घवघवीत यश मिळाले! शिवला १२०० मते मिळाली व तो कॉलेजचा जनरल सेक्रेटरी झाला!! प्रगती स्टुडंटस् पॅनलचे जी.एस्. सह सात मंडळावर उमेदवार विजयी झाले तर विरोधी पॅनलचे केवळ चार मंडळांवर उमेदवार निवडून आले. नरेश गुजराथी पराभुत होऊनही त्याने अत्यंत खिलाडु वृत्तीने शिवचे सर्वात आधी अभिनंदन केले व गौरवोद्‌गार काढले!

"You really deserve it Shiv! Hearty Congratulations!! My hands are always open for your co-operation!!!"

शिवने नरेश गुजराथीचे मनःपुर्वक आभार मानले. विजयी मिरवणुक काढण्यात आली. त्यात अबीर गुलालचा धुराडा उडाला! अशाप्रकारे शिवच्या शिरपेचात पुन्हा एक मानाचा तुरा रोवला गेला!

शिवच्या 'विजया'ने विजयाच्या आनंदास पारावर उरला नाही! तिने शिवचे तोंडभरून कौतुक व अभिनंदन केले. तिचे डोळे आनंदाश्रूंनी भरुन आले!

'Viju, my Sweetie it's you who motivated me to fight and win!! You are the architect of my victory in the election!' असे म्हणत

माझ्या या विजयावर सर्वच मित्र मैत्रिणी, हितचिंतक अन विशेष संजय पाटीलचा अधिकार

आहे! संजयने नुसते मला उमेदवार घोषित केले नाही तर आपल्या व्युहरचनेने विजयश्री खेचून आणली!'

'खरं आहे शिव - संजय पाटीलमुळे संधी व विजय मिळाला. त्याने आपले 'किंग-मेकर' हे बिरुद सार्थक केले!' विजयाने प्रतिक्रिया दिली.

कॉलेजच्या शैक्षणिक सत्राने वेग घेतला. विविध मंडळांतर्फे नोटीसेस झळकू लागल्या. शिव व विजयाने टेबल-टेनिसच्या प्रॅक्टिस वर भर देण्यास सुरवात केली.

'शिव या वर्षी तुझे युनिर्वसिटी टीम मध्ये सिलेक्शन झाले पाहिजे, व ते होईल कारण जळगावचा 'फाईव्ह स्टार' क्लब जॉईन केल्यापासून तुझ्या खेळात लक्षणिय सुधारणा झाली आहे!' विजयाने शिवला प्रोत्साहन देत म्हटले.

'हो विजू, यावर्षीव फक्त एकच गेम घ्यायचा आहे - व्हॉलीबॉलला रामराम! तो वेळ मला टेबल-टेनिससाठी देता येईल!'

'- मी - हेच सांगणार होते तुला पण तू माझ्या मनातले बोलला! -'

' - हो विजू, माझ्या लक्षात आले ते - म्हणूनच मी या निर्णयाप्रत आलो!'

'बरं शनिवारपासून जळगावला जाण्याचे म्हणत होता तु - मग काय ठरले?' विजयाने विचारले.

'हो तासिका आटोपल्यावर निघणार आहे!'

हसत डोळे मिचकवित, 'मग प्रिय मैत्रिण भेटणार उद्या-खूप दिवसानंतर!' - विजयाने कोपरखळी मारली.

'विजू, माझी फक्त एकच प्रिय मैत्रिण आहे!' - शिव विजयाकडे हसत बघत म्हणाला! शिव पुढे काही बोलणार तोच विजया म्हणाली,

'नाव सांगण्याची आवश्यकता नाही!'

'आलं लक्षात ज्योती इनामदार ना?' विजयाने शिवकडे हसत बघितले. शिवसुद्धा क्षणभर विजयाकडे हसत बघत राहिला!

शिव शनिवारी ५ वाजता जळगावला टेबल-टेनिसच्या कोचिंगसाठी येउन पोहचला. फॉईव्ह स्टार क्लबच्या हॉलमध्ये सर्व खेळाडू उपस्थित होते.

ज्योतीने शिवला लांबूनच स्माइल दिले. शिव ज्योतीजवळ येऊन म्हणाला, 'How are you Miss. Jyoti Inamdar?'

लटक्या रागाने, 'थँक्स गॉड! - कमीत कमी माझे नाव तरी तुझ्या लक्षात राहिले!'

'How can I forget you?'

' – नुसते नाव लक्षात ठेवून असंच ना?'

' – अरे – We last met in the month of March! – अन् तू – आफ्टर फाइवमंथस् भेटतो आहेस! – तुला माझ्या घरचा फोन नंबर दिला – नुसता खिशात घेऊन वागविण्यासाठी? – सुटीत तू जळगावला नक्की आला असशिल – नाही भेटायचे जमले – एक कॉल तरी करायचा!'

– 'हो – खरे आहे तुझे! – सॉरी ज्योती!'

– 'ठीक आहे! – तुझा रिझल्ट काय म्हणतो?'

– 'First class first in the class!'

– 'Good – good – very very good!!!'

'अन् तुझा?'

'Any guesses?'

– 'अग, अंदाज काय कन्फर्म सांगतो – you are the class topper here!– फक्त टक्केवारी सांग!'

– 'Sixty five!' शिवकडे आनंदाने बघते.

– 'वाव! – ज्योति – तुशी रिअली ग्रेट!'

– 'अन् तुझ्या त्या .... ला किती?'

– 'Viju is सेकंड टॉपर इन द क्लास!'

– 'हुशार लोकांची जोडी जमली! – शिव, खरंच तुझी 'क्लोज फ्रेंड' आहे का नुसती माझी मजा घेतो आहे?'

– 'ज्योति, मी खोटे बोलत नाही सहसा!'

- 'म्हणजे केव्हातरी बोलतो - मग आता बोलत नसशील कशावरुन?'

- 'तू अमळनेरला आली तर तुमची ओळख करुन देईन!'

- 'अरे मग पुढच्या आठवड्यात! टीटी च्या इंटर-कॉलेजिएट मॅचेस अमळनेरला आहेत!'

'मग झालं - तुमची दोघींची भेट घालून देतो!'

- 'बर चल आपली टर्न आहे आता - तो विव्या ओरडून राहिला!'

शिव व ज्योति दोघे टेबल-टेनिस कोर्ट कडे आले. दोघांनी अर्धा तास प्रॅक्टिस केली. ज्योती स्पिन व बॅकहॅण्ड उत्कृष्ट खेळत असल्याने शिवला त्याचा फायदा मिळू लागला! - त्याचा हा दोष हळुहळु दूर होऊ लागला व तो चांगल्या प्रकारे स्पिन व बॅक हॅण्ड खेळू लागला!

जळगाव कॉलेजचा संघ इंटर कॉलेजिएट टेबल-टेनिस टुर्नामेंटससाठी अमळनेरला येऊन दाखल झाला. शिव अमळनेरला कॉलेज संघाचा कॅप्टन होता - तद्वतच कॉलेजचा जी.एस्. असल्याने त्याचा विशेष मान होता!

शिव प्राचार्यांसोबत उद्घाटनासाठी व्यासपिठावर जाऊन खुर्चीवर बसला. प्राचार्यांनी दिपप्रज्वलन करून सर्व संघप्रमुख व खेळाडूंचे स्वागत केले व उद्घाटन झाल्याचे जाहीर केले. शिवने सर्वांचे आभार मानले.

मॅचेस सुरू झाल्या. संध्याकाळ पर्यंत सर्व मॅचेस आटोपल्या. निघताना शिवने ज्योती व विजयाची ओळख करून दिली! दोघी एकमेकांना आनंदाने भेटल्या!

'खूप कौतुक करतो शिव तुझ्या खेळाचे! आज मी प्रत्यक्ष अनुभवले!' विजया ज्योतिला म्हणाली.

'Thanks! - तू पण छान खेळतेस!' ज्योति विजयाला म्हणाली.

'शिवमुळे खेळायला सुरवात केली!! त्याचा सारखा आग्रह - विजू खेळायला लाग - !!'

'मग लागली खेळायला - त्याचे ऐकून! ज्योतिने टोमणा मारला. दोघी हसतात.

'तशी मला टेबल-टेनिसची मुळात आवड होती!' विजयाने स्पष्ट केले.

'शिवने मोटिव्हेट केल्याने घट्ट झाली आवड!' ज्योतिने पुन्हा बॅट फिरविली.

'yes it's true! - शिव इज् माय रिअल मोटिव्हेटर इन लाईफ!' विजया शांतपणे म्हणाली.

'प्रेमात पडलेली दिसते त्याच्या!' ज्योतिने गुगली टाकली - 'तसा आहेच तो लेडी किलर! - बघ कसा हसतोय तो!' 'हो! -आम्ही दोघे आहोतच प्रेमात! It's open secret here!!' विजयाने शांतपणे गुगलीचा सामना केला.

'Hm! Hm!!' ज्योतिने तीनवेळा विजयाला खालून वरपर्यंत बघितले.

''Nice to meet you Viju! चला येते - भेटत राहू - बोलत राहू!'

'Thanks! - Bye bye!! Jyoti!'

जळगाव कॉलेजचा टेबल-टेनिस संघ गेल्यानंतर शिव व विजया कॅन्टीनला आले. सोबत सुलोचना व भावेश होते. वेटर आल्यानंतर विजयाने ऑर्डर दिली.

204

'दोन फुल चहा! - टु बाय् फोर!

वेटरने चहा आणून दिला.

'शिव, जळगाव विभागातून लेडिज संघामधून कोण निवडले जाऊ शकते?' विजयाने विचारले.

'तू अन् ज्योति दोघ तर फिक्स आहेत. योगिनीचे सुद्धा सिलेक्शन होऊ शकते! तुमचा तिघांचा गेम खूप उत्कृष्ट झाला!'

'ज्योतिचे निर्विवाद आहे - माझे होईल असे तुला वाटते?' विजयाने विचारले.

'आत्मविश्वासाने सांगतो मी! नाही का सुलू-भावेश!'

'हो - दादा - you are right!'

'हो - विजू - तुझा खेळ इतरांपेक्षा खूप वरच्या दर्जाचा झाला. ज्योति अन् तू दोघं टिममध्ये असणार!' भावेशने सहमती दर्शविली.

'का तुला टेंशन आले?' शिवने विजयाला विचारले.

'टेंशन नाही शिव! - वाटते झाले पाहिजे सिलेक्शन!'

'विजू सिंगल्समध्ये तू फक्त एकदा हरली - तिनदा जिंकली! - डबल्समध्ये विनर राहिल्या तुम्ही - तू अन् योगिनी! It's quite clear! तुझे गुणांकन अन् मानांकन बघता तू कशी डावलली जाऊ शकते? - Relax my sweetie!'

'तुझे तर होणारच शिव - !' विजया म्हणाली.

'हो माझे अन् विवेक वेदचे फिक्स! आम्ही दोघे इतरांपेक्षा खूप वरचढ ठरलो!'

'ज्योति खूप अफलातून खेळते. शिव तिच्या खेळात कुठलीच उणीव दिसत नाही!'

205

'अगं, आपण कॉलेजला आल्यावर खेळायला सुरवात केली. ती हायस्कुलपासून क्लब मेंबर आहे! तासन् तास बॅट तिच्या हातात असते. पुन्हा इंजिनिअरिंग कॉलेजमध्ये खेळते!'

'तिथे का?'

'विजू, तिचे पप्पा इंजिनिअरिंग कॉलेजचे प्रिन्सिपल - ते कॉलेज कॅम्पसमध्ये रहातात! कॉलेजमध्ये व्यवस्था आहे - टेबल-टेनिसची!'

'तरच - ती एवढी एक्सपर्ट झाली!'

'तू सातत्य टिकव - तुलाही स्किल आहे! - तू तिच्यापेक्षा छान खेळशील!' शिवने विजयाला प्रोत्साहित केले.

'शिव, विवेक ज्योतिचा मित्र आहे का - I mean are they both in love?'

'मित्र आहे - फॅमिली फ्रेंड आहे - दोघांचे चांगले जमते - तसे भांडतात पण खूप - पण मनात दुरावा नाही!! - ते प्रेमात आहेत किंवा नाहीत हे नाही सांगता येणार!'

'तसा विवेकसुद्धा खूप स्मार्ट अन् स्टायलिश वाटला!'

शिव खोचकपणे विजूला विचारतो - 'माझ्यापेक्षाही आवडला तुला?'

'हो - त्यात काय? - छान आहे! विजया हसत उत्तर देते.

'मग - मग - मग - माझा पत्ता कट?' शिवने गुगली टाकली.

'मी मेल्यानंतर! - तो पर्यंत शक्य नाही! - हलकसं हसत - तू माझा पत्ता कट नको करू म्हणजे मिळविले! तशी माझ्या बंधनातून तुला मी या जन्मात तरी मुक्त करणार नाही!'

206

‘This is called true love! लकी रे शिव तू - खरंच भाग्य घेऊल आलास!’

भावेशने विजयाच्या विधानाला प्रतिक्रिया दिली.

‘दादा, प्रेमवेडी राधा आहेती! या जन्मात नाही सोडणार तुला!’

शिव खुप भावुक होत विजयाचा हात हातात घेत गुणगुणायला लागतो - ‘जीवनमे पिया तेरा साथ रहे - हाथोमे तेरे मेरा हात रहे - जीवनमे पिया तेरा साथ!!’

विजया सुद्धा खुप भावुक होत पाणावलेल्या डोळ्यांनी शिवकडे बघते. क्षणभर दोघे बघत राहतात.

कॉलेजमध्ये दरवर्षी म्हस्कर ट्रॉफी वकृत्व स्पर्धा घेतली जायची. ही स्पर्धा स्थानिक स्वरूपाची फक्त महाविद्यालयापुरती मर्यादित होती. या स्पर्धेचे वैशिष्टय असे की ही स्पर्धा मराठी, हिंदी व इंग्रजी या तिन्ही भाषांमधून असायची! तसेच द्विस्तरावर व्हायची!! द्विस्तरावर म्हणजे दिलेले विषय व ऐनवेळी स्पर्धेच्या ठिकाणी चिठ्ठी काढून मिळालेला विषय यावर अनुक्रमे ७ मिनीटे व २ मिनिटे वेळेत आपले म्हणणे मांडावे लागत असे. हे खुप आव्हानात्मक होते! शिवने हे आव्हान स्विकारायचे ठरविले. त्यानुसार तयारी सुरू केली. विजयाची प्रेरणा त्याच्या पाठीशी होती. कारण विजयाला चांगले माहित होते की शिवला मराठीसह हिंदी व इंग्रजी या भाषासुद्धा अस्सलीतपणे बोलता येतात

त्यामुळे ती खुप उत्साही होती. शिव हजरजबाबी असल्याने व प्रसंगोचित बोलण्यात निष्णात असल्याने उत्स्फुर्त वकृत्वमध्ये सुद्धा तो कमी पडणार नाही याची तिला पुरेपुर खात्री होती. मागील वर्षीचा म्हस्कर ट्रॉफी विनर गणेश माळी हा सुद्धा शिवला प्रोत्साहीत करीत होता.

स्पर्धा सुरू झाली - मराठी, हिंदी, इंग्रजी आधी सेट स्पिचेस व नंतर उत्स्फुर्त म्हणजे एक्सटेंमपोअर स्पिचेस असा क्रम होता. शिवने तिन्ही भाषांमधील सेट स्पिचेसमध्ये आपल्या स्पर्धकांपेक्षा श्रोतेवर्गावर चांगला प्रभाव टाकला.

आता ऑन दी स्पॉट वकृत्व स्पर्धा सुरू झाली. उत्स्फुर्त स्पर्धेचे विषय विनोदी व हलके-फुलके असायचे तर सेट स्पिचचे विषय तितकेच तात्वीक व गंभीर स्वरूपाचे असायचे! शिवला मराठीसाठी चिठ्ठी निघाली. 'शर्मिला टागोर माझ्या स्वप्नात आल्यावर...' या विषयावर शिवने अत्यंत विनोदी शैलीत आपल्या स्वप्नांवर प्रकाश टाकला! क्षणा-क्षणाला हास्याचे फवारे उडत होते त्यासोबत टाळ्यांचे साग्र संगीतही सुरू होते.

हिंदीसाठी विषय होता 'मेरा पहला प्यार कॉलेज लाईफका!' या विषयावर बोलताना शिवने प्रेक्षकांना हसविले तद्वतच खूप भावुक सुद्धा केले! विजया समोरच्या रांगेत बसून शिवचे भाषण ऐकण्यात तल्लीन झाली होती. आपल्या प्रेमदेवतेला साक्षात नजरेसमोर बघून शिव

फक्त बोलत होता - आपल्या अंतर्मनातून!! शिवसाठी हा फक्त वक्तृत्वाचा विषय नव्हता तर त्याच्या व विजयाच्या आत्मिक प्रेमाचा अविष्कार होता! शिव जे जगत होता ते शब्दबद्ध करीत होता. विजया तर स्वतःशीच हरवल्यागत शिवकडे एकटक बघत होती. शिव प्रेमाच्या यज्ञकुंडात एक एक अर्ध अर्पण करीत होता - त्याच्या ज्वाळा विजयाच्या हृदयात जाऊन भेदत होत्या! सर्व श्रोते २ मिनिटे अवाक झाले होते! परीक्षक व अध्यक्ष सुद्धा प्रभावापासून स्वतःला वाचवू शकले नाहीत. शिवने विराम घेतल्यावर टाळ्यांचा गजर थांबता थांबेना!!

शिवच्या या भाषणाने त्याच्या विजयावर शिक्कामोर्तब झाल्यासारखे होते. उद्या शेवटचा इव्हेंट म्हणजे इंग्लिश स्पॉटॅनिअस

स्पिच होते. श्रोत्यांमध्ये चर्चा सुरू होती. 'ओनली शिव अँड शिव इज द् म्हस्कर ट्रॉफी विनर!

इंग्लिश स्पॉटेनिअस साठी शिवला विषय मिळाला 'Man is the slave of time!' या विषयावर सुद्‌धा शिव इंग्लिश मध्ये अस्खखलीत पणे बोलला! शिवचा विजय निश्चित झाला. नंतर येणाऱ्या स्पर्धकांची भाषणे ऐकायला प्रेक्षकांची

मनस्थिती नव्हती. स्पर्धेची उत्सुकता संपली होती! निकाल स्पष्ट होता. हॉलमधील वातावरण क्रिकेटच्या स्टेडीयम मधील वातावरणासारखे होते. टेस्ट मॅचचा निकाल लागला पण मॅन्डेटरी ओव्हर्स पूर्ण करायचे होते!

शिव सर्वांच्या अपेक्षा व अंदाजानुसार म्हस्कर ट्रॉफीचा मानकरी ठरला. शिवच्या या विजयाच्या दिशेने निघालेल्या 'घौडदोड' चे सर्व श्रेय विजयाच्या शिववर असलेले नितांत प्रेमात होते. पण या नितांत प्रेमास कुणाची नजर लागते की काय अशी परिस्थिती हळुहळु दिसू लागली! टेबल टेनिस गृप साठी ज्योतिचे सिलेक्शन झाले. टी.टी. जेन्टससाठी शिव व विवेक वेद चे सिलेक्शन झाले. विवेक वेद जळगाव विभाग जेन्टस् टीम कॅप्टन घोषीत झाला तर ज्योती लेडीज टीम कॅप्टन घोषीत झाली.

विजयाचे मात्र झाले नाही! त्यामुळे विजयाला खुप वाईट वाटले! तिचा गेममधील परफॉरमन्स उत्कृष्ट होऊनही ती डावलली गेली.

शिवने याबाबत पुढाकार घेऊन विजयावर अन्याय झाल्याची तक्रार नोंदविली पण निवड समितीचा निर्णय 'फायनल' असतो - त्यात बदल होत नाही असे सांगून तक्रार निकाली काढण्यात आली.

विजयाने आपले दुःख बाजुला ठेवुन शिवचे सिलेक्शन झाल्याबद्दल आनंद व्यक्त केला!

शिव सरावासाठी शनिवार-रविवारी जळगावला जाऊ लागला. हळुहळु शिव व ज्योतिची मैत्री वाढू लागली! ज्योति व शिवच्या परिचयाचे रूपांतर र हळुहळु मैत्रीत तर झाले परंतू या मैत्रीने अनेक दुरगामी परिणाम करणारे प्रश्न निर्माण केले! ज्योतिला शिवचा विनम्र स्वभाव, संयमी, शांततेत बोलणे व अधून मधून कोड्या व शाब्दिक विनोद करणे आवडायला लागले! तिला त्याच्याशी गप्पा मारायला आवडत असे! त्यामुळे खेळताना इंटरव्हलमध्ये जेव्हा वेळ असायचा ती शिवजवळ येऊन त्याच्याशी

बोलत, 'हँसी-मजाक' करीत असायची! ही बाब तिचा मित्र विवेक वेदला खटकायची! - त्याला वाटायचे शिवमुळे ज्योती त्याला 'निगलेक्ट' करीत आहे! त्यामुळे त्याची 'तडफड' व्हायची!

सोमवारी विजया व शिवची भेट झाल्यावर शिव तिला जळगावची सर्व हकीकत सांगायचा! विजया अत्यंत शांतपणे ऐकून घेत असे. जळगावचा फॉईव्ह स्टार क्लब जॉईन केल्यापासून शिवच्या खेळात लक्षणिय प्रगती झाल्याचे विजयाला जाणवत असे.

शिवचे पुणे विद्यापीठ संघात स्थान पक्के व्हावे हे तिचे स्वप्न होते. विजयाच्या स्वप्नपुर्तीसाठी शिव खुप झटायचा! ह्या वेळेला शिवचा आत्मविश्वास बळावला होता कारण स्पिन अँड बॅकहँड मध्ये त्याने खुप सुधारणा केली होती परंतु शिवच्या ज्योतिशी वाढत्या सलगीमुळे विजया चिंतीत होती! तिच्या मनात अनामिक भिती असायची!

एन.सी.सी. कॅम्पची नोटीस लागली. शिवचे दुसरे वर्ष असल्याने त्याला कॅम्प करावाच लागणार होता!

'तू कॅम्पला कधी निघणार आहे?' विजयाने शिवला विचारले.

'दोन दिवसांनी!'

'किती भराभर दिवस निघून जातात शिव?'

'हो विजु, बघता-बघता डिसेंबरचा शेवटचा सप्ताह सुरू झाला!'

'पुन्हा दहा दिवस कॅम्पचे कळणार सुद्धा नाहीत!'

'तुम्हाला तिथे रहायला रूमस् मिळतील का शिव?'

शिव हसत. 'रूम्स? - अगं वेडाबाई टेन्टमध्ये

रहावे लागेल, तिथेच झोपावे लागेल! मिलिटरी हार्डशिप असते विजू! नो कम्फर्ट्स जमिनीवर सतरंजी टाकून झोपायचे उशिला बॅग घ्यायची!'

'आई गं! - अन् जेवण?'

'आपण नेलेल्या थाळीत भाजी-भाकरी घ्यायची - व्हेज-नॉनव्हेज जे मिळेल ते!'

विजया काळजीने, 'एवढ्या कडक थंडीत 'त्या तंबुत' कसे रहाणार शिव तुम्ही?'

'विजू, आपले जवान मायनस टेंपरेचर मध्ये सिमेवर रात्रं-दिवस पहारा देत असतात, राहतात त्यांचे काय?'

हलकसं चिडत, 'शिव ते जवान आहेत, तुम्ही विद्यार्थी आहात! त्यांना त्या वातावरणाची सवय झालेली असते! - त्यांना तशा प्रकारचे प्रशिक्षण देऊन मानसिक व शारीरिक दृष्ट्या फिट केलेले असते!'

'विजू डिअर - शेवटी हाडामासाची माणसेच ना? आपल्या कुटुंबापासून कायम दूर रहातात - देशाच्या सेवेसाठी, आपल्या देशबांधवांच्या रक्षणासाठी!'

211

'शिव तू न्- नेहमी तडजोडीची भूमिका तुझी!'

'विजू, आपण जेव्हा इतरांच्या दु:खांचा विचार करू लागतो ना तेव्हाच आपल्याला आपले दु:ख पचविता येते! - आम्हाला दहा दिवस अत्यंत कडक शिस्तीत घालवावे लागणार आहेत याची एन.सी.सी. कमांडरनी आम्हाला पूर्वकल्पना दिलेली आहे! - 'आना हो तो आओ - बादमे रोना मत!' स्पष्ट सांगितले.

'असं सांगितले?'

'हो - त्यात काय? - आम्ही मानसिकदृष्ट्या पूर्ण तयार झालो - सर्व सहन करायला, झेलायला!'

'आजारी पडल्यावर?'

'स्वतंत्र्य व्यवस्था - 'सिक रूम' - म्हणजे वेगळ्या तंबुत पाठवितात - तिथेच!'

'मेडिसिन वगैरे देतात?' विजयाने विचारले.

'हो. सोबत डॉक्टर्स आहेत - प्रथमोपचार होतात!'

'जास्त आजारी झाल्यास घरी पाठवितात?' विजयाने विचारले.

'घरी? - विजू - दहा दिवस हालता येत नाही! हॉस्पिटलला भरती करतात!'

'हो - विद्यार्थ्यांची जबाबदारी कॉलेजने त्यांच्यावर सोपविलेली असते!'

२३ डिसेंबर १९७० ला सर्व एन.सी.सी. कॅडेट्स भुसावळला सुरत-भुसावळ ट्रेनने येऊन पोहचले. थोड्या वेळाने एन.सी.सी च्या वाहनामधून सर्वांना जामनेर रोडवरील एका उंच टेकडीच्या ठिकाणी रवाना केले.

हेच शिबिर स्थळ! इथे दहा दिवस एन.सी.सी. प्रशिक्षण पूर्ण करायचे होते! सर्वांचे टेन्ट लावून झाले. अॅलॉटमेंटनुसार सर्व तंबूत जाऊन पोहचले. एका तंबुत १० कॅडेटसची व्यवस्था होती! - म्हणजे रात्री फक्त अंग पसरता येत असे. दिवसभराच्या परेडच्या थकव्याने सर्व लवकर झोपायचे - तसा नियमच होता! सकाळी ५ वाजता 'व्हिसल' झाल्याबरोबर सर्वांनी परेड ग्राऊंडवर!

पहिले दोन दिवस शिवचे व्यवस्थित पार पडले. २६ तारखेला रात्री साधारण दोन वाजेच्या सुमारास शिवला पायाला काहीतरी चावले! खूप वेदना होऊ लागल्याने शिवने त्याच्या टेन्ट इनचार्जला सांगितले. टेन्ट इनचार्जने ताबडतोब त्याला कॅम्पमधील मेडिकल एड रुममध्ये नेले! तेथील डॉक्टरांनी प्राथमिक उपचार केले.

सोबत गोळ्या औषधे दिली. गोळ्या-औषधे घेऊनही शिवला असाह्य वेदना होत होत्या! त्याचे अंग फणफणायला लागले. टेन्ट इनचार्जने जाऊन डॉक्टरांना इनफॉर्म केले. त्यांनी सांगितले, 'सबेरे हॉस्पिटल लेके जाएँगे - हमने फ़र्स्ट ऐड दे दिया है - वैसे तो 'अननोन बाईट' थोड़ी देर तक तकलिफ देता ही है - ज्यादा सिरिअस कुछ नहीं है - गोलियोंसे बुखार नहीं गया तो सबेरे भर्ती करावा लेंगे! जवान को इतना सहना पड़ता ही है!'

३ जानेवारीला शिबीर समाप्त झाल्याने सर्व कॅडेट्स अमळनेरला परत आले.

'कसा पार पडला तुमचा कॅम्प?' विजयाने शिवला विचारले.

'खूपच छान अनुभव! - अगदी अविस्मरणीय!! - कळायला लागले शिस्त काय असते ते! शिवने उत्तर दिले.

'काही त्रास शिव?'

'अजिबात नाही'

'चला छान झाले. सारं काही सुखरूप पार पडले!'

'काही पनिशमेंट वगैरे...'

'हे बघ विजू - नो वन इज परफेक्ट! शिक्षा सर्व कॅडेट्सना झाल्या! चुक झाली की माफी नाही - क्षमा नाही! मग शिक्षा नेहमीची! हात वर करून ते सांगतील तेवढे राऊंड घ्यायचे!'

'अरे देवा! - तुला किती वेळा राऊंड घ्यावे लागले?'

'दोन-तीन वेळा! फक्त हात वर करून!' इतरांना तर दोन्ही हातात वजनदार रायफल घेऊन पळायला लावायचे! काहींना 'क्रॉवलिंग' करायला सांगितले! मी वाचलो!'

'तुला का साधी शिक्षा शिव?'

'मी नियमांचे उल्लंघन नाही केले, फक्त परेड करताना केव्हा केव्हा थोडी चुक व्हायची!'

'नियमांचे उल्लंघन म्हणजे कसे शिव?'

'अगं, परेड आटोपल्यावर टेन्टला परत आल्यावर सिमारेषेबाहेर जाण्यास बंदी होती - काही गप्पा करीत कधी कधी अनवधानाने पुढे निघून जायचे! सेन्ट्री लगेच व्हिसल द्यायचे व पनिशमेंट व्हायची!'

'शिव, इतके बारिक लक्ष - 'ओ माय गॉड!'

'सेन्ट्रीचा चोवीस तास पहारा असायचा विजु!'

'होतो त्रास एवढा-तेवढा पण तुझी ट्रेनिंग पूर्ण झाली शिव!'

'हो विजू खूप समाधान आहे!'

दोन दिवसांनी शिवची व विजूची भेट झाल्यावर ती त्याच्यावर 'जाम' चिडली!

'शिव, तू माझ्याशी परवा खोटे बोललास - का?'

214

‘मी - तुझ्याशी - खोटे बोललो - नाही! कशाबाबत?’

‘माझ्याकडे बघ! - तुला टेंन्टमध्ये रात्री काही तरी चावले होते की नाही?’

‘विजू - हे - हे सारे तुला कोणी सांगितले?’

‘ते महत्वाचे नाही! माझ्या प्रश्नाचे सरळ उत्तर दे! Hm! Unh .. Unh .. नको करू!’

‘विजू, अशा किरकोळ स्वरुपाच्या घटना

एन.सी.सी. शिबिरात घडतात, नाही का सुलू?’

सुलोचना शिवची ‘री’ ओढत, ‘घडु शकतात दादा - बरोबर आहे - घडतात त्यात काय एवढे?’

‘तू न् शिव, खुप निष्काळजीपणे वागतो!’

‘वीजे, ओपन स्पेसमधील टेन्टमध्ये तो काय काळजी घेणार? घडायचे ते घडले!’

‘विजू, अशा कटु अनुभवांनी आपण धट्टे-कट्टे होत जातो. ५ तास असह्य वेदना मी सहन करू शकलो याचेच मला अपुप!! I felt pride of my tolerance! विजू, या आपबितीवरुन लक्षात येते, बॉर्डर पे हमारे जवनोंपे कया बितती होगी! घने जंगलोमे रातदिन ऊनका बसेरा होता है!’

‘शिव, धन्य आहे तुझी!’

‘माझी नाही! - हमारे वीर जवानोंकी कहो!’

जरा वेळ शांतता.

'खरं आहे शिव! जवानांच्या दु:खाला, वेदनांना, कष्ट व परिश्रमाला पारावार नाही! जवान बॉर्डरवर सहन करतात अन् त्यांचे कुटुंबिय घरी!'

'विजू, एन.सी.सी. मधील शिस्त फक्त दहा टक्के समजू या! - मिलिटरी डिसीप्लीनच्या तुलनेने! - त्यांनी तरी मला फर्स्ट एड दिले - थोडा रिलिफ मिळाला! जवान जखमी अवस्थेत जंगलात तासन् तास पडलेले असतात असह्य यातना, वेदना! सहन करतात सगळं!

'खरं आहे शिव!' विजयाने सहमती दर्शविली.

दुसऱ्या दिवशी जिमखाना नोटिस बोर्डवर महत्वाची नोटीस झळकली! सर्व शिवचे अभिनंदन करू लागले.

शिव आज माझे स्वप्न पुर्ण झाले! तुझे युनिर्वसिटी टीममध्ये सिलेक्शन झाल्याने मी खुप आनंदित आहे. Hearty, hearty congratulation Shiv!' विजयाने शिवच्या टेबल-टेनिस संघात झालेल्या निवडीबद्दल आनंद व्यक्त केला.

विद्यापीठ संघात शिवचे सिलेक्शन झाल्याने विजयाने घरी फोन केला.

'हॅलो बाबा -

'आम्हाला तुझ्याशी अजिबात बोलायचे नाही! विसरली आई-बाबांना! दिपावळीच्या सुटीनंतर ना फोन, ना रविवारचे घरी येणे - काय सुरू आहे तुमचे?'

'अहो बाबा - नंतर रागवा - आधी आनंदाची बातमी तर घ्या!'

'आनंदाची बातमी? - बरं सांग!'

'शिवचे पुणे विद्यापीठ टेबल-टेनिस संघात सिलेक्शन झाले!'

'अन् तुझे?'

'अ-अ- माझे नाही झाले - असु द्या! शिवचे झाले त्यातच माझा आनंद आहे!'

'वा - वा s वा शिवचे मनापासून अभिनंदन!'

'सराव करण्यात खुप व्यस्त होती म्हणून फोन करायला विसरले बाबा!'

'थोडीशी गंमत केली बेटी तुझी! कधीची सापडली नाही ना म्हणून!'

'आई आहे?'

'आहे ना - घ्या हो!'

'बोल बेटी - आधी शिवचे अभिनंदन - असेच आनंदाने खेळत रहा - फक्त भांडू नका! माझ्याकडे पण एक आनंदाची बातमी आहे'

'काय आई?'

'वंदूचे लग्न ठरले! कुणाशी ऐकून धक्का बसेल!'

'मला का धक्का बसेल? जरा सांगशील कुणाशी ठरले ते!'

'मि. विक्रांत पाटीलशी!' सौ. देशमुख म्हणाल्या.

'छान झाले!'

'आई - मलाही खूप आनंद वाटला ही बातमी ऐकून! विक्रांत खुप उमद्या स्वभावाचे - अन् वंदनाचे तर सांगायला नको - छान झाले आई, They will be nice couple!'

'ब्रम्हगाठी असतात बेटी असंच म्हणावे लागेल! सर्वांना आश्चर्याचा धक्का बसला! त्यात मामींचा फोन! उद्या भेटायला येत आहेत मामा-मामी!!'

‘ - कशाकरिता आई?’

‘चर्चा करायला! विक्रांतचे स्थळ वंदनाकडे कसे व का गेले - नेमके कारण काय?’

विजयाने शिवला ही बातमी सांगितली! शिवला खुप टेंशन आले.

रुमवर आल्यावर विजया सुलोचनाला म्हणाली, ‘सुलू, उद्या आपण सिंदखेडला जाऊन येऊ - बघू या मामा-मामी काय म्हणतात ते!’

‘ठीक आहे विजू जाऊ या आपण! पण एक गोष्ट लक्षात ठेव - तू अगदी शांत रहायचे, अजिबात चिडायचे नाही!’

‘हो सुलू, पटलं मला!’

विजयाचे मामा व मामी धुळ्याहुन सिंदखेडला पोहचले. चहा, नाश्ता झाल्यावर इकड-तिकडच्या गप्पामध्ये वेळ न दवडता मामांनी डायरेक्ट विषयास हात घातला. विजया व सुलोचना आलेल्या होत्या.

‘काय विजू, कोण आहे तो मुलगा? नाव- गाव सांग बरं जरा! - अमळनेरला येऊन कायमचा बंदोबस्त करतो त्याचा! ‘त्या पोरांमुळे’ हाताशी आलेले चांगले स्थळ घालविले तू! आम्हाला काही फरक पडला नाही - ही भाची नाहीतर ती भाची! पण समाजात जी बदनामी सुरू आहे ती कशी रोखणार? रोजचे छप्पन्न फोन! ‘का हो - असे कसे झाले?’ - काय उत्तर देऊ आम्ही! - काहीच माहीत नाही - नेमके काय चालले आहे?’

मामांच्या या आक्रमकतेने सर्व ‘अवाक’ झाले! हॉलमध्ये भीषण शांतता पसरली!

‘दोन वर्षांपासून ‘तो मुलगा’ तुला त्रास देतोय, एका शब्दानेही आम्हाला तु काही सांगितले नाही! - अन् सावितार्इ तू तरी भावाच्या कानांवर घालायला नको, नाकापर्यंत पाणी येऊन पोहचले! आम्हाला -

लोकांकडून - बाहेरच्यांकडून समजले - तुम्ही मात्र लपवून ठेवावे!! अन् ती सुद्धा मुलीचे उभे आयुष्य उद्धवस्त करणारी बाब! त्या पोराचा बंदोबस्त करायलाच हवा!'

'सौ. देशमुख अत्यंत शांतपणे म्हणाल्या, 'दादा, तुला सांगणारच होते, योग्य वेळेची वाट बघत होते मी!'

'योग्य वेळ? कोणती योग्य वेळ? तो तिला पळवून घेऊन जाईल हीच का योग्य वेळ? मग फिरा सर्व तिला शोधत! करीत बसा पोलिसांच्या विनवण्या रात्रंदिवस - हीच योग्य वेळ? नाही का सावि?'

विजया मामांच्या या वक्तव्याने खूप अस्वस्थ

झाली. विजया रागाने आवाज चढवित मध्येच, 'मामा एक मिनिट - मी सांगते सर्व तुम्हाला!'

ॲड. देशमुखांनी विजयाला पुढे बोलण्यापासून थांबविले. ते तिला म्हणाले, 'मामांना अन् आईला बोलू दे बेटा, शांत रहा! Don't speak single word! .... Understand?'

'हो बाबा! Yes baba!'

बाबांनी पुन्हा तोंडावर बोट ठेवल्याची खूण करून विजयाला गप्प बसायला सांगितले - विजयाच्या ते लक्षात आले.

विजयाच्या मामींनी बोलायला सुरवात केली, 'ताई, घरून निघतानाच ह्यांना सांगितले होते, शांततेत, दमाने घ्या म्हणून! कालच बाहेरून कुठून तरी काय ऐकून आले अन् लागले आरडा-ओरडा करायला, पूर्ण घर डोक्यावर! म्हणाले, 'नाक कापायची वेळ येऊन ठेपली! आम्हाला बाहेरचे सांगतात पण आपले काही सांगायला तयार नाहीत! मग मी ह्यांना म्हटले सिंदखेडला जाऊन सावितांईशी प्रत्यक्ष बोलून

घेऊ! उगीच लोकांचे ऐकून अस्वस्थ होण्यास काही अर्थ नाही! लोक तर काहीही बरळतात!'

'हो वाहिनी, थोडसं माझं चुकलंच! मी, तुम्हाला कळवायला हवे होते! पण मला वाटले कॉलेजमध्ये तरुण मुलांमुलींच्या अशा गंमतीजमती सुरू असतात तसच असावं! - काय इतके गांभीर्याने घ्यायचे?'

'ताईसाहेब, आम्हाला नेमके 'मॅटर' काय

आहे ते सांगता का? कारण हे काहीतरी ऐकून आले अन् भडकले!'

'हो सांगते - दादा ऐकतोय ना?'

'हो सांग तू, कान तुझ्याकडे आहेत!'

सौ. सविता देशमुखांनी शिव व विजयाच्या प्रेमाचा पूर्ण किस्सा त्यांना सांगितला. दोन वर्षातील सर्व घटना सविस्तरपणे त्यांना सांगितल्या.

मामा व मामींनी सर्व शांतपणे ऐकून घेतले. त्यानंतर मामी म्हणाल्या, 'हे बघा ना आपण विचार करतो ते, इतरांकडून ऐकायला मिळते ते अन् प्रत्यक्षात जे घडत असते ते यात जमीन अस्मानचं अंतर असते! ऐकले का हो? कळले 'सत्य काय ते! लोक काहीही बरळतात!'

मामा विजयाकडे रागाने बघतात.

'आपण, सर्व काही चुकीचे करतो, रूढ मार्ग सोडून वेगळ्या वळणावर जातो - मग लोक बोंबलणारच!' मामांनी आपला राग व्यक्त केला.

विजया आवाज वाढवित, 'मामा, काय चुकीचा मार्ग अनुसरला मी? तुम्हाला समाजासमोर खाली बघण्याची वेळ यावी असे काय घडले माझ्या हातून? तुमच्या दृष्टीने मी एका अनोळखी मुलाच्या प्रेमात आहे हा माझा अपराध समजता तुम्ही? प्रेमाच्या मान-मर्यादांचे सामाजिक बंधनाचे अन् नैतिकतेचे आम्ही पालन करीत आलेलो आहोत - मग वेगळे वळण कसे म्हणता येईल? शिवने माझ्या नखाला देखील वासना युक्त भावनेने कधी स्पर्श केला नाही! आमचे प्रेम श्रीकृष्ण रुक्मिणीच्या प्रेमाइतकेच पवित्र आहे!' विजयाच्या या आक्रमकतेने मामा थोडे वरमतात!

जरा वेळ शांतता.

'बरं झालं साविताई - आम्ही आलो इथे स्वतःहून - म्हणून तरी आम्हाला कळले! नाहीतर मंडपात भटजींनी आवाज दिल्यावर 'वर-वधुच्या मामांनी स्टेजवर यावे - तेव्हाच कळले असते!' मामांनी उद्वेगाने म्हटले.

जड अंतःकरणाने, 'नाही दादा, तुमच्यापासून काय लपविणार? वर्षभरापासून माझी अवस्था, माझी मानसिक स्थिती माझी मलाच माहीत. त्यात तुझा स्वभाव, तुझी तब्येत याची मला भिती! काय कळविणार? आमच्याच मनातले संघर्ष संपता संपेनात! त्यात पक्षातल्या घडामोडी, प्रचंड राजकीय उलथा-पालथी, अंतर्गत राजकारणाच्या समस्या त्यात ह्या घोडीनं ओढवून घेतलेले

संकट - माझाच बी.पी. चा डोस सारखा वाढवावा लागला! - कसे कळविणार? - सांग ना दादा? - तुझी भिती आजही मला कमी नाही - संतापाच्या भरात अमळनेरला जाऊन तू काही भलते-सलते करून बसला म्हणजे - कल्पनेने अंगावर काटे यायचे! म्हटले होऊ दे जे व्हायचे ते!'

'ताईसाहेब, विजूच्या या आंतरजातीय विवाहामुळे तुमच्या मतांवर म्हणजे आपल्या जातीची मते मिळतील तुम्हाला? काही विपरीत परिणाम नाही होणार?'

सौ. देशमुखांचा कंठ दाटुन येतो!

'वहिनी, प्रथम मी आई आहे नंतर इतर बाबी! माझ्या लेकीच्या सुख, समाधान व आनंदासाठी मी वेळ पडल्यास राजकारण सोडून देईन! सौ. देशमुखांचे डोळे भरून येतात. माझ्या राजकीय स्वार्थासाठी माझ्या लेकीच्या सुखी भविष्यावर मी विरजन घालणार नाही! तिने निर्णय घेतलेला आहे - आता तो चुक का बरोबर त्याचे उत्तर काळच देईल - पण आम्ही सर्व शक्तीनिशी माझ्या लेकीसोबत आहोत! समाजाला, आपल्या जातीला काय म्हणायचे ते म्हणू दे - काय करायचे ते करू दे!'

सर्व शांत होतात. विजया केविलवाण्या चेहऱ्याने आईकडे बघते.

'आता तुम्ही एकमताने ठरविले असल्याने आम्ही कशाला बोटे घालायची? - बरं, हा पोरगा - शिव महाजन कोणत्या जातीचा व गावाचा आहे?' - मामांनी विचारले.

'शिव, चोपडा तालुक्यातील धानोरा या

गावाचा व गुजर समाजाचा आहे!' सौ. देशमुखांनी सांगितले.

'त्याचे बाबा काय करतात?' मामांनी विचारले.

'मध्यमवर्गीय शेतकरी आहे!

'ताई, तुमचे त्या फॅमिलीशी बोलणे झाले का?'

'हो - त्यांची कुलदेवी पाटणची आशापुरी आहे! ते सर्व आता येऊन गेले त्यांच्या कुलदेवीच्या दर्शनासाठी!'

'मग, तुमची भेट झाली असणार?'

'हो - आम्हाला दत्तक विधान कार्यक्रमाचे आमंत्रण द्यायला आले होते - जेवण करुन गेलेत!'

'मग तुम्ही धानोरा जाऊन आले असाल?'

'हो - सर्व गेलो होतो - खुप सज्जन परिवार आहे - घर-दार बागायती शेती सर्व व्यवस्थित आहे!'

हे सर्व ऐकल्यावर मामांचा 'मुड' एकदम बदलतो! ते थोडे स्वस्थ व शांत होतात.

'हरी विठ्ठला - हरी विठ्ठला - मग लाडु खायला केव्हा यायचे विजु? मामांनी हसत विचारले.

विजयाने बाबांकडे बघितले - बाबांनी बोल

म्हणुन खुणावले.

'मामी, बोलवु तुम्हाला सर्वांना - अजून कमीत कमी दोन वर्ष थांबावे लागेल!'

'हं - बोलव बाई सर्वांना! फक्त पळुन जाऊन वगैरे असं काही नका करू! - आमच्या इभ्रतीचा प्रश्न आहे! आमच्या मुलींची लग्न व्हायचे आहेत!'

'नाही हो मामा तसे करायचे राहिले असते तर आतापर्यंत झाले असते - आम्ही चुकीचे पाऊल टाकणार नाही! तुम्हाला खाली बघण्याची वेळ आणणार नाही!'

'काय आहे विजु - तुझ्या या आंतरजातीय प्रेमविवाहामुळे आमच्या घरातल्या सहा मुलींची लग्ने खोळंबतील!'

'का मामा? माझ्या लग्नाशी त्यांचा काय संबंध?'

'संबंध आहे बेटा, शेवटी तुझे आम्ही मामाच ना? आताच आम्हाला टोमणे खावे लागतात. तुझ्या लग्नाला येणे हे आमच्यासमोर धर्मसंकट आहे!'

'अजून खुप वेळ आहे दादासाहेब, चला जेवण वाढले, भुक लागली. जेवू या सर्व!' ॲड. देशमुखांनी विषयास कलाटणी दिली.

सर्वांची जेवणे आटोपली. ॲड. देशमुखांनी मामांना माडीवर जाऊन वामकुक्षी घ्यायला सांगितले. मामांनी आराम करण्यासाठी माडीच्या पायऱ्या चढायला सुरवात केली. मामा गेल्यानंतर इतर सर्व बैठकीत येऊन बसले.

'मामी, माझ्या लग्नामुळे माझ्या सर्व मामे-बहिणींची लग्ने खोळंबतील असं मामा मघाशी म्हणाले, मला नाही कळले?'

'तुझी आई - साविताई आमच्या कुळाची मुलगी व तू भाची! आमच्या घरातील मुलींची लग्ने जुळविताना लोक टोमणे मारतीलच ना - 'तुम्ही आंतरजातीय प्रेमविवाह करणारे' - कशाला आपल्या जातीत शोधतात! - बघा एखादा दुसऱ्या जातीतला! - द्या मुलींना प्रेमाचे लायसेन्स!'

'हो गं आई?'

'मामी बरोबर म्हणतायत बेटी! समाजात लोक जितके चांगले तितके वाईटही आहेत! - काही कट्टर जातीला धरून बसणारे आहेत! - तर काही प्रोग्रेसिव्ह विचारसरणीचे आहेत! पारंपारिक विचारांचे 'टोमणे' मारून 'उपमर्द' करून त्रास देतील! - काही सकारात्मक प्रगतीशील विचारसरणीचे तुमच्या विवाहाला 'आदर्श विवाह' मानतिल! - निर्णय तू एकटीने घेतला पण त्याचे परिणाम सर्वांना भोगावे लागतील!'

'मामी, तुम्ही माझ्या लग्नाला येणार की नाही?'

'येऊ बेटी - सर्व येऊ - तू कशाला काळजी करते?'

'मामा मघाशी म्हटले, 'हे धर्मसंकट आहे, उपस्थित राहणे न राहणे!'

'हो विजु - तुझे मामा म्हणले ते खरे आहे! पण - आमच्या दोनच भाच्या - तू अन् वंदू! कोणत्याही कारणास्तव तुमची दोघांची लग्ने आम्ही टाळू शकत नाही! तुझ्या मामांना मी समजाविन, ऐकतात ते माझे! फक्त तू घेतलेला तुझ्या वैवाहिक आयुष्याबाबत चा निर्णय तोंडघाशी पडायला नको! पैसा

गौण आहे बेटी पण शिवसकट घरातील सर्व माणसे चांगली, सज्जन असली पाहिजेत! रडत रडत परत माहेरच्या दारी यायचे नाही! - हा निर्णय चुकीचा ठरला तर साविताईंना आयुष्यभर रडवशील तू!'

हे ऐकल्यावर विजयाचे डोळे भरून येतात, नाही मामी, शिव खुप चांगला आहे, तो मला कधीच पश्चातापाची वेळ येऊ देणार नाही, विश्वास आहे मला! त्याचे आई-बाबा तर खुपच मायाळु आहेत! मला माहेरची आठवणसुद्धा येऊन देणार नाहीत! फक्त तुमचे आशीर्वाद आमच्या पाठीशी असू द्या सार्‍यांचे!'

विजयाच्या डोळ्यातून आसवे ओघळतात. मामी विजयाला जवळ घेत, 'विजु, आम्ही सर्व तुझ्या पाठीशी आहोत - तुला एकटी पडू देणार नाही आम्ही!' मामी विजयाचे डोळे पदराने पुसतात 'तुझे पाचही मामा व सर्व मामी सहपरिवार येऊ! तुम्ही काही गुन्हा नाही केला बेटी. प्रेम हा अपराध नाही! फक्त प्रेमात फसवणुक व्हायला नको - म्हणून ओळखीतला जाती-पातीतला हवा! - लोक दुतोंडे असतात - समोर चांगले बोलतात - पाठीमागे शिव्या घालतात! एकदा तुझ्या त्या शिवला

धुळ्याला मामांकडे घेऊन ये! सगळ्याशी ओळख होईल - आता तर तुमचे फायनल झाले आहे!'

विजया डोळे पुसत, 'म्हटले मी त्याला एकदा - मामांकडे जाऊ म्हणून! ओळख वाढेल!'

'मग?'

'तो घाबरतो! मोठ्या लोकांपासून चार हात

लांब रहायचे असे म्हणतो!'

विजयाच्या या विधानाला सर्व हसतात. मामा आराम करून खाली येतात - सर्व चहा घेतात.

'बरं धनंजयराव येतो आम्ही. बरं साविताई येतो म्हटले!'

'सकाळी जा ना दादा! रहा रात्रभर! कसली एवढी घाई?'

'ज्या कामाकरिता आलो होतो ते झाले! जाऊ दे आता - चला हो मालकिनबाई ड्रायव्हर कुठाय?'

'आहे इथेच - ओट्यावर! ॲड. देशमुख म्हणाले.

विजया मामा-मामींना नमस्कार करते.

'सुखी, आनंदी रहा बेटा सदा सर्वकाळ!

मामा-मामी गेल्यानंतर सर्व बैठकीत येतात तेवढ्यात फोनची रिंग येते. बंटी फोन घेतो.

'मी बंटी बोलतोय! आपण कोण?'

बंटीने आवाज दिला - 'आई, फोन घे - आत्या बोलतेय!'

सौ. देशमुख फोनवर 'नमस्कार ताई - कसे आहात सर्व?'

'छान आहोत - विक्रांतचे वंदनासाठी फायनल झाल्याचे समजले!'

'हो खरे आहे - अनुराधाताईंनी विचारले होते आम्हाला - काय करू म्हणून?' - विजुची भूमिका पक्की असल्याने व त्यात समोरच्यांचा काही दोष नसल्याने सांगितले ताईंना - आमची हरकत नाही! - मग झाले त्यांचे फायनल! - साखरपुडा व लग्न पुढच्या महिन्यात शिरपुरला आहे!'

'चांगले स्थळ तुमच्या हातून निसटले हे

खरे - पण 'ती' प्रेमात आहे म्हटल्यावर काय करणार तुम्ही? - संसार तिला करायचा आहे - एका दृष्टीने छान झाले! लग्नानंतर कळल्यावर खुप बोभाटा झाला असता - आता काय, लोक तीन दिवस चर्चा करतील अन् बसतील गप्प! प्रज्ञा सांगत होती शिव सुद्धा विजुला शोभणारा आहे - व दोघे एकमेकांवर खूप प्रेम करतात, आदर करतात!'

'हो ताई - लग्नानंतर हे टिकले पाहिजे! आंतरजातीय - नाही म्हटलं तरी थोडी भिती वाटते हो!'

'हो वहिनी खरे आहे - पण आता तिचे नशीब! काळ बदलतो आहे - जुने धरून ठेवण्यात काही अर्थ नाही! -आपण ऐकले सर्वांचे - ही 'जनरेशन' स्वतंत्र्य विचारसरणीची आहे - कायदे त्यांच्या बाजूने आहेत - अशा वेळेला आपण काही करू शकतो का? - समाजात टिका होईल - तुमच्या राजकीय भवितव्याला आघात होईल - समाज तुमच्या विरोधात जाईल!'

'ताई, मी सर्व त्यागाची तयारी ठेवली आहे - काय व्हायचे ते माझे होऊ दे - माझ्या लेकीच्या सुखाला कोणाची नजर लागायला नको! तिचे सर्व मनोरथ, स्वप्न पूर्ण झाले पाहिजेत!'

'होतील वहिनी - तुम्ही निश्चिंत रहा! विजुला मी चांगली ओळखते! ती चुकीची पाऊले कदापि टाकणार नाही! - तिने विचारपुर्वक निर्णय घेतला असणार!'

'अहो ताई, कसला आला विचारपुर्वक?

कॉलेजच्या पाहिल्याच दिवशी 'Love at first sight' चा प्रकार! अगदी शेक्सपिअरच्या रोमँटिक कॉमेडी मधील प्रेमासारखा! - *त्याच्याबद्दल 'ह्यांनी' जेव्हा तिला विचारले - त्याच्या नावापलीकडे तिला काहीही माहित नाही!* 'ह्यांनी' कपाळाला हात मारून घेतला - बसले 'हरी-विठ्ठला' करीत!'

'गंमतच आहे वहिनी नाही का?'

हो ना गंमतच नाही तर काय म्हणावे? - मग, मी अन् अनुराधाताई व 'हे' आम्ही त्याला अमळनेरला जाऊन भेटलो - त्याची एक प्रकारे अर्धा तास मुलाखतच घेतली!'

'मग केला पास!' - आत्या हसत म्हणाल्या.

सौ. देशमुख ही हसतात, 'काय करणार ताई? खुप दिवस तिला समजावित राहिले, धाक, दपटशा सर्व करून बघितले पण ती ऐकायला तयार नाही म्हटल्यावर टेकले गुडघे! तसा तो स्वभावाने प्रामाणिक माणिक! त्याने अगदी खरंखरं सगळं सांगितले!' सौ. देशमुखांनी आत्यांना सर्व हकीकत सांगितली.

'वहिनी पुर्वजन्मीचे ऋणानुबंध म्हणु या - पुर्वजन्मी दोघं जवळचे नातेवाईक म्हणा की सोबती असले पाहिजेत - काही अपुर्ण बाबी या जन्मात पुर्ण करततील! मग लग्न यावर्षी?'

'नाही, हो ताई - पदवीधर झाल्यावर बघु!'

'मग इतके दिवस?'

'त्यांनीच ठरविले आहे - पदवी मिळाल्याशिवाय पुढचे पाऊल उचलायचे नाही! तसे समंजस आहेत - संयम पाळतील!'

228

'मला वाटते वहिनी त्यांचे लग्न उरकुन घ्यावे - करतील नंतर शिक्षण!'

'विजू आहे इथे - बोला तिच्याशी!'

'नमस्कार आत्या! - कशा आहात?'

'छान आहे! लाडु खायला आम्ही केव्हा यायचे?'

हसत हसत, 'दोन वर्षांनी! - आत्याबाई आधी पदवी मग बघु विवाहाचे!'

'लग्न उरकुन शिक्षण करा!'

'नाही हो आत्या - कसं शक्य आहे? अन् तो? अजिबात तयार होणार नाही! - ग्रॅजुएशन नंतर ठरवू!'

'दोन वर्ष खुप होतात - आता प्रेमात आकंठ बुडाले आहात! - उरकून घ्या लग्न! - नंतर शिक्षण होईलच - जवळीक निर्माण झाल्यांवर संयम ठेवणे अवघड होते - आपला समाज परंपरावादी! बघा काय ते - ठरवा तुम्ही!'

'हो आत्या - बघते मी शिवशी बोलून!'

'बघ तर खरं - त्याचे काय म्हणणे आहे! बर ठेवते आता

- ठेवू आत्या?'

'हो ठेवा! - भेटु वंदुच्या लग्नात!'

'हो - अनुराधाताईंचा फोन होता लग्नाला येण्याबद्दल - तेव्हा कळले - त्यांनाही थोडे ओशाळल्यागत झाले - म्हटल्या त्या - विजूला खूप समजाविले आम्ही सर्वांनी - पण नाही माघार घेतली तिने! - मग नाईलाज झाला!'

आत्यांनी फोन ठेवला. सर्व जरा वेळ शांत.

दुसऱ्या दिवशी विजया अमळनेरला परत आली. तिने शिवला मामांच्या भेटीचा संपूर्ण वृतांत दिला! - ऐकल्यावर शिवला 'हायसे' वाटले. त्याचा तणाव निवळला! इंटर युनिवर्सिटी मॅचेसचे 'शेड्युल' लागले. मॅचेस नागपुर विद्यापिठाच्या पोस्ट ग्रॅज्युएट टिचिंग डिपार्टमेंटच्या भव्य क्रिडा संकुलात होणार होत्या.

स्पर्धेच्या पुर्वतयारीसाठी खेळाडु पुण्याला विद्यापिठात पोहचले! ज्योति इनामदार पुणे विद्यापिठ महिला संघाची कप्तान होती - तर निरंजन जोशी पुरुष संघाचा कप्तान होता. तो एस्.पी. कॉलेज पुणे चा खेळाडु होता.

दोन दिवस पुण्याला कोचिंग झाल्यानंतर महाराष्ट्र एक्सप्रेसने सर्व नागपुरला येऊन दाखल झाले.

ज्योती इनामदारच्या नेतृत्वाखाली पुणे विद्यापीठाने दणदणीत विजय मिळविला शिव ने ज्योतीचे खूप कौतुक केले ज्योती ने शिव चे आभार मानले. नागपूरहून परत आल्यानंतर शिव व विजयाने स्नेह संमेलनाची तयारी सुरु केली.

शिव अमळनेरला परत आला. शिव व विजया दोघांनी सायलीचे घर गाठले. सायलीच्या आईने दोघांशी चर्चा करून गीत फायनल केले. प्रज्ञा सुद्धा तिच्या व्यक्तीगत अडचणीमुळे मार्गदर्शनासाठी येणार नव्हती - म्हणून विजयाने एकटीने सोलो सॉगवर नृत्य करण्याचे ठरविले! त्यानुसार गीत निवडण्यात आले.

स्नेहसंमेलनाचे उद्घाटन थाटात पार पडले. शिव कॉलेजचा जनरल सेक्रेटरी असल्यांने त्याचा विशेष रुबाब जाणवत होता. उद्घाटनाच्या कार्यक्रमाला शिवने निळ्या रंगाचे ब्लेझर घातलेले होते. त्यात तो खुप उठून दिसत होता. व्यासपिठावर शिव सर्व पाहुणे व प्राचार्यांसोबत खुर्चीवर विराजमान होता.

आज स्नेहसंमेलनाचा तिसरा व अंतिम दिवस होता. संध्याकाळी कलाविष्कार

व 'संगीत रजनी' हे दोन कार्यक्रम होते.

सिनेगीत गायनाचा कार्यक्रम सुरू झाला. शिव व सायलीच्या नावाची उद्घोषणा झाली.

'नेक्स्ट सॉग - बेखुदीमे सनम उठ गए जो कदम - - फिल्म 'हसीना मान जाएगी' असे अनाऊन्सरने म्हटल्याबरोबर श्रोत्यांमधून आवाज आला - 'हसीना तो कब की मान गयी!' काय शिव? शिवने स्मित करीत मानेने होकार दिला - सर्वत्र खसखस पिकली! विजयाच चेहरा शरमेने लालबुंद झाला! गीतास सुरवात झाली. शिट्ट्यांचे हल्ले होऊ लागले. शिव व सायलीने मात्र अत्यंत बहारदारपणे गीत सादर केले. टाळ्यांच्या गजरात दोघांनी आपले आसन ग्रहण केले.

'गीतगायनाच्या कार्यक्रमानंतर 'नृत्यविष्कार' या कार्यक्रमास सुरवात झाली. काही नृत्ये झाल्यानंतर विजयाच्या नावाची उद्घोषणा झाली - नेक्स्ट डान्स ऑन दी सोलो सॉग - 'तुम्हे और क्या दू मै दिलके सिवाय' - फिल्म 'आयी मिलन की बेल!' असे अनाऊन्सरने म्हटल्याबरोबर

पुन्हा श्रोत्यांमधून कमेंट झाली. 'बिलकुल सही! - अब देर ना हो जाए!'

शिव पुढच्या रांगेत प्रिन्सिपल व प्राध्यापकांसोबत बसलेला होता. पडदा वर जाताच विजया नृत्याच्या पवित्र्यामध्ये उभी होती. विजयाने निळ्या ठिपक्या असलेली पांढरी साडी परिधान केलेली होती. नृत्याच्या सुरवाती पासुन तर शेवट पर्यंत 'पिन ड्रॉप सायलेन्स' होती. विजयाने तिच्या प्रसन्न व्यक्तीमत्वाने व अभिनयाने प्रेक्षकांवर प्रचंड प्रभाव निर्माण केला होता. सर्व प्रेक्षक मंत्रमुग्ध होऊन विजयाचा पदन्यास बघण्यात स्वतःला विसरून गेले होते. विजया पहिल्या रांगेत बसलेल्या

शिवकडे अधून-मधून नेत्रकटाक्ष टाकीत होती. शिवच्या नजरेत तिच्या सौंदर्य व अभिनयाबाबत ओतप्रोत कौतुक भरले होते! नृत्य संपले. प्रेक्षकांमधून 'once more! Once more' ची मागणी होऊ लागली. पण आयोजकांनी कालमर्यादेचे बंधन असल्याने व पुढे बरीच नृत्ये बाकी असल्याने विनम्रपणे मागणी फेटाळत पुढील नृत्याची उद्घोषणा केली. रात्री ११=०० वाजता कार्यक्रम संपला.

विजयाने सुटकेचा नि:श्वास टाकला. 'आटोपले बाबा एकदाचे स्नेहसंमेलन!'

'you both are the real hero and heroine of this year!' भावेश म्हणाला.

'I agree with Bhavesh!' सुलोचनाने सहमती दर्शविली.

'शिव अन् विजयाचे नाव कॉलेजच्या प्रांगणात वर्षभर दुमदुमत होते!' भावेश म्हणाला.

'खरं आहे - दादाने जी.एस्. झाल्यापासून जी घौडदोड सुरू ठेवली - ती वर्षभर कायम राहिली! अन् कोणत्याही जी.एस्. ने आयोजित केले नसतील असे सर्व सामाजिक, सांस्कृतिक उपक्रम दादाने राबविले!'

'खर्‍या प्रेमाची ऊर्जा सुलोचना! शिव

च्या या सर्व उत्साहाचे मर्मस्थान आहे विजया! - त्याच्या प्रत्येक जयाची प्रणेती फक्त विजया!' भावेश म्हणाला.

'खरं प्रेम अमोघ शक्ती घेऊन येते - हे पटते! - साक्षात पुरावा आपल्यासमोर आहे! - सुलोचना म्हणाली.

'अन् दोघांच्या प्रेमात अडथळे किती?' भावेशने आश्चर्य व्यक्त केले.

'पण भावेश त्यांनी सर्व अडथळ्यांची शर्यत जिंकली! खरे प्रेमवीरर ठरले!' सुलोचनाने स्पष्ट केले.

इतका वेळ सुलोचना व भावेशकडून होणारे कौतुक शिव व विजया शांतपणे ऐकत होते. ही अवास्तव स्तुती नव्हती - तर वास्तव होते - जे सुलोचना व भावेशने आपल्या डोळ्यांनी बघितले होते. शिव व विजया प्रेमात पडल्यापासुनच्या प्रत्येक घटनेचे, क्षणाचे भावेश व सुलोचना प्रत्यक्षदर्शी साक्षीदार होते! त्यांचे मार्गदर्शक व सच्चे हितचिंतकही होते! मित्र असावेत तर असे!

'सुलु, बस झालं बाई आता! - अजुन पुढे खूप मोठी वाटचाल आहे - खुप अडथळे पार करायचे आहेत!' विजयाने विनम्रपणे संगितले.

'अभ्यासाचा पार 'बोप्या' झाला विजु!'

'हो शिव परीक्षा खुप जवळ अन् आपली काहीही तयारी नाही!'

'तुम्हाला काय - दोघं एकपाठी आहात! एवढं सारं करून टॉपर रहाणारच! You both are gifted creatures!' सुलोचनाने विश्वास व्यक्त केला.

'मी, सुलोचनाच्या मताशी पूर्ण सहमत आहे!' भावेशने पुष्टी जोडली.

बघता बघता एक महिना निघून गेला. महिनाभरात शिव व विजयाने सर्व ॲक्टीव्हिटीज बंद करून पुर्ण वेळ अभ्यासासाठी व्यतीत केला! मार्च १९७१ सुरू झाला. वार्षिक परीक्षेचे टाईम-टेबल लागले. पूर्ण कॉलेज कॅम्पसमध्ये गंभीर वातावरण झाले. उन्हाची 'तिडीक' वाढली! सर्व अभ्यासक्रम पुर्ण झाल्याने तासिका थांबल्या होत्या!

वार्षिक परीक्षा सुरू झाली. सर्वांनी एकमेकांना शुभेच्छा देऊन मनोबल वाढवित परीक्षा दिली. दहा दिवसात सर्व पेपर आटोपले! आता १४ जुनपर्यंत सुटी होती. परीक्षा आटोपल्यावर सर्वांनी खूप धमाल केली.

'शिव, उद्या सकाळी केव्हा निघणार तुम्ही?'

'साधारण ९=०० वाजता!'

'आमची ट्रेन सकाळी ८=०० वाजता आहे!

सकाळी स्टेशनला या ना! नंतर खुप मोठी सुटी! त्यामुळे आपली भेट नाही होणार!' विजयाने काळजीयुक्त सुरात म्हटले.

'अगं, सुटीत येईल की तुला भेटायला!'

'खरंच! येशिल तू शिव?'

'आप बुलाए और हम ना आये - ए कैसे हो सकता है!'

रुसुन - 'म्हणजे तुला नाही वाटत यावंस!'

'विजु, डिअर - Don't take it Literally! मलाही - तुला भेटावेसे वाटणारच ना? असं कसं?'

'शिव, तुझे घर खुप छान आहे!'

'वीजे - तुझे काय म्हणते - 'आपले' म्हण! - आपले दोघांचे घर!'

'अजुन व्हायचे रे! - लग्नानंतर म्हणता येईल!'

'विजु, मग - आपण सुटीत लग्न उरकून घ्यायचे?'

'हो - तसंच करू! - नाही सहन होत दुरावा! - सर्व बंधनेच बंधने!' विजयाने व्यथा व्यक्त केली.

'मग तुमच्या करीअरचे काय?' सुलोचनाने विचारले.

234

'लग्नानंतर शिक्षण पुर्ण करता येईल! नाही का शिव?' भावेशने विचारले.

'अन् - मध्येच 'पिलु' आले तर?' सुलोचनाने गुगली टाकली.

'मी सांभाळिन पिलुला! शिव करेल शिक्षण पुर्ण! - ते मोठे झाल्यावर माझे शिक्षण पुर्ण करीन! - चालेल ना शिव?' विजयाने विचारले.

शिव विजयाकडे अचंबित होऊन एकटक बघू लागला! विजया स्मित करीत शिवकडे बघत होती.

'विजु आर यु जस्ट जोकिंग ऑर रिअली सीरिअस?' शिवने तिखटपणे विचारले.

'I m serious! - मी - घरी गेल्यावर आई-बाबांशी बोलते - तू पण बोल! नाहीतरी आई मला म्हणाली - तुम्ही दोघे ठरवा केव्हा लग्न करायचे ते - त्या वेळी लावून देऊ आम्ही - आम्हालाही जबाबदारीतून मुक्त होता येईल!' विजयाने स्पष्ट केले.

शिव मात्र खुप गंभीर झाला - विजयाच्या या अचानक बदललेल्या पवित्र्याने तो स्तंभित झाला - त्याला वाटले ती गंमतीने बोलत आहे!

'विजु, मी सुटीत तुला भेटायला येईन - तेव्हा ठरवू काय करायचे ते!'

'हो - चालेल शिव! - तू घरी गेल्यावर ही बाब आई-बाबांच्या कानी घाल!'

'हो नक्कीच!'

उन्हाळी सुटी घालविण्यासाठी विजया व शिव आपापल्या गावी येऊन पोहचले. एप्रिल महिन्यात सुर्य आग ओकु लागला होता. शेतीची

235

मशागतीची कामे सुरू असल्याने शिव आई-बाबांना शेतातल्या कामात मदत करीत होता. दुपारच्या वेळी जेवणानंतर आंब्याच्या झाडाखाली विश्रांती घेताना खुप सुखद अनुभव शिवला येत होता. उन्हाच्या झळा सुरूच होत्या - पण मध्येच थंड वाऱ्याची झुळुक कुठुनतरी यायची व गारवा देऊन जायची! नैसर्गिक वातावरणाचा शिव आनंद घेत होता.

विजया दिवसभर घरात बसुन लहान भाऊ बंटीशी गप्पा करीत असे. अधून-मधून सुलोचना तिचा धाकटा भाऊ योगीला घेऊन विजयाकडे यायची! चौघे कॅरम, बुद्धिबळ, पत्ते खेळत वेळ आनंदात घालवित! - अधून-मधून विजयाचे आई-बाबा मोकळीक मिळाल्यावर त्यांच्यासोबत खेळायचे!

संध्याकाळी सर्व आशापुरी देवीच्या मंदीराकडे फिरायला जायचे! तेथे दर्शन झाल्यावर गार्डनमध्ये निवांत बसायचे!

शिव संध्याकाळी हायस्कुलच्या क्रिडांगणावर मित्रांसोबत व्हॉलीबॉल खेळायचा! - सुटीत सर्व मित्रांच्या भेटी व्हायच्या - ते आपले अनुभव शेअर करायचे! रात्री घरच्या गच्चीवर मोकळ्या हवेत शिव बाजेवर झोपून, सातपुडा पर्वत दर्शनाचा आनंद घ्यायचा! शिवच्या गच्चीवरुन सातपुडा पर्वत अगदी हाकेच्या अंतरावर असल्यासारखा दिसायचा! कधी-कधी पर्वताला लागलेली आग दिसायची. झोपल्यावर मात्र विजयाच्या स्वप्नात शिव रममाण व्हायचा!

विजयाने शेवटच्या दिवशी लग्न करण्याची व्यक्त केलेली इच्छा त्याच्या मनावर दडपण निर्माण करायची! कारण संसाराची जबाबदारी पेलण्याची त्याची कुठलीही क्षमता नव्हती - अशा वेळेला भावनेच्या आहारी जाऊन लग्न करणे हा आततायीपणा ठरेल असे शिवला वाटायचे! त्याने विजयाची समजुत काढायचे ठरविले.

वंदना व विक्रांतच्या लग्नाची आमंत्रण पत्रिका घेऊन अनुराधा मावशी सिंदखेडला आल्या. त्यांनी संपूर्ण देशमुख परिवारास लग्नास उपस्थित रहाण्याची विनंती केली.

विजयाजवळ शिवची आमंत्रण पत्रिका दिली. त्याला आग्रहाने मावशींनी बोलविले म्हणून कळव - असे विजयाला ठासून संगितले. ही बाब शिवला कशी कळवायची हा विजयाला पडलेला गहन प्रश्न!

मानवी जिवनात योगायोगाला खुप महत्व आहे! विजया या विवंचनेत असताना फोनची रिंग आली. बंटीने फोन घेतला - तिकडुन प्रतिसाद मिळाल्यावर विजयास म्हणाला, 'ताई, तुझा फोन!'

विजयाने बंटीकडे क्षणभर साश्चर्य बघितले व रिसिव्हर हातात घेत, 'हॅलो!'

'अगं, ऐकना - आम्ही उद्या आशापुरी देवीच्या दर्शनाला येत आहोत!'

'शिव असे अचानक - सर्व परिवार?' विजयाने आश्चर्याने शिवला विचारले.

'आल्यावर सर्व कळेल तुला! ठेवतो!'

'शिव - अरे - कशाकरिता? - मला टेंशन आले - काही सांगशील तरी!'

'अगं, तुला टेंशन द्यायला येणार का आम्ही!'

विजयाने फोन खाली ठेवला व आईला सर्व माहिती दिली.

शिव व इतर सर्व आशापुरी देवीच्या मंदिरात सकाळी ११=०० वाजता येऊन पोहचले. विजया व सुलोचना दोघी आलेल्या होत्या.

दर्शन घेतल्यावर सर्व ॲड. देशमुखांकडे भेटीसाठी आले. इकड-तिकडच्या गप्पा झाल्यानंतर शिवच्या काकांनी शिवचा बालविवाहाचा

237

प्रश्न निकाली निघाल्याचे सांगितले. सुरेखाचे लग्न झाले आता शिव व विजयास लग्न करण्यास कुठलीच अडचण नाही!

शिवचे काका पुढे म्हणाले, 'आता या दोघांनी ठरवायचे केव्हा विवाह करायचा ते!'

'हो - खरय! दोन्ही कुटुंबाकडून आडकाठी नसल्याने 'त्यांनी दोघांनी' निर्णय घ्यावा!' अॅड. देशमुखांनी दुजोरा दिला.

शिव व विजयाने एकमेकांकडे बघितले व सांगितले, 'आम्ही बी.ए. ची पदवी मिळाल्यानंतर ठरवू! शिक्षण ही खूप महत्वाचे आहे - पुढील सेटलमेंटसाठी!'

'जशी तुमची मर्जी!' शिवचे काका व अॅड. देशमुख म्हणाले.

विजयाने शिवला वंदनाच्या शुभ विवाहाची पत्रिका दिली व मावशींचा संदेश दिला. शिवने मी नक्की शिरपुरला कार्यक्रमास येतो म्हणून संगितले. संध्याकाळी शिव व सर्व धानोरा येऊन पोहचले.

'खुप चांगली, मोठी माणसे आहेत बेटा!' शिवचे काका म्हणाले.

'हो - काका खुप श्रीमंत असुनही निगर्वी आहेत!'

'विजया पण स्वभावाने विनम्र वाटली!' शिवच्या काकु म्हणाल्या.

'हो काकु - ती खुप विनम्र, सरळ स्वभावाची आहे!'

'संस्कार असतात बेटा - ते दिसतात वागण्या-बोलण्यातुन! - छान मुलगी निवडली तू - सुखी राहशील - घरची लक्ष्मी चांगली असली की घराला घरपण राहते!' शिवच्या काकुंनी समाधान व्यक्त केले.

'हो काकु! विजया खुप समंजस, समतोल विचारांची व भावुक स्वभावाची आहे!'

'जाणवते ते - तिच्या वागण्या-बोलण्यातून. हल्लीच्या मुली सहसा ज्येष्ठांसमोर वाकत नाहीत - म्हणजे लवुन नमस्कार करीत नाहीत - लांबुनच हात जोडतात! पण ही पोरगी आमच्या धाटणीतली वाटते! काकुंनी विजयाबाबत योग्य अभिप्राय दिला.

प्रकरण ९ वे

कसोटी ही खऱ्या प्रेमाची!!

वंदनाच्या शुभ विवाहासाठी देशमुख परिवार शिरपुरला आले. सर्व पाहुणे येऊ लागले. विजयाच्या आत्या व प्रज्ञा पुण्याहून शिरपुरला येऊन पोहचल्या. धुळ्याहून विजयाचे पाचही मामा सहपरिवार वंदनाच्या लग्नास उपस्थित झाले. संभाजी जाधवांचा बंगला पाहुण्यांनी गजबजला!

शिव कुठेही दिसत नसल्याने विजया अस्वस्थ होती. भर गर्दीतही तिचे डोळे शिवला शोधत होते! शिव साधारण ११ वाजेच्या सुमारास लग्नमंडपात आला. विजयाने शिवला लांबून बघितल्यावर तिला समाधान वाटले!

स्वागत समारंभ सुरु झाला. आलेले सर्व पाहुणे व काही व्ही.आय.पी. स्टेजवर जाऊन विक्रांत व वंदनाला शुभ आशीर्वाद व शुभेच्छा देऊन परतले.

शेवटी शिव व विजयाने सोबत जाऊन दोघांना शुभेच्छा दिल्या! विक्रांतने खुल्या मनाने शुभेच्छांचा स्वीकार केला!

"काय सालीजी, शेवटी मी तुम्हांस गाठलेच! साली तो आधी घरवाली होती है|" विक्रांतने विजयाच्या दिशेने चेंडू वळविला! विक्रांतच्या अचानक आलेल्या बाऊंसरने विजया चांगली गोंधळली! ती शरमेने लालबुंद झाली! पण प्रसंगावधान राखून म्हणाली, "मेरे

प्यारे जिजाजी पहले अपनी बिवी को तो संभालो| बाद में हमारी तरफ मुडना| आऽया समझ में? जि-ज्जा-जी!!"

विजयाच्या या वाक्यावर वंदनाने हसून दाद दिली. विक्रांत मात्र थोडे नर्व्हस झाले. वंदना हळूच विक्रांतला म्हणाली, "आता द्या उत्तर! आ बैल मुझे मार|" बिचारे विक्रांत पुन्हा बुमरँग झाले. त्यांचा चेहरा गोरा-मोरा झाला. ते सस्मित विजयाकडे बघत राहिले.

सुलोचना शिवला म्हणाली, "दादा, इस पवित्र अवसरपर एक गीत हो जाए|"

सुलोचनाच्या म्हणण्याला सर्वांनी दुजोरा दिला. सुलोचनाने माईक हातात घेत सर्वांच लक्ष आपल्याकडे वळविलं, "Your attention please, Shiv mahajan is dedicating a song to the newly married pair- Mr. Vikrant and Vandana.

- "काय सुलु, माझी पंचाईत केली. आता कुठले गाणे म्हणू?" शिवला दडपण आले.
- "एखादं प्रसंगोचित म्हण की!" विजयाने सूचित केले. – "आठवेल तुला!"

शिवने माईक हातात घेतला व गाण म्हणायला सुरुवात केली.

'तमन्नाओं की दुनिया यूँ तो हर एक इन्सान बसाता हैं

मगर पाता वही है जो यहाँ तक़दीर लाता है|'

241

हा शेर ऐकवल्याबरोबर सर्वांनी शिवकडे माना वळविल्या. शिवने पुढे गाणं गायला सुरूवात केली. त्याने विक्रांत व वंदनास लक्ष केले.

'मेरे दोस्त तुझे तेरा मित मुबारक

ये साज नया नया गीत मुबारक,

मेरे दोस्त तुझे...

खिली है बहार से ये फूलों की कली

ख्वाबों की दुल्हन बड़े नाजों में पली

पलकों पे बिठाना ऐसे सुख देना

याद ना करे ये कभी बाबुल की गली

अपने बाबुल की गली

गाए ख़ुशी के तराने ऐसी प्रीत मुबारक|

गाणं संपल्याबरोबर विक्रांतने आनंदाने शिवशी हस्तांदोलन करून 'Thanks!' म्हटले. विजयाचा चेहरा आनंदाने फुलून गेला. 'अतिशय प्रसंगोचित खूप छान गाणे निवडले व अत्यंत बहारदार रीतीने सादर केले!विजया शिवला उद्‌देशून म्हणाली.

विजयाने शिवची तिच्या सर्व जवळच्या नातेवाईकांशी ओळख करून दिली. विक्रांतचे लग्न विजयाच्या मावस बहिणीशी, वंदनाशी झाल्याने शिव व विजयाच्या प्रेमातील आणखी एक अडथळा दूर झाला.

उन्हाळी सुट्टी संपली. विजया व शिव कॉलेजला दाखल झाले. रिझल्ट मिळाला. या वेळेला विजया क्लास टॉपर व शिव दुसऱ्या क्रमांकावर होता. विजयाने बाबांना रिझल्ट कळविला. त्यांनी आनंद व्यक्त करून पदवीपर्यंत दोघांनी असाच परफॉर्मन्स ठेवावा याबाबत शुभेच्छा दिल्या. शिवच्या घरी सुद्धा शिवने पाठविलेली पोस्टकार्ड वाचून सर्वांना खूप आनंद झाला. शिवच्या बाबांचा मध्यंतरी ढळलेला शिववरील विश्वास पुनर्प्रस्थापित झाला.

अमळनेर कॉलेजमधील बरेच सेवाजेष्ठ प्राध्यापक निवृत्त झाले होते. एस.वाय.बी.ए.ला स्पेशलायझेशन ठरायचे होते. शिवने इंग्रजी स्पेशल सोबत मराठी व राज्यशास्त्र हे दोन विषय निवडले.

अचानक भावेश व शिवने जळगाव कॉलेजला प्रवेश घेण्याचे ठरविले. ही बाब विजयाच्या कानी घालायची की नाही याबाबत शिवच्या मनात द्वंद्व सुरु झाले. शिवला रात्रभर झोप लागली नाही. विचारांचा लंबक एका जागी स्थिर व्हायला तयार नव्हता. इतकी प्रभावी असलेली त्याची निर्णयक्षमता आज मात्र कातवलेल्या नागासारखी सुस्त झाली होती!

पहाटे पहाटे शिवच्या मनाने कौल दिला. शिव व भावेशने जळगांव कॉलेजला प्रवेश घेतला. 'दोन दिवस कुठे होतास? विजयाने शिवला विचारले, 'अगं जळगावच्या कॉलेजला प्रवेश घेतला.' हे ऐकून विजयाला खूप वाईट वाटले. तिचा चेहरा एकदम पडला. तिचे मन संशयाने वेढले गेले! शिवने तिला विश्वासात न

घेता असे का केले असेल? विजया काहीही न बोलता खिन्नपणे शिवकडे बघत राहिली.

'विजु, तू माझ्यावर मनातून रागवली नाहीस ना?'

'आता मी रागावले, नाही रागावले त्यामुळे काही फरक पडणार आहे का? You have already done what you want to do, without asking me!' विजयाचे डोळे पाणावले. 'तिथे होस्टेलवर राहणार का?'

'अगं रूम केली. कॉलेजच्या पाठीमागे. अगदी जवळच. होस्टेलला माझा अभ्यास होणार नाही ना.'

'छान केलेस. मग भावेश अन् तू सोबत राहणार?'

'हो विजया, मी व शिव सोबत राहू.' भावेशने होकार दिला.

'शिव, येत जा भेटायला अधूनमधून.'

'येईन. तुझ्याशिवाय मला करमेल का डिअर?'

'बर, सामान कधी नेत आहात? का नेलं?'

'उद्या सकाळी.'

'ठीक आहे.'

शिवला निरोप देऊन विजया व सुलोचना रुमवर येऊन पोहचल्या. रुमवर आल्यावर विजयाने कॉटवर अंग झोकून दिले. शिवच्या या एकतर्फी निर्णयाने ती खूप व्यथित झाली होती. बारीक सारीक बाबींची चर्चा करणारा शिव एवढा महत्वाचा निर्णय घेताना तिच्याशी शब्दाने देखील बोलला नाही. गुपचूप जाऊन

प्रवेश घेऊन आला. या गोष्टीचे तिला खूप वाईट वाटले. शिवचा राग देखील आला.

सुलोचनाने तिला धीर देण्याचा प्रयत्न केला. खरंतर सुलोचनाला सुद्धा यावेळेला शिवचे वागणे अजिबात आवडले नव्हते. प्रश्न शिवच्या कॉलेज सोडून जाण्याचा नव्हता, तर विजयाला विश्वासात न घेता एकतर्फी निर्णय घेण्याचा होता. ती सुद्धा मनातून खूप दुखावली गेली. शिवच्या या निर्णयाने विजयाच्या कोमल व संवेदनशील मनावर प्रचंड आघात होणार अशी भीती तिला वाटू लागली.

सुलोचना विजयाजवळ येऊन बसली. दोघी खूप वेळ काही बोलल्या नाहीत. विजयाची मनस्थिती बघून सुलोचना तिच्याकडे निराश चेहऱ्याने फक्त बघत होती.

रुमच्या दरवाज्यावर टकटक झाली. सुलोचनाने दार उघडले. 'विजयाचा घरून कॉल आहे,'

'ठीक आहे. सांगते मी तिला.' असे म्हणून सुलोचनाने दार बंद केले.

'विजु'

'ऐकले मी सुलु. चल जाऊ या.'

विजयाने वॉश घेतला. विस्कटलेले केस ठीक केले व वॉर्डन मॅमच्या कार्यालयात आली. विजयाने घरी फोन लावला. ॲड. देशमुखांनी फोन उचलला. 'कशी आहेस बेटी?'

'ठीक आहे बाबा. कसा काय कॉल केला?'

'करू नको का?'

'मला तसं...'

'अगं बेटी, खूप आनंदाची बातमी आहे. म्हटलं तुला आधी कळवावी.'

विजया अंदाज घेत, 'आईचे विधानसभेचे तिकीट कन्फर्म झाले का?'

'हो बेटी. काल रात्री ऑफिशियल अनाऊंसमेंट झाली.'

'मला खूप आनंद झाला बाबा. आईला फोन द्या. मी बोलते तिच्याशी.'

'अंऽहं! बाईसाहेब सध्या मुंबईत. इथे आल्यावर मी सांगतो तिला तुझ्याशी बोलायला. बरं, तुमचा रिझल्ट काय?'

'मी क्लास टॉपर. फर्स्ट क्लास मिळाला.'

'बर पुढे?'

'बस एवढेच बाबा.' विजयाचा उर दाटला.

'त्या चोराला किती आहेत?'

स्वतःला सावरत, 'चोर काय म्हणता हो बाबा!'

'मग. माझ्या लाडक्या लेकीचे हृदय चोरले ना त्याने. चोर नाही म्हणायचे तर काय म्हणू!'

'त्यालाही फर्स्ट क्लास आहे. सेकंड टॉपर आहे.'

'तुमचे दोघांचे अभिनंदन. त्याला आईची बातमी दे. शक्य असल्यास आईला भेटायला या दोघे. आपण सर्व आनंद एकदम सेलिब्रेट करूया.'

'हो बाबा, नक्कीच. बरं ठेवते.'

विजयाने फोन ठेवला व ती केबिनच्या बाहेर आली.

बघ कसं असतं ना सुलु, आईचे निवडणुकीचे तिकीट कन्फर्म झाले म्हणून आनंद व्यक्त करू की शिव मला सोडून जळगावला गेला म्हणून दुःख व्यक्त करू?'

'कभी खुशी कभी गम! असंच आपलं जीवन असते विजु! काकूंना तिकीट मिळाले, खूप छान झाले. She deserves that. काकुंचे आपल्या भागात खूप मोठे सामाजिक कार्य आहे. त्या हमखास निवडून येतील. शिव तुला कायमचा सोडून नाही गेला. त्याने घेतलेला निर्णय आत्ताच आपल्याला चुकीचा म्हणता येणार नाही. It may be for your better future.'

'हो सुलु. तुझ्या म्हणण्यात तथ्य आहे. पण मला त्या मुलीची भीती वाटतेय.'

'कुणाची? ज्योतिची? विजु, दादा तुला इतका उत्शृंखल वाटला का गं? मग काय ओळखले शिवला तू?'

'ती पण सुंदर आणि स्वभावाने खूप चांगली आहे गं. ह्या बाबी शिवला प्रभावित करतात. अन् त्याच्या स्पष्टवक्ता उमद्या स्वभावामुळे तो सुद्धा लगेच प्रभाव निर्माण करतो. सुलु, करिअरसाठी त्याला

माझ्यापासून लांब जावेच लागेल. पण मनाने तो माझ्यापासून दूर जायला नको. मला एवढेच हवे आहे.'

'नाही जाणार. कदापि नाही, ही बाब तू आई-बाबांना कशी अन् कधी कळविणार?'

'त्याबाबत मी अजून विचारच केला नाही. योग्य वेळ बघूनच त्यांना सांगावे लागेल. नाहीतर शिवबाबत त्यांच्या मनांत गैरसमज निर्माण होतील!'

'हं. ठीक आहे.'

शिव व भावेश लेक्चरसाठी क्लासमध्ये उपस्थित झाले. इंग्लिशचे प्राध्यापक चिपळूणकर सरांचे लेक्चर होते. लेक्चर्स संपल्यावर ज्योति शिवजवळ आली व म्हणाली, 'तू इथे कसा?'

'का? येऊ नाही शकत?'

'अरे तू तर अमळनेरला. मग इथे?'

'मी इथे प्रवेश घेतला.'

हलकसं हसत, 'Bad joke. खरं काय ते सांग.'

'अगं   हो! आम्ही दोघांनी इथे प्रवेश घेतला.' भावेशने उत्तर दिले.

'खरंच शिव? तसं असेल तर You are heartily welcome! मला तर खूप आनंद झाला.'

'हो ज्योति. काही बाबींमुळे मला अमळनेर सोडून इथे यावे लागले.'

डोळे मिचकवित, 'दिल तुट गया. असेच ना?'

248

‘एSS वेड्यासारखे काहीही बोलू नको.’

‘मग काय घडले असे? अमळनेरच कॉलेज तर उत्कृष्ट आहे!’

‘ओSके! तू इथे आला. कारण काहीही असू दे. I am very happy! आता मस्त टी.टी.ची प्रॅक्टिस करता येईल आपल्याला. होस्टेलला रहातो?’

‘नाही. रुम केली. कॉलेजच्या मागच्या साईडला.’

‘छान. नाहीतरी होस्टेलला मुलांचा सारखा गोंगाट सुरु असतो.’

‘बरं रिझल्ट?’

‘फर्स्ट क्लास आहे.’

‘टॉपर इन दि क्लास?’

‘नाही. सेकंड आहे. फर्स्ट विजु आहे.’

‘वाव! खूपच छान.’

‘ज्योति, तू तर टॉपर असणारच! फक्त मार्क्स सांग.’

‘६६% आहेत. टॉपर तर आहे. तुला अन् तिला किती?’

‘विजुला ६६.६% आहेत व मला ६५%’

‘विजु पण खूप हुशार आहे रे!’

‘मग, तुला काय वाटले?’

‘मला काही नाही वाटले. आवडले!’

शिव अमळनेरला विजयाला भेटण्यासाठी शनिवारी सर्व तासिका आटोपल्यावर निघाला. संध्याकाळी ५ वाजता अमळनेरला पोहचला.

विजयाने खिडकीतून शिवला होस्टेलच्या कंपाऊंडबाहेर उभा असल्याचे बघितले. तिचा विश्वासच बसला नाही. ती धावतच गॅलरीत आली व खाली डोकावून बघितले तर शिव तिच्याकडे हसतमुखाने बघत होता. ती पळत रुमवर गेली व सुलुला 'शिव खाली उभा आहे' म्हणून सांगितले.

'तुला लागले का दिवसा त्याचे स्वप्न पडायला!'

'अगं खरंच सुलु. मलाही आश्चर्य वाटले!'

विजया व सुलोचना खाली येऊन शिवला भेटल्या.

'दादा असं अचानक?' सुलोचनाने विचारले.

'तुझी मैत्रीण मला स्वस्थ राहू देईल का? सारख्या तिच्या आठवणी! उद्या सुट्टी आहे म्हणून येऊन गेलो.'

विजयाला खूपच आनंद झाला. ती समाधानाने शिवकडे बघत होती. शिवने विजयाला जळगावला गेल्यापासूनचा पूर्ण वृत्तांत दिला.

'तू समाधानी आहेस ना जळगावला मला एवढे पुरे.'

'हो विजु, खूप मस्त कॉलेज आहे! निसर्गरम्य वातावरण, झाडे-झुडपे, फुलं-वेलींनी बहरलेले! अन् प्राध्यापक वर्ग तर एका पेक्षा एक विद्वान. सर्वच विषयाचे.'

'ग्रंथालय समृद्ध आहे?'

'अगं काय विचारते? सर्व प्रकारचे ग्रंथ, पुस्तके, नियतकालिके, न्यूजपेपर्स, स्वतंत्र वाचनालय अन् स्पर्धा परिक्षा केंद्र पण आहे.'

'छानच! तुला आय ए एस ची पूर्व तयारी करता येईल. अन् सोबत स्मार्ट मैत्रीण आहेच. मग भेट झाली असणार प्रिय मैत्रिणीची!'

'बघ गं सुलु. आता क्लासमेट म्हटल्यावर भेट होणारच ना?'

'हो दादा, ती मुद्दाम फिरकी घेते आहे तुझी.'

'काय म्हणाली ज्योति?'

'तासिका आटोपल्यावर स्वतःहून भेटायला आली. आधी तर तिचा विश्वास बसला नाही मी जळगावला प्रवेश घेतला म्हणून. भावेशने दुजोरा दिल्यावर म्हणाली, you are heartily welcome.'

शिवने विजयाला त्याच्या व ज्योति मध्ये झालेल्या चर्चेचा पूर्ण वृत्तांत दिला.

'बरं शिव, खूप आनंदाची बातमी सांगते तुला. आईला विधानसभेचे तिकीट अधिकृतपणे जाहीर झाले. उद्या तुला वेळ असेल तर आईला भेटून येऊ. बाबांनी तुझी आठवण काढली होती.'

'खूप खूप छान झाले विजु! जाऊया उद्या.'

'मी बाबांना कळविते.'

'हो कळव.'

'आज तू मुक्काम कुठे करणार?'

'कुठे म्हणजे, तुमच्या रुमवर.'

विजया हसत लाजत, 'देऊ का कानाखाली!'

'बंड्याच्या रुमवर'

‘कोण बंड्या आणला शिव? कधी ऐकले नाही हे नाव.’

‘अगं आपला क्लासमेट पंढरीनाथ टिकाराम उर्फ पी.टी. पाटील.’

‘ओह, त्याच्याकडे. त्याला बंड्या म्हणतात?’

‘Yes dear. बंड्या हे त्याचे टोपण नाव.’

विजया, सुलोचना व शिव सिंदखेडला पोहचले. ॲड. देशमुखांचा बंगला कार्यकर्त्यांनी पूर्ण भरला होता. विजया व शिवने सौ. देशमुखांचे अभिनंदन केले व आशीर्वाद घेतले. त्या खूप व्यस्त असल्याने शिवशी जास्त बोलू शकल्या नाहीत. विजयाच्या बाबांनी मात्र शिवशी जरा वेळ गप्पा मारल्या. विजयाने सूचित केल्याप्रमाणे शिवने जळगाव कॉलेजला प्रवेश घेतल्याची बाब त्यांना सांगितली नाही.

‘छान झाले मित्रा, विजयाची भेट घेऊन आलास व सिंदखेडला पण जाऊन त्यांच्या आनंदात सहभागी झालास.’

‘हो भावेश. मला खूप हलकं हलकं वाटतंय आता. तिला सोडून आल्यापासून मनावर खूप दडपण होते. Now I can concentrate on my activities.’

शिवने आपले व्यवस्थित रुटीन सेट केले. He was the best planner. कोणतीही गोष्ट नियोजनबद्ध रीतीने करायची. मग ती कितीही छोटी वा क्षुल्लक असुदे. हा शिवचा स्थायीभाव होता.

जळगाव जिल्हापरिषदेच्या आरोग्य विभागातर्फे ‘पॉप्युलेशन एज्युकेशन’ या सप्ताहानिमित्त ‘भारतातील प्रचंड लोकसंख्या वाढ देशाच्या प्रगतीस बाधक आहे’ या विषयावर वादविवाद स्पर्धा आयोजित केली. त्या स्पर्धेत शिवला द्वितीय क्रमांकाचे २५१/ रु. चे रोख बक्षीस व

ट्रॉफी मिळाली. ज्योति इनामदारला ३०१/रु. चे फर्स्ट प्राइझ व शिल्ड मिळाली.

राष्ट्रीय सेवा योजनेत सहभागी झालेल्या सर्व मुलांची लेखी व तोंडी चाचणी होऊन शिव व ज्योतिचे एन.एस.एस. टीम लीडर म्हणून सिलेक्शन झाले. अशाप्रकारे शिव एन.एस.एस. टीम लीडर 'बॉईज' व ज्योति इनामदार एन.एस.एस. टीम लीडर 'गर्ल्स' झाली. टीम लीडरची जबाबदारी प्राप्त झाल्याबरोबर दोघांनी राष्ट्रीय सेवा योजना कार्यक्रम अधिकाऱ्यांच्या मार्गदर्शनाने धडाकेबाज कार्यक्रम सुरु केले.

जुलै १९७१ संपून ऑगस्ट सुरु झाला. १५ ऑगस्ट या स्वातंत्र्यदिनाच्या दिवशी एन.एस.एस. तर्फे देशभक्तीपर गीत गायनाचा कार्यक्रम आयोजित करण्यात आला. त्यात शिवने 'हकीकत' या हिंदी सिनेमातले 'कर चले हम फ़िदा जान और तन साथियों, अब तुम्हारे हवाले वतन साथियों' हे गीत सदर करून सर्वांची वाहवा मिळविली. कार्यक्रम संपल्यावर ज्योतिने शिवचे अभिनंदन केले व हसत आनंदाने म्हणाली, 'शिव काय काय करतोस रे तू?'

भावेशने मिश्किलपणे ज्योतिला उत्तर दिले, 'ए तो सिर्फ ट्रेलर है, सही फिल्म तो आगे है|'

'ए नको भावेश काहीतरी बडबडू. तिला उगीच खरं वाटायचं!!'

'I agree with Bhavesh!'ज्योतीने सहमती दर्शविली

कॉलेज कॅन्टीनमध्ये सर्व कॉफीचा आस्वाद घेण्यास आले. सोबत अंजली, अमिता या ज्योतिच्या खास मैत्रिणी होत्या.

दर शनिवारी अमळनेरला जाऊन संपूर्ण दिवस विजयाच्या सहवासात घालविण्याचे शिवने ठरविले होते. त्याप्रमाणे शिव सकाळी आठ वाजता अमळनेरला पोहचला. विजयाने समाधानाने हसत गॅलरीतून शिवकडे एकटक बघितले!

'थांब जरा. आले मी आवरून! सुटी ना आज. उशिरा उठले.'

'विजु, मी मंदिरात दर्शन घेतो व तिथेच गार्डनमध्ये थांबतो.'

'हो, हे ठीक राहील.'

रविवार सुटीचा दिवस असल्याने गार्डनमध्ये लहान मुलांचा 'धिंगाणा' सुरु होता. बबलू आपल्या बालमित्रांसोबत चेंडू खेळत होता. त्याने विजुला बघितल्याबरोबर म्हणाला, 'आंटी, माझ्यासोबत खेला ना!'

'आपण सर्व खेलू बबलू!'

बबलूने मान हलवून होकार दिला. शिव, विजु, सुलोचना सर्व बबलू व त्याच्या मित्रांसोबत खेळू लागले. त्यांना खूप मजा येऊ लागली.

थोड्या वेळाने बबलूचे मम्मी पप्पा तिथे आले. बबलू पळत पळत त्यांचेकडे गेला.

'अरे, खेळ जा. आम्ही इथेच आहोत.'

बबलूची मम्मी म्हणाली.

बबलू पुन्हा पळत पळत शिव व विजुकडे येऊन खेळू लागला. अर्धा तास शिव व विजयाने त्या बालगोपाळांच्या सानिध्यात वेळ घालविला. खेळ संपल्यावर बबलू त्याच्या मम्मी पप्पाला शिव व विजुकडे घेऊन आला व म्हणाला, 'मम्मी हे माझे फ्रेंड आहेत.'

'खूप छोटे मित्र जमवलेत बबलू तू!' त्या शिव व विजुकडे बघत हसत म्हणाल्या. शिव व विजयालाही हसायला झाले.

'मी सौ. विणा. व हे माझे हजबंड डॉ. शेखर जहागिरदार.' शिव व विजुने त्यांना नमस्कार केला.

'स्टुडंट्स ना?' सौ. जहागिरदारने विचारले.

'हो. एस्.वाय्.बी.ए.ला आहोत. मी विजया, ही माझी मैत्रीण सुलोचना व हा शिव महाजन. आम्ही दोघी इथे आहोत. हा जळगाव कॉलेजला असतो.'

'मग इथे कसं?' डॉ. विणांनी हसत विचारले.

'आधी, म्हणजे एफ.वाय. पर्यंत इथेच होता. याच वर्षी जळगावला गेला.' विजयाने हसत स्पष्ट केले.

'ओह! आय सी! आम्ही दोघेही इथेच शिकलो. इंटर सायन्स नंतर बी.जे. मेडिकल पुणे येथे गेलो. एम.बी.बी.एस. झालो. सध्या दोघांचीही .पोस्टींग इथे आहे.' डॉ. विणांनी सांगितले.

'हो माहित आहे आम्हाला. आमचे मेडिकल तुम्हीच करता.' विजया म्हणाली.

'हो. कॉलेजच्या मुलामुलींची मेडिकल एक्झामिनिशन आमच्याकडे आहे. चला येऊ! भेटत राहू!' डॉ. विणा म्हणाल्या.

डॉ. जहागिरदार दाम्पत्य गेल्यानंतर विजया शिवला म्हणाली, 'Nice family! नाही का शिव?'

'हो, खूपच छान. Both are doctors!'

‘त्यांचा प्रेमविवाह असावा शिव!’

‘शक्यता आहे. मेडिकलला जोड्या जमवूनच बाहेर पडतात.’

‘पण खूप छान जोडी आहे!’ विजया उद्गारली. विजया हातावरील घड्याळाकडे बघत, ‘साडे बारा झाले. भूक लागली. जाऊया जेवायला?’

‘तुम्ही जा दोघी. मी बंड्याकडे जातो. सर्व मित्र येत आहेत.’

‘म्हणजे पार्टी आहे, असंच ना?’

‘हो डिअर, पार्टीच आहे.’

‘ठीक आहे. जा, पण ड्रिंक्स वगैरे काही घेऊ नको तू. मला अजिबात आवडणार नाही.’

‘नाही ग विजु, बंड्या पण कधी ड्रिंक्स घेत नाही. आम्ही फक्त रुमवर एकत्र जेवणार, एवढेच.’

‘संध्याकाळी जाण्यापूर्वी भेट हां!’

‘हो. येतो मी.’

संध्याकाळी भेट झाल्यावर तिघे मारवड रोडला फिरायला गेले.

‘आईचा प्रचार जोरात सुरु असेल विजु?’

‘हो. आईची निवडून येण्याची दाट शक्यता आहे. विरोधी उमेदवार बाहेरून लादलेला आहे. त्यामुळे त्या पक्षातील स्थानिक नेत्यांमध्ये नाराजीचा सूर आहे. ते उमेदवाराला सहकार्य करीत नाहीत. बघुया काय काय होते ते. निवडणूक तीन दिवसावर आहे.’

‘असे आहे तर आई निश्चितच निवडून येतील.’

'हो शिव, बाबांचा फोन होता, 'आईच निवडून येणार. समोरच्या उमेदवाराचे डिपॉझिट जायचे!' असे म्हणाले.'

'बाबांचा अंदाज चुकीचा ठरणार नाही विजु.'

'बर तुझे तिथे व्यवस्थित आहे ना?'

'हो. छानच. वादविवाद स्पर्धेत दुसरे बक्षीस मिळाले, २५१ रु.चे. सायकल घेतली. अम्बेसिडर कंपनीची.'

'अम्बेसिडर तर कार विकते मग सायकली कधीपासून?'

'मला ते नाही माहित, पण मी घेतलेली नवी सायकल त्याच कंपनीची आहे.'

'शिव हिरो किंवा अॅटलस घेतली असती रे!'

'अगं ही खूपच दणकट आहे. मला आवडली.'

'आता 'दणकट' कशाला हवी तुला? कोणी भेटले का 'दणकट' डबलसिट चालवायला?' हसते. 'बरं, फर्स्ट प्राईझ कोणाला मिळाले?'

'गेस कर बरं.'

'मी कुणाला ओळखत नाही तिथले. काय गेस करणार?'

'तुझ्या परिचयातील आहे.'

'ज्योतिला मिळाले?'

'हो. तिलाच मिळाले.'

'इतके छान वक्तृत्व आहे तिचे, तुलाही मागे टाकले!'

'खूप फरक नाही गुणांमध्ये, पण ती फर्स्ट आहे.'

'वशिला मारलेला दिसतो!'

'नाही ग. खरंच छान बोलली ती.'

'आणखी काय शिव?'

मी एन.एस.एस. चा बॉईज टीम लीडर झालो.'

'मग गर्ल्स कोण झाले? अर्थात ज्योति झाली असणार.'

'Fantastic guessing. अगं खरंच ज्योति झाली.'

'म्हणजे तुमचे दोघांचे 'कमिंग टुगेदर' वाढायला लागले. खरंच सरप्रायझिंग.' विजया टाळ्या वाजविते. 'आणखी?'

'१५ ऑगस्टला मी देशभक्तीपर कार्यक्रमात भाग घेतला. कोणते गीत म्हटले असेल?'

'तुझे नेहमीचे, 'हकीकत' चित्रपटातले.'

'एकदम बरोबर.'

'गीत म्हटल्यावर ज्योतिने तुझे अभिनंदन, कौतुक केले असणारच.'

'अगं कार्यक्रम एन.एस.एस. तर्फे होता. ती अँकर होती. तिला खूप कौतुक वाटलेच.'

'नेमके काय म्हणाली ते सांग.'

'तू काय काय करतोस रे? असं म्हणाली. मग भावेश तिला म्हणाला, 'ए तो ट्रेलर है, पुरी फिल्म तो आगे है।'

258

सुलोचना विजयाकडे बघून हसली व म्हणाली, 'तुला टेंशन आले का?'

'छे गं. मला कसले टेंशन? मी खंबीर आहे.'

'बस मग!' सुलोचना म्हणाली.

शिव रात्री ८:३० वाजता जळगावला येऊन पोहचला.

'शिव मला भीती वाटत होती, कॉलेज बदल करण्याच्या तुझ्या एकतर्फी निर्णयाने विजया खूप दुखावेल व तुमच्या नात्यावर त्याचा विपरीत परिणाम होईल.' भावेशने आपले मत दर्शविले.

'हो भावेश. माझ्या एकतर्फी घेतलेल्या निर्णयाने मी सुद्धा फारसा खुश नव्हतो. But she has accepted this situation! तिची तक्रार नाही.'

'खूप प्रेम करते ती तुझ्यावर. रागवणार नसशील तर बोलू का?'

'हो. मनात कसलाही किंतु न ठेवता बोल.'

'इथे कुणाशी मनाने गुंतू नको. Be loyal with her true love.'

'कुणाशी गुंतू नको म्हणजे तुला ज्योति इनामदाराशी असे म्हणायचे आहे का?'

'हो. मी मुद्दाम नामोल्लेख टाळला. हल्ली चर्चा सुरु झाल्यात. तुम्हां दोघांबद्दल.'

'भाव्या, एक मुलगा व एक मुलगी यांच्यात थोडी मैत्री वाढली की त्याला 'अफेअर'चे नाव दिले जाते. ज्योति व मी सोबत असतो खूप वेळा कार्यक्रमांमुळे. आमच्या खाजगी भेटी नसतात.'

'हे मुलांना व मुलींना कोण समजविणार शिव?'

259

'मग त्यांच्या गॉसिपिंगना, चर्चांना घाबरून मी कार्यक्रम सोडून देऊ का? उद्या सिव्हील हॉस्पिटलला एन.एस.एस. स्वयंसेवकांना घेऊन ज्योति व मी फॅमिली प्लॅनिंगच्या शिबिरात मदत करायला जात आहोत.'

'तुमचे बरोबर आहे रे. हा समाजसेवेचा भाग आहे व एन.एस,एस. कार्यक्रमाबाबत अधिकाऱ्यांचा तुम्हाला आदेश आहे. तुम्हाला तो पाळावा लागेलच.'

'भाव्या, नंतर टी.टी. टुर्नामेंट्स, डिबेट आहेच. अन् एका सुसंस्कृत, हुशार मुलीशी मैत्री करण्यात काय वावगे आहे, सांग बरं?'

'काही वावगे नाही. इथल्या पोरापोरींचं सोड. विजु या डेव्हलपमेंटने दुखावली जाणार नाही फक्त याची काळजी घे. बाकीच्यांना बोंबलू दे खुशाल!'

'भाव्या मी विजुला इथल्या सर्व डेव्हलपमेंट्स सविस्तर सांगतो. हेतू हाच की तिचा एखाद्या गोष्टीस, बाबीस आक्षेप असला तर मला त्याचे निराकरण करता येईल.'

जळगावच्या सिव्हील हॉस्पिटल मधील 'फॅमिली प्लॅनिंग' शस्त्रक्रिया शिबीर आटोपून शिव व ज्योति इतर स्वयंसेवकांसह परत आले. दिवसभर एन.एस.एस. स्वयंसेवकांनी शिबिरात खूप काम केले. सिव्हील सर्जन यांनी त्या दोघांचे खूप कौतुक केले. 'Thanks for your devotional co-operation! Thanks NSS!!'

'शिव आजच्या टी.टी. प्रॅक्टिसचे काय?' ज्योतिने विचारले.

'मला वाटते आज प्रॅक्टिसचे राहू दे.'

'हो शिव. दिवसभर खूप दमछाक झाली आपली सर्वांची. ओके बाय.'

दुसऱ्या दिवशी विवेक वेद कॉलेजच्या प्रांगणात ज्योतिला येऊन भेटला. 'काल प्रॅक्टिसला तुम्ही दोघे का नाही आलात?'

'आम्ही दोघे म्हणजे?'

'शिव अन तू! कुठे होते काल दिवसभर?' विवेकने ज्योतिला विचारले.

'Who are you to question me like this? तुला काय घेणे आहे रे, आम्ही कुठेही आलो गेलो तर? कुठल्या अधिकाराने मला तू हे विचारतोस?'

ज्योतिच्या या आक्रमकतेने विवेक नरमला. 'अगं मी सहज विचारले. अशी चिडतेस कशाला? सरांनी चौकशी केली होती तुम्हा दोघांची. चिडले पण तुमच्यावर.'

'ठीक आहे. आम्ही दोघे भेटून घेतो सरांना.' ज्योतिने विवेकला सांगितले.

'ठीक आहे. आज तरी या प्रॅक्टिसला.'

'हो. आज येऊ आम्ही.' ज्योति विवेकला म्हणाली.

'आम्ही? छान चालू आहे तुमचे दोघांचे.' विवेक ज्योतिला म्हणाला.

'तू वेडा आहेस का रे? काय बोलतोय? तुला तरी कळतंय काय?'

'ओके, येतो मी.' विवेक निघून गेला.

'मूर्ख' ज्योतिने चीड व्यक्त केली.

शिव व भावेश ज्योतिजवळ आले.

'विव्या तुला भेटून गेला का मघाशी?'

261

'हो. मुर्खासारखा बोलत होता.' ज्योतिने शिवला सांगितले.

'मलाही. हॅलो केल्यावर प्रतिसाद न देता पुढे गेला. काय म्हणाला विवेक?'

'सर खूप रागवले, तुम्ही दोघे प्रॅक्टिसला न आल्याने. असं म्हणाला तो.'

'ज्योति, सर काही रागवले नसतील. हा उगीचच पुड्या सोडत असतो.'

'आपण सांगू सरांना, का येऊ शकलो नाही म्हणून.'

'तू कशाला एवढी अपसेट होते?'

'मी अपसेट त्याच्याने नाही झाले. तो नंतर काही तरी बोलला टॉन्टिंगली! मी त्यामुळे अस्वस्थ झाले. त्याला काय सूचित करायचे होते ते मला नाही कळले.'

'तुझी अन माझी मैत्री त्याला आवडत नाही. He has been very jealous to me. मी तुला इतके दिवस सांगितले नाही. आता विषय निघाला म्हणून सांगितले.'

'त्याला मी कुणाशी मैत्री करावी वा करू नये याच्याशी काय देणेघेणे?'

'हे बघ ज्योति. मी येण्याच्या आधीपासूनची तुम्हा दोघांची मैत्री. त्याला वाटते ज्योतिने आपल्याशिवाय कोणाशी मैत्री करू नये.'

'शिव मैत्री ठरवून होत नसते. जिथे विचार, आवडी-निवडी जुळतात तिथे मैत्री होते.'

'अगदी बरोबर. पण हे विव्याला कोण सांगणार! त्यात तो एक नंबरचा खुदपसंद. तो ऐकतो का कुणाचे? 'बस मेरीच सुनो' असते त्याचे.'

'ते जाऊ दे शिव विव्याचे तिकडे. मालेगावच्या राज्यस्तरीय वादविवाद स्पर्धेसाठी रमाताईंनी आपली दोघांची नावे पाठविली. थोड्या वेळापूर्वी त्यांनी मला सांगितले.'

'ज्योति निवड चाचणी न घेता कशी काय आपली नावे पाठविली? इतर मुले आक्षेप घेतील ना.'

'मी म्हणाले त्यांना तसे. पण त्या म्हणाल्या निवड चाचणी घेतली असती तरी तुमचेच सिलेक्शन होणार होते. म्हणून प्राचार्यांशी चर्चा करून नामनिर्देशन पध्दतीने तुमचे दोघांचे सिलेक्शन केले. प्रिन्सिपल योग्य मुलांची त्यांच्या विशेष अधिकारात निवड करू शकतात. आपल्याला शनिवारी निघायचे आहे शिव. स्पर्धा रविवारी आहे. पप्पांनी तुला भेटायला बोलाविले आहे.'

'तुला घरून परमिशन मिळेल का ज्योति?'

'मी पप्पांशी बोलले. ते म्हणाले जा प्रा. अदवंत सोबत आहेत, त्यामुळे तू जा. पण सोबत येणारा मुलगा कोण आहे त्याच्याशी माझी जाण्यापूर्वी भेट घालून दे. त्याला भेटायला बोलव.'

'अरे बापरे!'

'उद्या तासिका आटोपल्यावर जाऊ आपण पप्पांना त्यांच्या ऑफिसमध्ये भेटायला.'

'ठीक आहे ज्योति. भेटावे तर लागेलच.'

तासिका आटोपल्यावर शिव व ज्योति प्रिन्सिपल इनामदारांना भेटण्यास त्यांच्या कार्यालयात आले.

'पप्पा, हा शिव महाजन. आम्ही शनिवारी मालेगावला डिबेटसाठी जात आहोत.'

शिवने त्यांचे चरणस्पर्श करून नमस्कार केला. जरा वेळ त्यांनी शिवची प्राथमिक चौकशी केली व दोघांना बेस्ट ऑफ लक दिले.

ज्योतिचे निवासस्थान कॉलेज आवारा मध्येच असल्याने ती शिवला घरी घेऊन आली. 'मम्मी, हा शिव महाजन, माझा क्लासमेट. मालेगावला हा सोबत आहे.

'पप्पांना भेटून घ्या.'

'अगं तिकडूनच आलो. पप्पांशी भेट झाली.'

'छान. बसा तुम्ही, मी कॉफी आणते.'

'मम्मी पप्पांकडे कॉफी झाली. तुझी शिवशी भेट व ओळख व्हावी म्हणून आलो.'

'बरं येतो आम्ही.'

ज्योतिने शिवला कुंपणापर्यंत सोडले.

'बाय शिव.'

'बाय ज्योति.'

घरात आल्यावर ज्योतिच्या मम्मी म्हणाल्या, 'सोबत कोणी टीचर नाही का गं?'

'प्रा. अदवंत सर चीफ गेस्ट आहेत त्या कार्यक्रमाचे. त्यांच्यासोबत आम्ही जात आहोत.'

'मग ठीक आहे. मुक्कामाला कुठे व्यवस्था आहे?'

'मम्मी होस्टेलला व्यवस्था असते, गर्ल्स अन बॉईज.'

'ठीक आहे.'

शिव व ज्योति भाऊसाहेब हिरे ढाल या आंतरमहाविद्यालयीन वादविवाद स्पर्धेसाठी मालेगावला एम.एस.जी. कॉलेजमध्ये आले. रविवारी सकाळी स्पर्धा सुरु झाली. स्पर्धेचा विषय होता 'In the opinion of the house the present government is unsuccessful to abolish poverty from the country!'

स्पर्धेचे माध्यम इंग्रजी, मराठी व हिंदी असे होते. शिव व ज्योतिने इंग्रजीतून बोलण्याची तयारी केलेली होती. स्पर्धेला सुरुवात झाली. ज्योति थोडी तणावात होती. शिव तिला सारखा हिंमत देत होता. खरं म्हणजे तिची तयारी उत्कृष्ट होती. कोणत्याही परीक्षेच्या व चाचणीच्या आधी थोडा तणाव असतोच, तशी ज्योतिची मानसिक स्थिती होती.

शिवला मात्र एखाद्या शूर योध्यासारख रणांगणावर उतरल्यावर स्फुरण येते तसे त्याला व्यासपीठावर स्पीच स्टँडसमोर उभे राहिल्याबरोबर स्फुरण येत असे.

ज्योतिच्या आधीच्या सर्व स्पर्धकांनी आपले विचार मराठीत मांडले. ज्योतिच्या नावाची अनाउन्समेंट झाली. तिने शिवकडे बघितले. 'You will definitely do the best. Best of luck.' शिवने विश केले.

ज्योतिने आपल्या वाद कौशल्याने व आकर्षक व्यक्तिमत्वाने श्रोतृवर्गावर जादुई प्रभाव निर्माण केला. ती बरोबर १० मिनिटे अस्खलित

265

इंग्रजीत बोलली. आपल्या जोशपूर्ण आवेशात केलेल्या भाषणात तिने हे सिद्ध केले की सध्याचे सरकार देशातील गरिबी हटविण्यात पूर्णपणे अयशस्वी ठरलेले आहे. तिचे भाषण अतिशय मुद्देसूद व अभ्यासपूर्ण झाले. तिने देशातील सर्व प्रमुख समस्यांचा आपल्या व्याख्यानात परामर्श घेतला व हे सोदाहरण सिध्द केले. स्वातंत्र्य मिळाल्यापासून देशातील दारिद्र्य रेषेखालील व्यक्तींचे प्रमाण सातत्याने वाढत आहे. तिचे भाषण संपल्यावर खूप वेळ टाळ्यांचा गजर सुरु होता. It was the testimony of her successful speech!

ज्योति अतिशय आनंदित मुद्रेने आपल्या स्थानाजवळ आली व शिवकडे बघून त्याच्या अभिप्रायची अपेक्षा करीत होती. शिवने 'Unparrallel! Marvellous. Well done Jyoti. असे म्हटले.

'Thanks Shiv. आटोपले एकदाचे!'

'तू फर्स्ट येशील ज्योति.'

'Please, चेष्टा नको यार.'

'अगं मी सिरियसली बोलतोय.'

शिवच्या नावाची अनाऊंसमेंट झाल्याबरोबर तो पळत व्यासपीठावर गेला. त्याने आपल्या अस्खलित इंग्लिश मध्ये केलेल्या भाषणात सभागृहास पटवून दिले की, सध्याचे सरकार देशातील गरिबी हटविण्यात अयशस्वी नाही तर पूर्णपणे यशस्वी झालेले आहे. शिवने १९४७ ते १९७० पर्यंतची आकडेवारी सादर केली. शिव हा अनुभवी, मुरलेला वक्ता असल्याने आपले म्हणणे पटविण्याचे कसब त्याच्यात होते. त्याच्या भाषणात प्रत्येक मुद्द्यावर टाळ्यांनी प्रतिसाद प्राप्त होत

होता. भाषण आटोपून शिव जागेवर आला. ज्योतिने त्याचे अभिनंदन केले.

'लाजवाब! बेहतरीन!! मला वाटते शिव आपण ढाल नेऊ.'

'Thanks Jyoti.'

रात्री ८ वाजता बक्षीस समारंभ सुरु झाला. सर्वप्रथम वैयक्तिक बक्षिसे जाहीर झाली.

वैयक्तिक ३ रे शिव महाजन, एम.जे. जळगाव.

वैयक्तिक २ रे ज्योति इनामदार, एम.जे. जळगाव.

वैयक्तिक १ ले शेखर जोशी, फर्ग्युसन पुणे.

आणि वैयक्तिक उत्तेजनार्थ आकांक्षा पवार, फर्ग्युसन पुणे.

त्यानंतर सांघिक द्वितीय ट्रॉफी – फर्ग्युसन पुणे.

सांघिक प्रथम भाऊसाहेब हिरे ढाल व मानपत्र – एम.जे कॉलेज जळगाव.

प्रचंड टाळ्यांच्या गजरात शिव व ज्योतिने अत्यंत सन्मानपुर्वक भाऊसाहेब हिरे ढाल व मानपत्राचा स्वीकार केला.

कॉलेजमध्ये प्राचार्यांनी व वादविवाद मंडळ प्रमुख प्रा. रमाताईंनी शिव व ज्योतिचे खूप कौतुक केले. नंतर फोटोसेशन झाले. रुमवर आल्यावर शिवने कॉटवर अंग टाकले. जिंकल्याचे समाधान होते पण तीन दिवसांच्या तणावामुळे थकवा आला होता. दुसऱ्या दिवशी सर्व हितचिंतक, मित्र-मैत्रिणींनी दोघांवर अभिनंदनाचा वर्षाव केला. शिव व ज्योति खूप आनंदात होते.

रविवारी शिव व विजयाची भेट झाली. होस्टेलच्या गॅलरीत बसून चातक पक्ष्याप्रमाणे विजया शिवची प्रतीक्षा करीत होती.

'खुश दिसतोस?'

'हो. भाऊसाहेब हिरे ढाल वादविवाद स्पर्धेत आम्हाला १ ले पारितोषिक मिळाले.'

'तुझी घोडदौड इथल्याप्रमाणे तिथेही सुरु आहे. तुमच्या दोघांचे मनापासून अभिनंदन! ज्योतिला कळव. तसा मी तिला फोन करते.'

'तुझ्याकडे तिचा फोन नंबर कसा?' शिवने विजयाला विचारले.

'कसा म्हणजे? जसा तुझ्याकडे तसा माझ्याकडे. तुझ्यावर नजर ठेवायला नको?' हसते.

'अरे बापरे! चांगली 'पोहचलेली' आहे तू.'

'तुला सांभाळणे सोपे नाही. त्यासाठी पोहोच ठेवावीच लागते. तू तर अवलिया. खरंच शिव, तू जातो तिथे यश संपादन करतो. तुला आनंदाने मिठी माराविशी वाटते.'

अत्यानंदाने शिव दोन्ही हात पसरवित, 'फिर शुभ कार्य मे देरी क्यों?'

विजया लाजत वर-खाली बघते. हळूच शिवला म्हणते, 'अरे वेड्या, आपण गर्ल्स होस्टेलच्या गेटसमोर आहोत. गॅलरीतून सर्व मुली बघताहेत आपल्याकडे. हात काय पसरवितो!'

'मनात विचार आला तर कृती केलीच पाहिजे.'

क्षणभर विजया व शिव एकमेकांकडे स्मित करीत बघत राहिले. नंतर दोघे बोलत गार्डनमध्ये येऊन बसले.

'विजू, आई आल्या का दिल्लीहून?'

'हो परवाच आली.'

'काय म्हणल्या 'हाय कमांड'?'

'ह्या वेळी मंत्रिमंडळात नाही शक्य. उत्तर महाराष्ट्रातून महिला कोटा जळगावला दिलं आहे. पुढील विस्ताराच्या वेळेला बघू. 'आपकी प्रोफाईल स्ट्रॉंग है. Next time we will consider your place in the ministry!' असे हाय कमांड म्हणाल्या.'

'आईंना भेटून येऊ विजु.'

'पुढच्या रविवारी आपण सोबत जाऊ. आई काही दिवस मतदारसंघात भेटी देणार आहे, त्यामुळे अधिवेशना पर्यंत घरीच असेल. जाऊया आपण.'

काही वेळाने डॉ. जहागिरदार आपल्या फॅमिलीसह गार्डनमध्ये आले. शिवला बघितल्यावर लांबूनच हसले. थोडावेळ इकडतिकडच्या गप्पा झाल्या. बबलू आपल्या बालमित्रांसोबत खेळण्यात दंग होता. गप्पांच्या ओघात त्यांचाही आंतरजातीय प्रेमविवाह असल्याचे त्यांनी सांगितले. दोघेही खूप हुशार असल्याने मैत्री व नंतर प्रेमात पडले. डॉ. विणा मॅडम म्हणाल्या, 'तुमच्यासारखी आमची दिनचर्या. संध्याकाळी मंदिरात दर्शन घेऊन मारवड रोडला फिरायाचे.'

सुलोचनाने त्यांना विचारले, 'आधी कोण कुणाला आवडले?'

डॉ. शेखर व डॉ. विणा दोघे एकमेकांकडे बघून जोरजोरात हसायला लागले. डॉ. विणा डॉ. शेखरना म्हणाल्या, 'तू सांगतोस का मी सांगू?'

डॉ. शेखरने त्यांना तूच सांग म्हणून खुणावले.

डॉ. विणांनी सांगण्यास सुरुवात केली, 'खरे तर आधी कोणी सुरुवात केली हे सांगणे अवघड आहे. प्रॅक्टिकलला आम्ही सोबत होतो. त्यामुळे हळूहळू मैत्री वाढत गेली. एक दिवस कॅन्टीनमध्ये शेखर म्हटला, 'I love you Veena!' मला सुखद धक्का बसला. मी 'आ' वासून त्याच्याकडे बघितले.'

सुलोचना म्हणाली, 'म्हणजे तुमच्या मनातले ते बोलले.'

हसून, 'हो. I was eagerly waiting for that moment.' सर्व जोराने हसतात.

डॉ. विणा पुढे सांगतात, 'मी त्याला म्हणाले, Shekhar please dont joke. I dont like such jokes.'

'मग पुढे?' सुलोचनाने उत्सुकतेने विचारले.

'हा म्हटला, 'जोक? अरे मी तुला I love you म्हणतोय. I am serious. अन तू 'जोक' म्हणतेस! I mean it Veena.'

मी म्हणाले, 'हे बघ शेखर, प्लीज मजाक नको पार्टनर.'

'ओके. आता मी तुला असं विचारतो, 'Do you love me? Veena please tell me.'

'You are crazy. Shekhar. You Shekhar. मी तर खूपच गोंधळले. मला काही सुचेना. मग स्मित करीत त्याच्याकडे बघितले.'

'Yes Veena. I am crazy. Please reply, do you love me?'

'माझी अवस्था तर, 'अगं आईगं, काय करू मी?' अशी झाली. मी त्याच्याकडे बघतच राहिले. तो केविलवाणा चेहरा करून उत्तराची प्रतीक्षा करीत माझ्याकडे!

'मग पुढे काय?' सुलोचनाने विचारले.

हसत हसत, 'मग काय? झाला अध्याय सुरु. त्याची फलश्रुती तुमच्या समोर आहे. मी शहाद्या-प्रकाशाची अन् माझे सासर नंदुरबारचे.'

'तुम्ही गुजर का?' विजयाने उत्सुकतेने विचारले.

'हो. तू कसे ओळखले?'

'शहाद्या-प्रकाशा म्हणालात त्यावरून. शिव पण गुजर आहे. त्याचे नातेवाईक आहेत त्या भागात.'

'शिव कुठला?'

'तो धानोरा या गावचा.'

'माहित आहे मला ते गाव. उनपदेवजवळ आहे.'

तोपर्यंत बबलू तिथे आला, 'मम्मा मला भूक लागली.'

'जाऊ आपण घरी आता.' बबलूला जवळ घेतात. 'बाय, भेटत राहू.'

डॉ. दाम्पत्य निघून गेल्यानंतर विजया म्हणाली, 'खरंच शिव, दोघेही किती छान अन रॉयल आहेत. मला आवडतात अशी माणसे.'

'चला आता पोटोबा करू. एक वाजायला आला. तुम्हाला तर वेळेचे भान नाही.' सुलोचना मध्येच म्हणाली.

विजया घड्याळाकडे बघत, 'एक वाजला खरंच. शिव आला की वेळ कुठे जातो कळतच नाही. मेले सहा दिवस एकेक सेकंद मोजत बसा. जाता वेळ जात नाही. शिव कशाला सोडले रे हे कॉलेज?'

'विजु, तुझ्यापेक्षा माझी अवस्था बिकट आहे.'

लटक्या रागाने, 'खोटं. तुला तिथे ज्योति इनामदार आहे की वेळ घालवायला.'

'रागवलीस? विजु तुझ्यापासून दूर गेल्याने दिवसभर मिळणारा तुझा सहवास, तुझे मधुर बोलणे, प्रेमळ नजरेने माझ्याकडे बघत रहाणे, तुझे सुंदर रूप बघून मनाला मिळणारे समाधान, तुझे निष्पाप हास्य, केव्हा केव्हा लटका राग करणे या सर्वांना मी मुकलो आहे. विजु रविवारचा एक दिवस माझ्यासाठी स्वर्गीय आनंदाचा असतो गं. तूच माझे सर्वोच्च प्रेरणास्थान आहे. मला प्रत्येक स्पर्धेत मिळणाऱ्या यशामागे तुझीच प्रेरणा आहे. मला यश मिळाल्यानंतर सुखावणारा व आनंदाने फुलणारा तुझा चेहरा माझे खूप मोठे पारितोषिक आहे.'

'मी एकटा असताना जेव्हा विचार करतो तेव्हा माझे मन एकच कौल देते, 'विजुला परमेश्वराने फक्त माझ्यासाठी अन फक्त माझ्यासाठीच बनविले आहे, निर्माण केले आहे.'

'There is no other match for me except you. I feel very secured and comfortable with you. I can't express that in words!'

'विजु, मला प्रश्न पडतो, असं काय आहे माझ्यात? मी विजुला इतका का आवडतो? का तू माझ्यावर इतके प्रेम करते? आपल्या दोघांत एवढा आर्थिक व सामाजिक फरक असतानाही!'

'कदाचित काही नाती परमेश्वरानेच निर्माण करून पाठविलेली असावीत. ती जन्मोजन्मीची असावीत. आत्मा तोच, फक्त देह बदलत असावेत.'

विजया शांतपणे शिवच्या अंतर्मनातून येणारी शब्दसुमने वेचीत होती. ती शिवच्या चेहऱ्यावरील भाव न्याहाळत होती. गार्डन जवळील घरामध्ये रेडिओवर सुरु असलेले गीत कानी पडताच सर्वांनी ते ऐकायला सुरुवात केली. तिघे तिकडे कान देऊन ते गीत ऐकत बसले. गीत होते, 'युग युग से हम गीत मिलन के गाते रहे है, गाते रहेंगे हम तुम!'

गीत संपल्यावर सुलोचना म्हणाली, 'दादा, मी परमेश्वराला एकच विनवणी करते. तू ह्या दोघांना एकत्र आणलेस, आता जन्मभर त्यांना एकत्र ठेव. त्यांच्या मार्गात कोणतीही बाधा आणू नको.'

प्रकरण १० वे

पुन्हा लव्ह ट्रँगल

संपूर्ण रविवार एकत्र घालविल्यानंतर शिव ट्रेनने जळगावला यायला निघाला. स्टेशनवर निरोप घेताना शिव विजयाच्या चेहऱ्याचे निरीक्षण करायचा. कुठेतरी काहीतरी कमी होत असतानाचे भाव तिच्या चेहऱ्यावर असायचे.

शिवपासून दूर राहणे तिचे मन स्वीकारत नव्हते. हे तिच्या निरोप देण्याच्या पध्दतीवरून जाणवत होते. कॉलेज बदल करून शिवलाही खूप पश्चाताप झाला होता.

सुलोचना शिवला सांगायची, 'दादा, तू जळगावच्या ट्रेनमध्ये बसला व ट्रेन सुरु झाली की ती जवळच्या बाकड्यावर बसून ट्रेन दिसेनाशी होईपर्यंत ट्रेनकडे बघत राहते व नंतर म्हणते 'सुलोचना, शिव.' थोडा वेळ ट्रेनच्या दिशेने बघत राहते. मी सुध्दा तिची मनस्थिती ओळखून तिच्या शेजारी काहीही न बोलता शांत बसून राहते. थोडा वेळ गेल्यानंतर म्हणते, 'सुले, निघू या. आहे सहा दिवस प्रतीक्षा.' मी तिच्या ओथंबलेल्या डोळ्यांकडे बघितल्यावर आसवे पुसत म्हणते, 'I am alright Sule! Shiv will come on sunday again.'

एम.जे. कॉलेजमधला रक्षाबंधनाचा दिवस. एस.वाय.बी.ए. इंग्लिश स्पेशलच्या मुली मुलांना राख्या बांधीत होत्या. ज्योतिने भावेशला व अंजलीने शिवला राखी बांधली.

'मी पर्स विसरले गं अंजू, येते बाई घेऊन.' असे म्हणून ज्योति निघून गेली. बराच वेळ झाल्याने अंजली तिला शोधायला गेली ती तिकडेच. नंतर 'त्या दोघी' आल्याच नाहीत.

संध्याकाळी भावेश शिवला म्हणाला, 'History repeats itself, असे म्हणतात ते खोटे नाही. इथेही अमळनेरसारखी इतिहासाची पुनरावृत्ती होताना दिसून येत आहे. विजुने तुला राखी बांधली नव्हती. ज्योतिने पण आज तेच केले. मला राखी बांधून पर्सचे निमित्त करून सटकली. तुला टाळायचे होते.'

'ओके भावा, मला टाळून तिला काय साध्य होणार?'

'ते तिचे तिलाच माहित. But she has deliberately avoided you, that's what I think.'

'शिवा, मी तुला मागेही सांगितले होते, That girl is taking interest in you. ती तुला मि. महाजन ऐवजी शिव म्हणू लागली तेव्हाच मला शंका आली होती.'

'अरे भावा, अनोळखीचे रुपांतर ओळखीत झाल्यावर 'अरे-कारे' होते रे. आमच्या कार्यक्रमांमुळे जवळीक वाढली, हे खरे आहे. त्यात एवढे विचार करण्यासारखे काय? मी सुध्दा तिला एकेरी संबोधितो.'

'शिवा, विचार करण्यासारखे काय? अरे मित्रा, पावसाच्या थेंबाथेंबानीच पुढे जलधारा बनतात. माझे निरीक्षण चुकीचे नाही. तुम्ही दोघे...'

शिव हलकसं चिडत, 'काय आम्ही दोघे? भावा, खूप वेळेला तसं काहीही नसताना आपण चुकीच्या पध्दतीने विचार करतो. मित्रा तुला...'

'हो मला चांगले माहित आहे, विजु तुझा श्वास आहे, प्राणवायू आहे.'

'मग भावेश असे जर आहे तर could I live without Viju? माणूस एकावेळेला एकच श्वास घेतो. खरे प्रेम आयुष्यात फक्त एकदाच होते. ते माझे झाले. फक्त विजुशी. अन् टिकून आहे. टिकून राहील.'

'भावा विजुच्या मागे फिरणाऱ्या मुलांची संख्या कमी होती का? तिने कुणालाच भिक घातली नाही. माझ्या प्रेमासाठी. माझ्या प्रेमात ती अक्षरशः बावरी झालीय राधेसारखी.'

'मित्रा प्रेम म्हणजे खेळ नाही. मनाला येईल, जो दिसेल, भेटेल त्याच्याशी खेळण्यासारखा.'

'भावा, प्रेम हि एक आराधना आहे. उपासना, भक्ती आहे. जि फक्त एकाच देवीची केली म्हणजे पावते, लाभते. अन् माझ्या मनावर विराजमान झालेली देवी फक्त मला विजुच्या रुपात दिसते.'

'अरे मित्रा, खरे प्रेम फक्त एकदाच होते. आयुष्यात एकदाच होते. नाहीतर ते प्रेम नसते. प्रेमाचा खेळ असतो. बाजार असतो. खेळ व बाजार संपतात. प्रेम नाही संपत, ते चिरकाल टिकते.'

'मग या नवीन होऊ घातलेल्या ज्योति नावाच्या मैत्रिणीचे तुझ्या आयुष्यातील स्थान काय?' भावेशने शिवला विचारले.

'ज्योति व माझी मैत्री सारखे गुण व स्वभावामुळे विकसित होत आहे. योगायोगाने कार्यक्रमांमध्ये आमची दोघांची निवड होते. त्यात एवढे चिंतीत होण्यासारखे काय मित्रा?'

'ठीक आहे शिवा. पटलं मला.'

दुसऱ्या दिवशी टी.टी.च्या प्रॅक्टिसच्या वेळेला शिव व ज्योतिची भेट झाली. ज्योतिला महाराष्ट्र राज्य महिला टेबल टेनिस संघाची कॅप्टन घोषित करण्यात आल्याने ती खूप आनंदात होती. शिवने तिचे मनापासून अभिनंदन केले. शिवचे सुध्दा पुरुष टी.टी. स्टेट टिममध्ये सिलेक्शन झाले होते. पण ज्योतिला स्टेट टिम महिला टेबल टेनिस संघाची कॅप्टन होण्याचा सन्मान प्राप्त झाला. ज्योतिचा खेळ 'निर्दोष' flawless आहे असं विजया सुध्दा शिवला म्हणायची.

ज्योति खूप आनंदित असल्याने शिवला 'कॉफी घेऊया आपण' असे म्हणाली.

'विवेक बघतोय आपल्याकडे. त्याला सोबत घ्यायचे?'

'अजिबात नाही. कशाला हवी 'कबाब मे हड्डी!' तुझ्याशी मला बोलायचे आहे. तो असला तर नाही बोलता येणार.'

शिव व ज्योति कॉफी घेण्यासाठी कॅन्टीनला आले.

'दोन कॉफी.'

'अगं एकच घे. आपण वाटून घेऊ.'

'नाही, आज माझा अख्खी घ्यायचा मूड आहे. तुला कॉफीपेक्षा चहा जास्त आवडतो. विजु सांगत होती फोनवर.'

'तू विजुशी फोनवर बोलते?'

'हो. तुझ्या चुगल्या सांगत असते.'

'बापरे. फिर मर गयी धन्नो.'

'शिव, आज एक गुपित उघडते आपल्या दोघातले.'

शिव आश्चर्याने 'काSSय? कसलं गुपित? आपल्या दोघातले?'

'अरे, असा दचकतो काय? मी काही भयंकर गोष्ट सांगणार नाही.'

'बरं ठीक आहे. सांग लवकर.'

राखी पौर्णिमेच्या, रक्षा बंधनाच्या दिवशी मी तुला का राखी बांधली नाही, काही कळले तुला त्या प्रसंगातून?'

'काहीतरी तुझ्या पर्सच्या गोंधळामुळे!'

'अरे नाही वेड्या, (ज्योति अस्वस्थ होत) शिव तू खरंच इतका इनोसंट आहे का रे? मी तुला जाणीवपूर्वक टाळले. अंजू मला म्हणाली सुध्दा, शिवला राखी बांध म्हणून. पण मी तिला सांगितले, My mind doesn't permit me!'

'अंजू म्हणाली, 'Hey, what's in your mind? तू शिवच्या प्रेमात तर नाही ना पडली?' मी तिला सरळ उत्तर न देता एवढेच म्हणाली, 'मला शिवला राखी बांधायची नाही.' मग तिची कळी खुलली अन् गुणगुणायला लागली, 'सांग कधी कळणार तुला भाव माझ्या मनातला! भाव माझ्या मनातला!' ती समजायचे काय ते समजली व हसत मला 'छुपी रुस्तम' म्हणाली.'

ज्योतिकडून सर्व ऐकल्यावर शिव एकदम सुन्न झाला. त्याच्या डोळ्यांसमोर दिवसा काजवे चमकायला लागले. तो खाली मान घालून शांत बसून राहिला. काय बोलावे त्याला सुचत नव्हते.

'शिव, काहीतरी बोलशील प्लिज. तू असा गप्प नको राहू.'

'काय बोलू मी ज्योति? You know...'

'Yes, I know everything Shiv. I very well know you are passionately in love with Viju. I also know she loves you equally enormously! I know you love each other tremendously.'

'मग तरी सुध्दा? असं! हे काय ज्योति? मला धर्मसंकटात ढकलायचा विचार आहे का तुझा?'

ज्योति अतिशय अगतिकतेने 'मी काय करू शिव? What should I do? मी माझ्या स्वतःच्या मनाची खूप समजूत काढण्याचा प्रयत्न करते रे, पण काय करू मी, 'ए दिल है जो मानता नहीं! माझ्या मनाला तुझीच ओढ! शिव you know very well, I have number of friends. खूप मित्र आहेत रे. त्यातले काही खूप चांगले आहेत, सर्वार्थाने!! तरीही, त्यातल्या एकाही बाबत माझ्या मनात ही भावना निर्माण झाली नाही जी तुझ्याबाबत आहे शिव. It's something defferent!! I realized that. मग मी तुझ्याशी बोलायचे ठरविले.'

ज्योतिचे मनोगत शिवने शांतपणे ऐकून घेतले.

'ज्योति, तुझ्या भावनांचा मी मनापासून आदर करतो. मी विजुच्या प्रेमात राहिलो नसतो तर क्षणाचाही विलंब न लावता तुझ्या प्रेमाचा स्वीकार आनंदाने केला असता. But now it's impossible. मी काहीही झाले तरी विजुच्या पवित्र प्रेमाशी प्रतारणा करू शकत नाही.'

शिव ज्योतिच्या हिरमुसलेल्या, खिन्न, उदास झालेल्या चेहऱ्याकडे विमनस्कपणे बघत म्हणाला, 'Please forgive me Jyoti!'

'अरे तू कशाला माफी मागतो. तू काही केले नाही. मी तुझ्या प्रेमात पडले. तू प्रेमात आहे 'कुणाच्यातरी' हे माहित असताना देखील. चूक म्हणावी तर ती माझी आहे. पण माझं मन ऐकायला तयार नाही. काही सुचत नाही मला, ही भावना निर्माण झाल्यापासून. शिव, one should be honest with his own feelings!'

'Yes, exactly. You are absolutely correct!! मग ऐक, लक्ष देऊन ऐक, अन् वाईट वाटून घेऊ नकोस. I have no such feelings for you. Which I have for Viju. My only 'Love' is Viju!!'

ज्योति आसवांनी ओथंबलेल्या डोळ्यांनी थोडावेळ जमिनीकडे बघत राहिली. नंतर डोळ्यांतून ओघळणारे अश्रू पुसत म्हणाली, 'Yes, She is... V.... I understand.'

'Jyoti, I advise you to strengthen your mind. You are strong girl.

'Extremely sorry, please excuse me.'

शिवने स्पष्टपणे आपली भूमिका मांडली.

'It's ok Shiv. But can we continue our relation as the best friends?'

'Oh sure, why not? आपली मैत्री होती व राहील.' शिवने आश्वासन दिले.

'ज्योति, हा तुझा अन् विजुचा प्लॅन तर नाही ना विजुवरील माझ्या प्रेमाची परिक्षा घेण्याचा?'

'नाही शिव. अजिबात नाही. I really love you. वाटले खूप दिवस लांबविण्यापेक्षा एकदाचे मनातले व्यक्त करावे. But it's ok. I am comfortable!! शिव, आज संध्याकाळी गांधी विचार केंद्राची सभा आहे. आहे आठवण की विसरलास?'

'कसं विसरेन? सभासद झाल्यानंतरची १ली मिटिंग. We are coming.'

'भावेश अन् तू, असं म्हणायचे तुला?'

'हो, आम्ही दोघे ६ वाजता पोहचू.'

संध्याकाळी ठीक ६.३० वाजता जळगावच्या कॉंग्रेस भुवन मधील महात्मा गांधी विचार केंद्राच्या दालनात सभा सुरु झाली. प्रा. रमाताई चाकणकरांनी सर्व नवीन सदस्यांचा परिचय करून दिला. त्यात शिव व भावेश होते.

सभा संपल्यावर ज्योति शिवला म्हणाली, 'छान झाले, तू सदस्य झालास.'

'अगं, मी अमळनेर कॉलेजच्या गांधी विचार केंद्राचा सदस्य होतो.'

'प्रताप कॉलेजला गांधी विचार केंद्र आहे?'

'हो, आहे. खूप कार्यरत आहे. स्वतंत्र इमारत, स्टाफ, वाचनालय, ग्रंथालय सर्व सुविधांनी परिपूर्ण आहे.'

'इथेही खूप छान टीम आहे. छान उपक्रम, कार्यक्रम होतात. तुझ्यासारख्या ॲक्टिव्ह माणसाला तर खूप वाव आहे. पुन्हा अमळनेर केंद्राचा अनुभव तुझी जमेची बाजू. रमाताई तुझ्यावर योग्य वेळी योग्य जबाबदारी सोपवतील. बरं, तू रुमवर कसा जाणार आहे?'

ज्योतिने शिवला विचारले.

'जसा आलो तसा.'

ज्योति हलकसं हसत, 'अरे कसा, तेच मी विचारतेय. तू न शिव!'

'आमच्याकडे कुठे कार आहे बाबा. जाऊ सायकलने.'

'सायकल आणली तर. नाहीतर मी सोडले असते कॉलेजपर्यंत.'

'धन्यवाद ज्योति. जाऊ आमच्या अँम्बेसडरने!'

'तुझ्याकडे अँम्बेसडर आहे?'

'हो. अँम्बेसडर कंपनीची सायकल. ती बघ सायकल स्टॅण्डवर उभी आहे.'

ज्योति हसत, 'तू न शिव पक्का अवलिया आहे. भेटू, बाय.'

'शिव, ही पोरगी तुझा पिच्छा करते आहे यार.' भावेश म्हणाला.

'हो भावेश. She loves me.'

'तुला कसे कळले?'

'जसं तुला! अरे भावा, काल तिने स्वतः सांगितले.'

'मला वाटतच होते. She will create troubles in your life.'

'कसले ट्रबल भावा? डोन्ट वरी.चल निघू.'

'अरे यार, शिव, तू न अडचणी वाढविल्याशिवाय स्वस्थ बसणारर नाही.'

दुसऱ्या दिवशी कॉलेजला भेट झाल्याबरोबर ज्योतिने शिवला सांगितले, 'शिव, खासदार तारकेश्वरीजी सिन्हा आपल्या कॉलेजला मुलांशी हितगुज करायला व व्याख्यानासाठी येत आहेत.'

'Yes, I know that. त्याचे काय?'

'अरे, हा कार्यक्रम वादविवाद मंडळातर्फे सादर होत आहे.'

'ok. मग?'

'प्रा. रमाताईंनी या कार्यक्रमाच्या अँकरिंग, सूत्रसंचालनाची जबाबदारी माझ्यावर सोपविली. मला खूप टेंशन आले रे.'

'त्यात काय टेंशन? You deserve it. You will do it successfully.'

'शिव, सारं हिंदीत करायचे आहे. त्यांना मराठी समजत नाही. रमाताई म्हणाल्या हिंदीची अडचण असेल तर तुझ्या मदतीला कुणाला तरी घे. ज्याला हिंदीत व्यवस्थित बोलता येते. शिव, please तू ये ना मदतीला.'

'बापरे मी? मला हिंदी बोलता येते असं तू गृहीत धरते. एखादं हिंदी स्पेशलचा स्टुडंट बघू आपण.'

'शिव, मला विजुने सांगितले, शिव तिन्ही भाषा न अडखळता बोलू शकतो. You are Mhaskar Trophy winner I know.'

'विजुचे खरे नाही. ती वेडी सारखे माझं गुणगान करीत असते. तिच्या म्हणण्यावर नको जाऊ. ज्योति, अगं विवेक वेद आहे की. तो आहे हिंदी भाषिक.'

'शिव, विव्याचेच हे काम आहे. तो डिबेट सेक्रेटरी. पण त्याने ढकलले माझ्याकडे. प्रा. रमाताईंना मी नाही म्हणू शकत नाही. शिव, प्लिज यार, माझ्यासाठी एवढे तर करशील.'

'ठीक आहे. पण तू सोबत असशील स्टेजवर.'

'ओके. नो प्रॉब्लेम. Thank God. तो विव्या काही करत नाही. नुसते हुकुम सोडतो. अन् म्हणतो कार्यक्रम फेल झाला तर बघ.'

शिव व ज्योति ग्रंथालयाच्या दालनातून बाहेर पडल्यावर डिबेट सेक्रेटरी विवेक वेद त्यांना भेटला.

'झाले का नियोजन पूर्ण? सूत्रसंचालन जबरदस्त झाले पाहिजे.'

'तू न विव्या नुसत्या ऑर्डर्स देत रहा. स्वतः मात्र काही करू नको. जराही मदत नाही त्याची.' ज्योति विवेकला म्हणाली.

विवेक शिवकडे बघत म्हणाला,' आहे ना तुझ्या जोडीला शिव महाजन. The Rising Star of MJ college.'

'बस का विवेक. हे फक्त तुझ्याकडून ऐकायचे बाकी राहिले होते.' शिवने प्रतिक्रिया दिली.

'बर शिव, तू येतोस का उद्या सकाळी १० वाजता, मलाही तुझी मदत हवी.'

'तू सर्वसंपन्न, स्वयंभू व्यक्तिमत्व. तुला कसली मदत हवी?'

'अरे यार, सिरिअसली म्हणतोय मी.'

'मला नाही कळले?'

'अरे कार्यक्रम असेम्बली हॉलमध्ये न ठेवता मेन बिल्डींग मधल्या सर्वात मोठ्या सभागृहात ठेवायला सांगितला प्राचार्यांनी. गावातले काही खास निमंत्रित व पक्षीय कार्यकर्ते येणार आहेत भाषणाला.'

'मला रविवारी नाही जमत. अन् नुसती बैठक व्यवस्था तर करायची आहे. इतर सर्व आहेतच तुझ्यासोबत.'

उद्या सुट्टी असताना तुला काय प्रॉब्लेम शिव?'

'सॉरी विवेक. नाही जमणार.'

ज्योतिकडे तिक्ष्णपणे बघत, 'कुणासोबत बाहेर जातो आहे का?'

'विवेक फटके देऊ का तुला?'

'ठीक आहे. नको येऊ. सूत्रसंचालनाचे झाले ना व्यवस्थित? ह्या पोरीचे काही खरे नाही.'

'ए शहाण्या, स्वतः काहीच करीत नाही, इतरांना राबवून घेतो.' ज्योतिने सुनावले.

'चला येतो. भेटू सोमवारी.'

शिव व भावेश रुमवर आले.

'शिव, बरे झाले तू टाळले. नाहीतर विजुचा तिळपापड झाला असता. कारण मागच्या रविवारी पण गेला नाहीस.'

'म्हणूनच मी टाळले. अन् त्या विवेकचे मला माहित आहे. काम काही नसते, पण त्याला सोबत हवा असतो लवाजमा. मग सुरु होते हाऽ हाऽ हा... ही...ही...ही! खरंच काम असते तर I would have co-operated him.'

रविवारी सकाळी ठीक १०.०० वाजता शिव अमळनेरला पोहचला. विजया त्याची उत्कंठतेने वाट बघत गॅलरीत बसली होती. शिवला बघितल्याबरोबर आनंदाने खाली आली.

'का हसताहेत साऱ्याच्या साऱ्या?'

'अरे, तुला येताना बघितल्यावर मी व सुली खाली येण्यासाठी निघालो. त्या सुलीला म्हणाल्या, 'तुला कळत कसं नाही गं, Let them have free time. तू कशाला विजुची अंगरक्षक बनून हिंडते त्यांच्यासोबत! कबाब मे हड्डी!' त्या तिला अजिबात येऊ देणार नाहीत. आपण काय करायचे ते सांग आता?'

शिव व विजुने मंदिरात येऊन दर्शन घेतले. जरा वेळ दोघे मंदिराच्या मंडपात बसले. नंतर गार्डनमध्ये येऊन बसले. दोघेही खूप वेळ काहीही न बोलता शांत बसून होते. कारण ते पहिल्यांदाच 'दोघे दोघे' होते. त्यामुळे काय बोलावे तिलाही सुचत नव्हते व शिवलाही. नुसते एकमेकांकडे बघून दोघे स्मित करीत होते.

'विजु, असेच बसून रहायचे का? काहीतरी बोल ना.'

'काय बोलू? मला नाही सुचत शिव. सुली काहीतरी विषय काढायची त्यामुळे संवाद व्हायचा.'

'आई सिंदखेडला आहेत का मुंबईला?'

'सिंदखेडला आहे. पण मतदारसंघाचे दौरे सुरु आहेत. लवकरच हिवाळी अधिवेशन सुरु होणार आहे. जनतेचे प्रश्न, समस्या, रेंगाळलेली कामे मार्गी लावायची आहेत.'

'बंटीचा अभ्यास ठीक सुरु आहे?'

'हो. खूप अभ्यासू आहे तो. योगी अन् तो दोघेही सोबत अभ्यास करतात.'

'सुलुला मागणी आली की नाही?'

'येताहेत निरोप, जवळच्या नातलगांकडून. अजून बघायला कोणी आले नाही. नरडाण्याचे स्थळ चांगले आहे. असं काकू म्हणाल्या.'

'अगं, विक्रांतच्या गावाचे?'

'हो. तो मुलगा पण सिव्हील इंजिनिअर आहे.'

'विजु, राजेंद्र पाटीलच असावा. विक्रांतचा मित्र.'

'असू शकतो. त्याने सुलुला ऑलरेडी बघितले आहे.'

'मानवी जीवनात काय योगायोग असतात विजु!'

'हो शिव खरंच.'

'वंदूचे कसे सुरु आहे वैवाहिक आयुष्य?'

'माझे तिच्याशी प्रत्यक्ष बोलणे नाही झाले. पण अनुराधा मावशी सांगतात जावयाचे कौतुक. विक्रांत खूप चांगले आहेत. ते अजिबात दुखवित नाहीत. सर्व तिच्या कलाने करतात.'

'बरं, तुझं काय सुरु आहे? घरी जाऊन आलास की नाही?'

'घरी नाही गेलो. खूप व्यस्त होतो गं.'

'अधून-मधून वेळ काढून जाऊन यायचे शिव. किती जवळ आहे!'

'बाबांना नाही आवडत! सारखं घरी गेलेले. अभ्यासात डोकं घाल म्हणतात. इथे येऊन तू काय करणार?'

'त्यांचे बरोबर आहे शिव. तुझ्याकडून त्यांच्या खूप अपेक्षा आहेत. खूप स्वप्न आहेत त्यांची. तू खूप मोठा माणूस व्हावा म्हणून. बरं, तुझे गीत कसे झाले? सिनेगीत?

'खूपच छान. 'मेरे हमसफर' या सिनेमातले 'किसी राह मे, किसी मोडपे, कही चल ना देना छोडकर, मेरे हमसफर, ओ मेरे हमसफर...' जितेंद्र अन् शर्मिला टागोरवर चित्रित आहे. खूपच छान झाले. भक्ती रानडेमुळे चांगली दाद मिळाली गीताला.'

'सायली सांगत होती मला, भक्ती पण प्रोफेशनल सिंगर आहे.'

'सायली अन् ती खास मैत्रिणी. मी सोलो सॉग म्हणणार होतो, पण सायली भेटली कॉलेज कॅम्पसमध्ये. ती तिलाच भेटायला आलेली. मला म्हणाली तू भक्ती सोबत गा. मग जमलं ड्युएटच.'

'हे सॉग कोणी निवडले? तू का भक्तीने?'

'भक्तीला हे सॉग घ्यायचे नव्हते. आहे रोमॅन्टिक ड्युएट कॅटेगरीतले. पण ह्या सॉगमध्ये 'सॅड मूड रिफ्लेक्ट' होतो म्हणून नको. पण मी खूप आग्रह धरल्याने सायलीने तिला तयार केले.'

'हे गीत 'सॅड नोट' असलेले तुला का घ्यावेसे वाटले शिव?'

'विजु, आपल्या दोघांच्या मानसिकतेचे प्रतिबिंब आहे त्या गीतात. मी अमळनेर कॉलेज सोडल्यानंतर!'

'ऐकले ते गीत मी सायलीकडून. मला म्हणाली असे होते तर कशाला जाऊ दिले त्याला जळगावला! विषय चेंज केले असते!'

- 'विजु तु आई बाबांना मी अमळनेर सोडल्याची कल्पना दिली का?'

- 'हो सांगितले! पण, आई इतकी व्यस्त आहे ती बाबांना म्हणाली, तुम्ही जरा या दोघांच काय सुरु आहे त्यात, लक्ष घाला!'

- 'मग?'

- 'मग काय - बाबांनी सर्व सविस्तर विचारले - सांगितले मी बाबांना सारं काही.'

-'मग माझ्यावर चिडले, संतापले का?' – 'नाही शिव मनाने दुखावले गेले! – नाही आवडलं तुझे इतक्या क्षुल्लक कारणासाठी जळगावला जाणे!'

- 'मला विचारले बाबांनी दुसरे काही कारण नाही ना? हे कारण नाही असु शकतं! मी नाही म्हणाले! तिथे आय ए एस कोचिंग सेंटर आहे म्हणून तिथे गेला! - मग म्हणाले ठीक आहे! भेटायला येतो कि नाही - का विसरला तुला - का भेटली तिथे एखादी मैत्रीण?'

- 'मी म्हणाले, नाही हो बाबा करियर च्या दृष्टीकोनातुन तिथे जाणे फायदयाचे होते म्हणुन गेला! दर, रविवारी भेटायला येतो मला! मग बाबा रीलॅक्स झाले! एखादे दिवशी जळगावला कामासाठी गेलो तर त्याची भेट घेईन असे बाबा म्हणाले.'

' अरे बापरे!'

' बापरे काय? का घाबरलास?'

- 'घाबरलो नाही – मला तर खुप आनंद होईल बाबांना भेटून फक्त त्या दिवशी काही कार्यक्रम नको! सारखे कार्यक्रम सुरु असतात. उद्या पण आहे – व्याख्यान! बिहारच्या खासदार तारकेश्वरी सिन्हाचं ! वादविवाद, मंडळातर्फे' – ' असु दे त्यात तुझा काय रोल?' – 'आमच्याकडे सुत्रसंचालन आहे!' – 'आमच्याकडे म्हणजे?'

' मी व ज्योति दोघांकडे! ' मग डिबेट सेक्रेटरी काय करणार आहे ?

- ' तो नाही म्हटला! त्याने ज्योतिला सोपविले व तिने मला त्यात गोवले!' – ' अन तु लगेच तयार झालास ? ज्योति असल्यावर होणारच म्हणा – मी पण काय विचारते?'

' अग, ती थोडी नर्व्हस झाली होती. तिला दडपण आले होते- तिने मला विनंती केली मग—'

'झाला तयार! परोपकारी जीव! मदतीला सदैव तत्पर !! अन ज्योतिच्या विनंतीला कस आव्हाईड करता येईल आम्हाला!! – ज्योति अन तू रोज भेटता कां शिव?''

' फक्त काम असल्यावरच – एरव्ही नाही ! संध्याकाळी जिमखान्यावर रोज सोबत असतो. ' ज्योतिची आहे का कुणाशी क्लोज फ्रेंडशिप? I mean मनाने कुणात गुंतली आहे का?'

विजुच्या या गुगलीने शिव जरास गोंधळला – म्हणजे काय सुचवायचे आहे तुला?'

विजु शांतपणे, ' Is she in love with anybody ? म्हणजे तिचे कुणाशी ' प्रेम प्रकरण सुरु आहे का? कॉलेजमध्ये! तशी चर्चा गॉसिपिंग वगैरे काही आहे का? विजुच्या या बाऊन्सरने शिव पुराच बुचकळ्यांत पडला! कपाळावरचा घाम टिपत, 'नाही माहित बुवा आपल्याला!' – 'अन् तुझा चेहरा असा गोरा – मोरां का झाला?' – शिव, मी बघते ज्योतिचा विषय निघाला का, तुझ्या चेहऱ्यावरचे भाव बदलतात –क्या माजरा है शिव?' शिव खोटं खोटं हसत – मांजरा कुछ नाही है! विवेक वेद व ज्योतिचे चांगले जमते! तसे मित्र चिकार आहेत तिचे! मनमोकळ्या स्वभावामुळे सर्वांशी हसत – खेळत बोलते – आमची पण चांगली मैत्री आहे!

- 'फक्त – '

- 'फक्त मैत्रीच विजु! We both are good friends! '

- 'सहज विचारले शिव – वाईट नको वाटुन घेऊ!'

- 'its ok Sweetie! '

'आज मला तू स्विटी म्हटलं – आवडलं! '

'तुझापेक्षा कोणी गोड मुलगी असु शकते का ? – आज स्विटी म्हटलं 'उद्या- माय हनि' सुध्दा, म्हणेल मी! '

विजया आनंदाने , ' आज , तुला काही हवय का 'गोड' माझ्याकडून! '

शिव हसत, 'हवंय खुप काही! पण देतंय कोण?'

विजया हलकस हसत लाजत, 'इंतजार का फल हमेशा मिठा होता है शिवजी!'

- 'हाँ जी – वो तो है – इंतजार ही सही! इंतजार में भी अलग मिठास होती है!'

उत्साहाने, 'आपण सुटीत लग्न करू – इंतजार इंम्तिहान खतम – चालेल शिव?'

' विजु, यासाठी लग्नच केलं, पाहिजे का- आपण दोघांनी एकमेकांना मनाने वरले आहे, पुर्णपणे स्विकारले आहे- मग, कशाला हवे' लग्नाचे सोपस्कार?' 'नाही शिव – आपण मनाने एकमेकांना स्विकारले असले तरी दोघांनी विवाहाच्या पवित्र बंधनात चारचौघांसमोर देव ब्राह्मणांच्या साक्षीने, ढोल ताशे बडवून धार्मिक विधी- वैकल्यांचे आचरण करून गृहस्थाश्रमात प्रवेश केला पाहिजे! त्यात पावित्र्य व नैतिकता असते. कायदेशीर, सामाजिक रूढी परंपरांचे पालन केल्यासारखे होते! – असे विवाह टिकतात. It's kind of certification of the union of the two! त्याचे पालन झालेच पाहिजे! '

'Oh my God! Uph! – काय हे तुझे प्रवचन!- पाश्चिमात्य देशात कुठे एवढे पाळतात! तरी त्यांचे संसार सुखाने होतातच ना विजु! – आपल्यांकडे इतकी सारी बंधने – गुदमरायला होते गं! Pre – marital relations असूनही ते दोघे विवाह करतातच – पाश्चिमात्य देशात! आपल्याकडे pre – marital relation म्हणजे पाप! – ' शिव मी 'पाप' नाही

म्हणत – मनं जुळली असली तर प्रेम असेल तर त्याला पाप नाही म्हणता येणार! अनैतिक सुध्दा नाही! पण शिव यात फसवणुक होण्याची शक्यता जास्त असते. पाश्चिमात्य देशात असे फसवणुकीचे प्रकार खुप होत आहेत त्यामुळे तिकडे कुँवारी मातांचे प्रमाण त्यामुळे वाढले. शिव, स्त्री म्हणजे उपभोग घेण्याची वस्तु नाही. त्याचे पावित्र्य असते- ते लग्नापर्यंत विटाळता कामा नये – म्हणुन विवाह संस्थेचे महत्व आहे! विवाहा इतक सुरक्षित नाते कोणतेच नाही शिव!' 'खुप सुंदर मांडणी केली तु विचारांची! मला तुझी पुजा कराविशी वाटते – प्रेम तर करतो मी तुझ्यावर आज पासुन पुजा!'

'उपरोधिक बोलतोय! '

'नाही स्विटी! खरंच तु बोलायला लागली की वाटते सरस्वती तुझ्या जिभेवर नृत्य करते आहे! 'मी तुझ्या मतांशी पूर्णपणे सहमत आहे.विवाह इतके सुंदर व सुरक्षित कोणतेच नाते नाही.त्यात उणीवा असू दे!

'हो शिव चल आता आधी पोटपुजा करू मला भुख लागली – तुला भुख नाही लागत का रे! '

'लागते ना खुप खुप – तुझ्या प्रेमाची, सहवासाची – ते मिळाले की माझे पोट भरते! '

हलकसं, हसत – तू न बोलायला पक्का आहेस ! Let's go! '

जेवणानंतर विजया सुलोचनाला भेटली, 'आम्ही सिनेमाला जात आहोत, तू येतेस ना सोबत? विजयाने सुलोचनाला विचारले. 'नाही विजु, तुम्ही दोघे या जाऊन! – विनोदाचा भाग सोडला तर त्या मुलीचे

म्हणने मलाही पटले! – त्या गंमतीने म्हणाल्या असतिल पण सत्य बोलून गेल्या!

'Two is a company and three is crowd! Please,you both go! – मला नाही वाईट वाटणार! छान सिनेमा आहे, 'दो रास्ते' – जमलं तर संध्याकाळच्या शो ला मी मैत्रिणींसोबत जाईन!'

' ओके सुलु – येतो आम्ही – बाय...!'

' शिव कोणते तिकिट घेऊ?' – बाल्कनी कि बॉक्स? असं करते आज बॉक्स घेते.

विजयाने बॉक्सची दोन तिकिटे आणली! पहिल्यांदाच बॉक्समध्ये आल्याने खुप वेगळेपण जाणवत होते! विजुसोबत सिनेमा बघण्याचा स्वर्गिय आनंद शिव अनुभवत होता! – तशी त्याच्या मनात भिती व संकोचपण दाटुन आला होता! त्यांच्या शेजारी एक जोडपे बसले होते! त्यांनी विचारले, 'Newly married?'

त्यांच्या या अचानक आलेल्या प्रश्नाने शिव गोंधळला! पण विजयाने प्रसंगावधान राखुन, 'Just engaged! असे उत्तर देऊन वेळ मारुन नेली!

विजया सिनेमा बघुन होस्टेलला परत गेल्यावर मुलींनी तिला घेरले!

'खुश दिसतेस विजे! चेहऱ्यावरील लाली सांगते! कसा वाटला 'बॉक्स चा अनुभव?

आश्चर्याने, 'तुम्हाला कसे कळले?'

294

- ' आम्ही होतो की बाल्कनीत! बघितले तुम्हाला बॉक्सकडे जातांना – आता बोल?

- अग, सुली नाही आली, मग....

'गेलो बॉक्सला असचं ना?

-हो त्यात काय? – मग तुम्ही पण जा ना – तुम्हाला कोणी रोखले?
'

'आम्हाला तिथे प्रवेश निषिद्ध! सध्या सिंगल आहोत ना? '

- 'मग शोध ना एखादा चांगला मित्र, जोडीदार!'

- हे भाग्य सर्वांना नाही मिळत विजे!.

प्रेमाचा खेळ खेळणारे खुप आहेत गं पदोपदी! पण शिवसारखे खरं प्रेम करणारा नाही मिळत! – ते मिळतात अभावानेच! वाईट वाटुन नको घेऊ. थोडी गंमत कराविशी वाटली तुझी!

'I never mind! On the contrary, I enjoy such talk with you!'

- 'विजे, तुमचे 'एंगेजमेंट' झाल्यांचे ऐकले – खरोखरच झाले का गं?'

- 'सामाजिक चालीरितींचे सोपस्कार बाकी आहेत – अडथळे सर्व दूर झालेत!

- 'म्हणजे दोन्ही फॅमिली कडुन ग्रीन सिगनल' असेच ना?'

- 'yes!'

- 'मग लग्न सुटीत की....

- 'नाही गं! - why so early?'

- 'मग कधी पर्यंत प्रतीक्षा?'

विजया हसत उत्तर देते, 'you know that proverb!, प्रतिक्षा का फल हमेश मीठा होता है!'

'विजे शिव सोबत राहुन तू खुप हुशार झाली बोलायला – अगदी हजरजबाबी!

- 'तुमच्या सारख्या गोड मैत्रिणींना रोज 'फेस' करावे लागते!'

- 'शिव गेला की थांबला मित्राकडे?'

'सातच्या ट्रेन ने गेला!'

जळगावचे एम जे. कॉलेज पुणे विद्यापिठातील उपक्रमशिल महाविद्यालयात गणले जायचे! तिथे वर्षभर वेगवेगळ्या विभागांकडुन नवनवीन कार्यक्रम व उपक्रम सुरु असायचे!

या सर्व कार्यक्रमांत व उपक्रमांत शिव हिरीरीने भाग घ्यायचा! शिव कॉलेजला गेल्यावर ज्योतिने त्याला सांगितले, 'शिव' आज संध्याकाळी – प्रा. रमाताईंनी 'मॉक ट्रायल' म्हणजे 'अभिरूप न्यायालय' या कार्यक्रमाची रूपरेषा ठरविण्यासाठी सभा आयोजित केलेली आहे. आपल्याला बोलविले आहे. तिथे काही लॉ चे स्टुडंट व लॉचे प्राध्यापक याबाबत मार्गदर्शन करणार आहेत.

- ' कार्यक्रम किती वाजता आहे?

- ' अरे, कार्यक्रम नाही - चर्चा आहे – कार्यक्रम सादर करण्याबाबत – संध्याकाळी ६=०० वाजता.

' ठीक आहे , मी अन् भावेश वेळेवर पोहोचतो.

296

संध्याकाळी ६=०० वाजता प्रा. रमाताईंच्या राहत्या घरी 'मॉक ट्रायल' बाबत सभा संपन्न झाली. त्यांनी 'मॉक ट्रायल' ची संकल्पना समजावून सांगितली. लॉ कॉलेजच्या प्राध्यापकांनी यातिल सर्व बारकावे सांगितले. साधारण दोन तासाचा कार्यक्रम होणार होता. एकुण महत्वाची १० पात्रे व त्यासोबत इतर २०-२२ पात्रे होते.

प्रा. रमाताई चाकणकर या एम. जे. कॉलेज मधील ज्येष्ठ प्राध्यापिका! राज्यशास्त्र हा त्यांचा विषय – खुप अभ्यासू व्यक्तिमत्व! त्यांनी आजन्म अविवाहित राहण्याचे ठरवुन स्वतःला समाज कार्यात झोकुन दिले होते. जळगावपासुन काही अंतरावर एका खेडयात स्वतःच्या पैशाने जमीन घेऊन त्यांनी 'मायेचा ओलावा' या नावाने 'अनाथालय' सुरु केले होते. गांधी विचार प्रचार व प्रसार केंद्राच्या त्या सचिव व चीफ प्रमोटर होत्या. कॉलेजमधील रा.से.यो. (NSS) च्या त्या महिला कार्यक्रम अधिकारी होत्या. रा.से.यो. युनिट तर्फे त्यांना ह्या सामाजिक ज्वलंत प्रश्नावर प्रकाश टाकण्यासाठी कार्यक्रम सादर करायचा होता. तो सामाजिक ज्वलंत प्रश्न म्हणजे,

' हुंडाबळीची समस्या' त्या अनुसंगाने लॉ कॉलेजमधील काही प्राध्यापक मित्र- मैत्रिणींच्या सहकार्याने एम. जे. कॉलेज तर्फे हा कार्यक्रम काही खास निमंत्रितांच्या उपस्थितीत सादर होणार होता.

'मॉक ट्रायल' बाबतचे 'स्क्रिप्ट' वाचन करून पात्र वाटप करण्याची सभा कॉलेजमधील सभागृहात पार पडली. त्या सभेत उपस्थित काही विद्यार्थी- विद्यार्थिनींना स्क्रिप्ट चे वाचन केले. स्क्रिप्ट विधी महाविद्यालयाच्या प्राध्यापकांनी तयार केलेले होते. पुढील सभेत पात्र वाटप करून प्रॅक्टिस सुरु करण्याचे ठरले – सभा संपली.

बाहेर आल्यावर ज्योति शिवला म्हणाली,

"Nicely Read- छान वाचन केलेस!"

'ज्योति तुझे पण उत्कृष्ट झाले!'

'अरे, मी तुझे कौतुक केले म्हणजे तु माझे कौतुक करून परतफेड केली पाहिजे का?'

- 'मी उगीचच कुणाचेही कौतुक करीत नाही – खरे ते सांगतो!'

- 'बर शिव तुला कोणते पात्र घ्यावेसे वाटते?'

'फिर्यादी मुलीचा वकील! – Plaintiff's lawyer!'

'ओ ह ह! – देतील बाबा ताई तुला तो रोल! You are her favorite! - अन् तु उत्कृष्टपणे परफॉर्म करशील!'

- ' अन तुला ज्योति?'

- ' प्रतिवादी वकील – Defender's lawyer!'

- 'मग – येईल की नाही मज्जा!' ज्योति म्हणाली.

- ' म्हणजे तुला माझ्याशी भांडायला आवडेल – असेच न ज्योति?'

- जिभ चावत , ' दुसरे तिसरे तर काही करता येणे शक्य नाही, मग भांडण तरी करून घेऊ!'

- 'खोटं – खोटं का होईना!'

- ' खोटं – खोटं का? – खरोखर भांडुन बघ!'

- ' ते विवेकशी! – काय असेल ते असे पण तुझ्याशी नाही भांडावासं वाटत!'

'उद्या अमळनेर का शिव?'

- 'येस, रविवार आहे – जावेच लागेल! नाहीतर 'देवी' कोपेल!'

- 'विजुची अन् तुझी कधी - कधी भांडणे होतात का शिव?'

- 'अग, खुप वेळेला!'

- 'मग माघार कोण घेते?'

- 'प्रसंग बघुन – कधी 'ती' कधी 'मी'! '

- 'अबोला धरता का काही दिवस? '

- 'काही दिवस नाही – पण काही तास असतो!

- 'मग कोण 'मौनव्रत' सोडते? '

- 'कधी 'मी' कधी 'ती' ! '

- ' That's good ! – म्हणजे शिव, तुम्ही दोघेही खुप समजुतदार आहात – अजिबात अहंकारी नाहीत! – नाहीतर काही रिलेशनमध्ये 'इगो' – एखाद्याचा इतका प्रबळ असतो, 'तो' किंवा 'ती' कधीच माघार घेत नाहीत!' '

म्हणूनच अशी नाती जन्मभर टिकत नाहीत!'

- ' Yes, shiv! – you are correct!

- 'भेटु सोमवारी! बाय बाय! '

नेहमीप्रमाणे रविवारी शिव अमळनेर ला विजयाला भेटायला गेला.

- ' Hi shiv – Good morning! '

- ' Hellow Sweetie very good morning!

299

विजया शिवच्या चेहऱ्याकडे बघत ,

 'थकलेला वाटतोस?'

- 'छे गं – छान आहे!'

- 'नाही! – तब्येतीचा काही प्रॉब्लेम?'

- 'नाही ना विजु! तु उगीचच जास्त काळजी करतेस?'

- 'घरी गेला नसशिल ना!'

त्रासीकपणे, ' खुप काम असतात विजु – कसं अन केव्हा, जाणार? – अन प्रत्येक भेटीत हे पालुपद का? '

'शिव, फक्त पाऊण तासाचा प्रवास! '

' प्रवास पाऊण तासाचाच गं – पण घरी गेल्यावर खळ्यांत मळ्यांत गेल्याशिवाय राहवते का विजु? '

'ते आहे म्हणा! '

' त्यात बाबांना नाही आवडत – त्यांना वाटते – इथले तिथले प्रोब्लेम्स बघुन मी उदास होतो – अन काही न काही प्रश्न असतातच! माझ्या मानावर परिणाम होणारच ना! '

' हो, शिव माझ्या लेव्हलचे काही करण्यासारखे असेल तर शेअर कर – मला संधी दे तुला सहकार्य करण्याची!'

' अवश्य स्विटी! '

' मला थोडी किरकोळ शॉपिंग करायची आहे, आपण आधी गावात जाऊन ती आटोपुन घेऊ!'

‘ ओके डीअर जाऊ या! ’

‘ खुप छान झाले शिव, तु जळगावला गेलास – कुछ पाने के लिये - कुछ खोना पडेगा!

‘ हो विजु, सर्व उत्तम आहे – पण तुझा दुरावा जाणवतोच! दिवसभर कार्यक्रम असल्याने नाही जाणवत फारसं. पण रूम वर गेल्यावर निवांत असलो की तुझ्या आठवणी छळू लागतात – मग मी व भावेश तुझ्याबाबत बोलत असतो! तो मला नेहमी म्हणत असतो – तुझे अन विजुचे नाते जन्मोजन्मीचे असावे! – अन् मला ते पटते! ’

‘ हो शिव – मलाही होस्टेलच्या मैत्रिणी म्हणतात, तुझा हेवा वाटतो आम्हाला! you have really faithful friend!’

विजयाचे व शिवचे नाते दिवसागणिक घट्ट होत होते. खऱ्या अर्थाने मुरायला लागले होते. भेट झाल्यानंतर दोघांचा वेळ कुठे व कसा निघुन जायचा हे दोघांनाही कळत नव्हते! – या काळात खुप वेळा त्यांचे मतभेद, वाद व्हायचे पण हे सर्व तात्विक स्वरूपाचे! शिवची रविवारी भेट टळली, म्हणजे काही महत्वाच्या कारणास्तव शिव रविवारी भेटायला आला नाही – तर ती खुप हिरमुसली व्हायची! तिला शिवचा खुप रागही यायचा – अशा वेळी सुलोचना विजयाला शांत करायची! शिव आणि विजुच्या प्रेमातील सुलोचना हा घट्ट दुवा होता. सुलोचनाचे म्हणणे विजुला पटायचे- व तिचा शिववरील राग शांत व्हायचा!

- ‘ आणखी काय उपक्रम सुरु आहेत तुझे’

विजयाने शिवला विचारले.

- ‘ आणखी? – हं - ‘मॉक ट्रायल’ सादर करणार आहोत आम्ही! ’

- 'मॅाक ट्रायल' ही काय भानगड आहे शिव? '

- ' हं – तू बरोबर शब्द वापरला 'भानगड' !

- ' जरा स्पष्ट करून सांग न यार! '

- ' विजु तू एका नामवंत वाकिलाची मुलगी अन तुला 'मॅाक ट्रायल' माहित नाही?'

- ' शिव वकिल माझे बाबा आहेत – मी नाही! ' – हे बाबांना माहित असेलच! आता तु मला समजेल अशा सोप्या भाषेत सांगितले तर बरे होईल! – काय काय उपद्व्याप करीत असतो – बरं व्यवस्थित सांगतही नाही- कोण तुझी कोडी सोडवत बसेल!'

- ' विजु डिअर, रागवलीस? '

- ' नाही रे – यात काय रागवण्यासारखे! '

- 'मॅाक ट्रायल' मराठी अर्थ अभिरूप न्यायालय! '

- ' शिव हे आणखी अवघड केले! '

- ' अगं खोटी केस चालवायची! '

- ' कुठे चालवायची? '

- ' टाळक्यात तुझ्या – येडं! '

- ' अरे असा चिडतो कशाला? काय काय उदयोग करून येतो - नीट सांगतही नाही अन वरून चिडतो! चिडका बिब्बा!'

- ' मी नाही तुच आहेस! आता लक्ष देऊन ऐक! '

शिवने हुंडाबळी केसच्या अभिरूप न्यायालयाची संपुर्ण संकल्पना विजुला विशद केली. ती ऐकुन विजया खुप खुश झाली.

'वाव शिव! खुप छान! I really like this concept! – कोणाची आयडिया ही!'

- ' प्रा. रमाताई चाकणकर! ' शिवने उत्तर दिले.

- ' खुप छान! विषय तर सामाजिक – ज्वलंत प्रश्न! मान गए उस्ताद!'

- 'शिव, If you don't mind, एक विचारू का? '

' I never mind! चोवीस तास दिवस रात्र, तू माझ्या 'माईंडमध्ये' असते – आणखी काय? – आलं माझ्या लक्षात तू काय विचारणार ते! '

विजया शिवकडे बघुन हलकेसे हसते, 'हं सांग बरं! '

- ' ज्यो-----ति-----आहे------कां------मॉक ट्रायल मध्ये? '

- ' शिव काय रे तुझे लॉजिक! '

- 'माझे लॉजिक नाही हे डार्लिंग! सध्या तुझ्या 'भेज्यात' काय सुरु आहे हे माझ्या चांगलेच लक्षात आले! '

विजया लडिवाळपणे, 'सांगा न गड्या 'ती' आहे का? '

शिव विजयाच्या सुरात, ' ती------च्या------असण्या-नसण्याने तुला काही फरक पडणार कां गडे?'

विजया त्रिवार, 'नाही! नाही!! नाही पडणार!!!'

' मग कशाला हा अव्यापारेषु व्यापार! माय हनी! '

विजया आग्रह धरीत, 'please सांग न शिव please------ please-----'

शिव विजयाच्या अगदी जवळ जात, 'I love you sweetie! – I very much love

love!!'

लाडीक सुरात, 'I very well know that shiv!'

- 'पण, हे माझ्या प्रश्नाचे उत्तर नाही झाले!' उत्तरासाठी शिवकडे बघते.

शिव विजयाच्या नजरेत बघत, ' हो आहे!'

'Jyoti might be in the major role! '

' बस, मला फक्त एवढेच जाणुन घ्यायचे होते! '

'Just out of curiosity असेच न विजु! '

विजया शिवकडे समाधानाने बघुन हसते. शिव शांतपणे तिचा चेहरा न्याहळतो. – 'खुप, गोड दिसतेस तु!'

Thanks! हसत – ' काय हवयं का? '

'something something Sweet! – गोड मुलीकडुन प्रियकराला दुसरे काय हवे असणार?'

विजया, लाजत मान डोलवत नकार दर्शविते.ते लग्नानंतर!

- 'तुला' गोड हवय ना श्रीराम विजय रेस्टॉरॉमध्ये छानशी कॉफी घेऊ!'

- 'ओके स्विटी!'

संपुर्ण रविवार विजयाच्या सहवासात घालविल्यानंतर शिव स्टेशनकडे निघाला.

‘विजु, खुप अंधारले आहे, पावसाची दाट शक्यता आहे – सुलुपण सोबत नाही! ’

- ‘शिव, आपण पावसात भिजायचे का?’

- ‘मला तर चिंब भिजावेसे वाटत आहे!’

- ‘अरे छान – माझ्या मनातलं बोलली! – ओके I will go tommorow!’

विजया शिवकडे हसत बघते – ‘खरंच शिव!’

- ‘ हो- खरचं! – भाई, मौसम ही वैसा है!’

- ‘ आता नको शिव कधी तरी! , फुट!

उद्या तुझ्या कॉलेजचे काय रे?’

- ‘एक दिवस दांडी! – कोणते आकाश कोसळणार आहे! – ए सुहाना मौसम और आपका मुड बार बार नही आनेवाला – चलो हो जाए!’

- ‘अजुन पाऊस सुरु व्हायचा आहे! तुझी ट्रेन-----पळ!’

शिव पळत पळत ट्रेनकडे जातो – विजया समाधानाने शिवच्या पाठमोऱ्या आकृतीकडे बघते – शिव मागे वळुन विजयाला फ्लाईंग किस देतो – तेवढयात मागुन येणारी म्हैस त्याला धक्का देते- तो गोंधळतो – विजया मनसोक्त हसते. शिव हसत हसत स्टेशनवर येतो.

राष्ट्रीय सेवा योजनेतर्फे एक अत्यंत महत्वाची सुचना निघाली. ती बघितल्यानंतर ज्योति शिवला म्हणाली, 'तू एन.एस.एस. सुचना फलक बघितला आज?'

- 'नाही बघितला! – काय विशेष? – शिवने ज्योतिला कुतुहंलाने विचारले.

- 'Guess?', तुझ्या अंदाजाने काय असू शकते!. ज्योति शिवकडे उत्तरासाठी बघू लागली.

- शिव विचार करीत, 'एन.एस.एस. स्पेशल विंटर कॅम्प!'

- 'नो s-----

- 'मग--------रक्तदान शिबीर -----

- 'हे ही चुकले!'

- 'मग, सांग न ज्योति – उगीच सस्पेन्सं!'

- 'अरे 'रायला' ची सुचना लागली.

- ' I don't know whats RYLA?'

- 'Rotary Youth leadership Award तुला माहित नाही?'

- 'अशा अवार्ड बद्दल ऐकले आहे!' – खुप माहिती नाही!

'चाल, नोटीस बघु – त्यात सर्व डीटेल्स आहेत!'

शिव व ज्योतिने 'एन.एस.एस. ची सुचना बघितली.

- 'विजु हा तर रोटरीचा उपक्रम आहे!'

- 'काय म्हणालास – 'विजु'! – तू ज्योतिशी बोलतो आहे!'

- 'ओ, सॉरी!'

- 'अरे, या अवार्डसाठी दरवर्षी एन.एस.एस. तर्फे एक मुलगा व एक मुलगी सिलेक्ट करून रोटरीकडे पाठवितात – रोटरीची स्पॉन्सार्शीप आहे!'

- 'तुझे होईल ज्योति सिलेक्शन! – तुझे पप्पा रोटेरियन आहेत!'

- 'शिव तसे नाही- मागील वर्षी मी प्रयत्न केला नाही झाले सिलेक्शन!, इथे नो वशिला! – ओनली मेरीट!'

'That's good! गुणवत्तेला न्याय मिळाला पाहिजे ज्योति – आमचा, कोण वाली आहे बाबा – तुझे पप्पांचे वजन आहे, प्रतिष्ठा आहे!'

ज्योति हलकेसं चिडत, शिव, तू वेडयासारखे का बोलतोय!- मघापासुन मी 'स्ट्रेस' देऊन सांगतेयं – 'इथे अजिबात शिफारशी चालत नाहीत – पाच लोकांची तज्ञ कमिटी असते – केवळ गुणवत्तेच्या निकषावर निवड होते. सूचनेतील सर्व शब्दन्शब्द खरा आहे!

चल, तयारीला लाग! – तासिका आटोपल्यानंतर आपण, नोटीसितल्या सर्व नोंदी घेऊ – Let's try Shiv – it's best opportunity!'

- 'Ok Jyoti – प्रयत्न करायला हरकत नाही!'

शिव व ज्योति रायला च्या सिलेक्शनच्या दृष्टीने खुप तयारी करू लागले ज्योतिने शिवचे सर्व निबंध बघितले. शिवचे होम असाइनमेंट पुर्णत्वास आलेले बघून म्हणाली,

- 'हे सर्व मटेरियल कुठे मिळाले तुला?'

- 'कुठे म्हणजे? – माझ्या डोक्यात!'

- डोंबल तुझ! – सांग न कोणत्या बुक्स मधून मिळाले?'

- 'अगं, शपथेवर सांगतो – हे सर्व माझे स्वतःचे विचार आहेत – नो रेफरेन्सेस!'

- 'खरंच? – तस असेल तर – It's really surprising Shiv! – खुप दर्जेदार लिहिले तू!'

शिव स्तुतीने पाजळत, 'मग दर्जेदार माणुस दर्जेदारच लिहिणार न!'

- 'ए नको शेफारू जास्त! गधेको दिया मान गधा चला आसमान! थोडी प्रशंसा केली तर लागला वहायला!' ज्योतिने शिवची अलगद विकेट घेतली.

शिवचा पलटवार, 'चलो, आपने ए तो मान लिया, गधा भी आसमानकी उच्चाई तक जाने की काबलियत रखता है!' – बर , तुझे पांडित्य केव्हा दाखविणार?'

- 'मी आज रात्री लिहून काढेन. पप्पांची मदद घेईन!'

- 'ह्या! मग त्याला काय अर्थ? You must have your own thinking – your individuality!'

- 'शिव, पप्पा मला फक्त मार्गदर्शन करतील!'

- 'ओह, तिथे पप्पा येतील तुझी 'लाईफ – लाईन बनुन?'

- 'मग काय करू शिव?' ज्योतिने काळजीयुक्त सुरात शिवला विचारले.'

- 'स्वतः विचार करून लिही! मला पाच निबंधांना दहा तास लागले – रोज १ निबंध लिहायचो मी! तू काय आता रात्रभर लिहित बसणार! – इतके दिवस झोपा काढल्या!'

'अस्वस्थ होतं, खरच शिव, अवघड आहे माझ्यासाठी! – सबमिशन पर्वाचे – नंतर स्विकारणार नाहीत! – कसं करू मी?'

हलकसं चिडत, 'ज्योते, अग सुरुवात तर करशील! – चल आपण ग्रंथालयात जाऊ – आज तासिकांना दांडी!'

ज्योतिने संध्याकाळपर्यंत दोन निबंध लिहुन पुर्ण केले.

- 'आहेत अजुन दोन दिवस! – परवा, पाच वाजेपर्यंत आहे वेळ – टेंशन नको घेऊ – रात्री बघ किती पुर्ण करू शकतेस! भेटु उद्या – संपुर्ण दिवस घालवला माझा!'

- 'Thanks Shiv!'

रायलाच्या लेखी चाचणीनंतर आज मुलाखत सुरु झाल्या. शिव नुकताच निवडसमितीसमोर उपस्थित राहुन मुलाखत देऊन आला होता. इतर प्रतिक्षा करीत असलेल्यांनी त्याच्याभोवती गराडा घातला! त्याने थोडक्यात माहिती दिली. तोपर्यंत ज्योति इनामदाररच्या नावाचा पुकारा झाला. ती साधारण २० मिनिटांनी मुलाखत देऊन बाहेर आली. सर्वांच्या मुलाखती संपल्या. तासाभराने रिझल्ट जाहीर होणार होता.

ज्योतिला खुप टेंशन आले होते. ते तिच्या चेहऱ्यावर स्पष्ट दिसत होते. शिव मात्र रिलॅक्स होता.

'शिव, काहीतरी खाऊ या. इंटरव्ह्यूच्या टेंशनमुळे सकाळी व्यवस्थित खाल्ले नाही! चल ना – नाहीतरी तासभर थांबायचे कुठे? रिझल्ट पर्यंत येऊ परत!'

ज्योति व शिव दोघे कॉलेज कॅन्टीन मध्ये आले – तिथे भरपेट खाल्ले – जरा बरे वाटले – पोटाची आग विझल्याने! – आता मनात मात्र 'धकधक' सुरु होती!

दोघे मेन बिल्डिंगच्या ओट्यावर येऊन बसले. तिथे इतर उमेदवार थांबलेले होते. निकाल घेऊन शिपाई शोकेसजवळ आला सर्वांनी त्याच्या भोवती एकच गर्दी केली – सर्वांना उत्सुकता होती. शिपायी निकाल लावून लॉक करून निघुन गेला.

सर्व उपस्थित मित्र – मैत्रिणींनी शिव व ज्योतिवर अभिनंदनाचा वर्षाव केला.तासिका आटोपल्यावर शोकेससमोर तुडुंबगर्दी जमली.

- 'वा, यार सही रे – पुन्हा एकदा शिव व ज्योति!'

- 'तेच दोघे असतात रे – कसं मॅनेज करतात त्यांचे त्यांना ठाऊक!'

- 'यार, हे दोघे कुणाची डाळ शिजू देत नाहीत – काय रसायन आहे दोघांमध्ये!'

- 'शिव आल्यापासुन ज्योतिने विवेककडे पाठ फिरविली! – बिचारा बसला हात चोळत!'

अशा प्रकारच्या प्रतिक्रिया सुरु होत्या. शिव व ज्योतिने एकमेकांचे अभिनंदन केले. दोघे खुप आनंदित झाले होते. या निवडीमुळे शिवची 'विशेष ओळख' कॉलेजमध्ये वाढली. शिवला सर्व 'उगवता तारा' संबोधु लागले. ज्योति तिच्या सौंदर्य व इतर गुणांमुळे तसेच इंजिनियारींगच्या प्राचार्यांची सुकन्या असल्याने सर्वांना परिचित होती.

या निवडीमुळे विवेक वेद खुप दुखावला गेला. शिवमुळे ज्योति व विवेकच्या मैत्रीत दुरावा वाढू लागला! ज्योति विवेकला टाळु लागली!

याचे शल्य त्याच्या मनात होते. त्याने दोघांचेही अभिनंदन व कौतुक केले नाही!

'ज्योति, विवेकने ह्या वेळेला आपले अभिनंदन केले नाही!'

- 'जाऊ दे शिव! – त्याच्या जवळ एवढा मनाचा मोठेपणा आहे कुठे !' – ' मै सबसे बडा !' ही त्याची मिज़ास!'

शिव अत्यानंदात रूमवर आला भावेश ने त्याचे अभिनंदन केले.

- 'शिव, आता तुम्हा दोघांना रायलाच्या निमित्ताने बाहेर गावी जायची संधी!' – त्यामुळे तुझ्या चेहऱ्यावरून आनंद ओसंडुन वाहतोय!'

- 'It's quite natural Bhavesh! मिळालेली संधी लहान – सहान नाही! Rotary club is International organization.

- 'मला त्या बाबत खरच तुझा मित्र म्हणुन अभिमान वाटतो – पण ----

- 'पण काय भावा?'

- 'सोबत ज्योति आहे म्हणुन भिती ही वाटते!'

- 'ती वाघीण आहे – मला खाऊन जाईल!'

- 'तू वाघिणीच्या पंजात अडकतोय हे तेवढेच सत्य - अर्थात हा योगायोग आहे!'

- 'मग मी कॅन्सल करू कां भावेश? सेकंड प्रेफरन्स नितीन आहे त्याला जाऊ देऊ!'

- 'मला तसे म्हणायचे नाही! – अशी संधी वारंवार येत नाही – निवड झाली आहे ती पण फर्स्ट प्रेफरन्सने तर जा! पण Be Careful! – 'ती वाघीण साधी नाही!'

- 'यार, तुझे ज्योतिबाबत फार गैरसमज आहेत! – ती खुप सरळ स्वभावाची मुलगी आहे! We are good friends nothing more!'

'शिव, आता तू नुसता मित्र नाही – You have become her 'special friend!'

तुझ्याशी वागण्यात तिचा किती झपाटयाने बदल झाला!'

'भावेश, तिला आमच्या - I mean विजु व माझ्या प्रेमाबद्दल पुर्ण कल्पना आहे!'

'शिव, तरीही ती तुझ्या प्रेमात पडली आहे – 'ज्योति शिवच्या प्रेमात आहे!' असे सर्व म्हणतात! – शिवा, प्रेमाचा उदय ह्रदयाच्या, मनाच्या कोपर्यातून होतो – डोक्याच्या नाही! – Love Originates from one's heart and not from brain! – हे तुझेच वाक्य आहे! – 'दिलपे किसीका काबु नही होता मेरे दोस्त! – हे पण, तुझेच आहे! – Am I right shiv?'

'Yes Bhavesh – you are right ही माझीच विधाने आहे! – पण आणखी एक विधान आहे त्याची आठवण करून देतो – 'प्रेम फक्त एकदाच – एकावरच होते अन् ते माझे झाले आहे – फक्त विजुवर! माझ्या मनोराज्याची कुणी स्वामिनी असेल तर ती फक्त विजु!'

'शिव, मला वाटते ह्या रविवारी विजुशी याबाबत बोल! तिचा मनाचा कौल घे मग ठरव – जायचे किंवा नाही – तिला दुखवुन जाऊ नये असे माझे ठाम मत आहे! – तुझ्या जीवनात अश्या 'ट्रिकी सिचुएशन्स' का

निर्माण होत आहेत, काही कळायला मार्ग नाही – सालं आमच्या कडे कुणी ढुंकुनही पाहत नाही!'

शिव रविवारी अमळनेरला आला – रायलाच्या सिलेक्शनबाबतची बातमी विजुला कशी सांगायची हा त्याला पडलेला पेच होता. पण तिच्या पासून ही बाब तो लपवु शकत नव्हता – लपवु इच्छित नव्हता!

विजु व शिवने आधी दर्शन घेतले. राममंदिरात दोघे थोडा वेळ शांत बसुन राहिले. नंतर कॅनटीनमध्ये जाऊन दोघांनी नाश्ता व चहा घेतला – नंतर गार्डनमध्ये येऊन बसले.

रविवारी सुटीचा दिवस असल्याने अनेक जोडपी आपल्या चिमुकल्यांना घेऊन त्यांच्या मनोरंजनासाठी आलेली होती.

विजु स्वप्नात शिरत, 'शिव यांना बघितले की मला अस्वस्थ व्हायला होते, वाटते कधी आपल्याला असे आनंदाचे दिवस येतील. आपणही दोघे आपल्या पिल्लांना घेऊन गार्डनमध्ये येऊ!'

- 'विजु, किती पिल्ले हवीत आपल्याला?'

आनंदाने हुरळुन, 'अंऽअ---- फक्त----दोनच!' 'हम दो - हमारे दो!'

- 'मला तर तीन हवीत विजु!'

- ;शिव, आता 'हम दो हमारे दो' च शासन धोरण आहे! आपण त्याचा अनादर करायला नको! पण तुला तीन हवी असतिल तर चालेल!'

- 'ओके – बर मुले का मुली – विजु?'

- 'मला फक्त 'मुलं' हवीत – मुलगा असो कि मुलगी! – I have no such a special desire!'

313

- 'तुला फक्त दोनच हवीत ना मग जुळी होऊ देत 'I Our Twins!!'

विस्मयाने हसत, ते आपल्या हातात असते का वेडया माणसा! – पण छान – चालेल एकाच वेळेला दोन!

- 'विजे, चालेल काय? – अगं, एका पिल्लाला व्यवस्थित संगोपन करण, त्याला सांभाळणे अवघड! – त्यात एकाच वेळेला दोन? सोपे नाही!'

'काय कठीण आहे शिव त्यात? एक तुझ्या व एक माझ्या कडेवर!'

'दिवसभर कसं करशील? मी ड्युटीवर गेल्यावर! पुरुषांना प्रसुती रजा मिळत नाही – फक्त बायकांना मिळते!

विजु वैतागल्यासारखे अं अं अं – मग – तू मला व पिल्लांना एकटे सोडुन कामावर जाणार?'

- 'जावेच लागेल! घरी बसुन कसे भागेल आपले! पिल्लांच्या व तुझ्या सुखासाठी पैसा नको कमवायला?'

विजु ओशाळल्यागत, 'हो रे खरे आहे मी याचा विचारच केला नाही!'

'विजु, We will plan properly! No hurry! – आधी स्वप्नातुन बाहेर ये!'

लडिवाळपणे, 'नाही शिव, आधी मुलं नंतर इतर सारे काही!' गाडी, बंगला इत्यादी.

तेवढयात बबलू शिव व विजुकडे पळत आला.

' आंटी – अंकल माझ्यासोबत खेळ ना?'

314

‘बबलु थोड्या वेळाने येतो आम्ही – तो पर्यंत तू तुझ्या मित्रांशी खेळ!’ विजुने बबलुला सांगितले

- ‘ बलं आंती!’ – अस म्हणुन तो पळाला.

‘शिव, किती छान स्वप्नरंजन सुरु होते आपले – बबलुने भंग केले!

- ‘स्वप्न अन वास्तव खुप वेगळे असते माझी राणी!’

थोडा वेळ दोघे चिमुरड्यांचा खेळ बघत थांबले.

‘शिव, त्या रायलाच्या निवडीबाबतचे काय झाले?’

- ‘तुला रायलाबाबत कसे कळले?’

- ‘अरे, मागच्या आठवडयात फोनवर बोलतांना ज्योतिने सांगितले – तुम्ही दोघांनी Rotary Youth Leadership Award साठी नॉमिनेशन सादर केले म्हणुन!’

- ‘तुला सांगणारच होतो – तेवढयात तुझे स्वप्नरंजन सुरु झाले! – ज्योतिचे सिलेक्शन झाले!’

उत्सुकतेने, ‘अन तुझे शिव?”

- ‘नाही झाले!’

- ‘तिच्या पप्पांनी वशिला लावला असेल!’

- ‘तुझे व्हायला हवे होते! – Merit should be rewarded! माझा मुड गेला शिव!’

- ‘विजु, वशिला वगैरे काही नाही! It was completely transparent impartial process!’

- ‘मग तुझे सिलेक्शन का नाही? I know you really deserve!’

- 'खरंच तुला असं वाटते स्विटी?'

- 'Obviously! At all angles – you deserve it!'

- 'विजे, माझे सुध्दा सिलेक्शन झाले! I am the topper!'

लटक्या रागाने शिवकडे बघत, 'जा – मी नाही बोलत तुझ्याशी – कट्टी! कट्टी!! कट्टी!!!' – असे म्हणुन विजुने शिवकडे पाठ फिरविली.

शिव विजुची समजूत काढत, 'विजु, - ए ऐक ना-'

तुझ्या शुभेच्छा वाया कश्या जातील? तुझ्या अंतर्गत प्रेरणेनेच मी यश संपादन करीत असतो!'

विजु शिवकडे तोंड करून, 'उगीचच माझी जिज्ञासा ताणून नको धरू यार!'

- 'विजु, आम्हा चौघांचे सिलेक्शन झाले!'

- 'चौघांचे? – मी नाही समजले!'

- 'हे बघ – मी, ज्योति, नितीन चिपळुणकर आणि उज्वला राणे!'

- 'हे दोघेही तुमच्या क्लासमधले?'

'नाही! ते एस वाय बी.कॉम ला आहेत !

- 'तुम्ही चौघे जाणार?'

- 'बघु या काय होते ते. मला व ज्योतिला. फर्स्ट प्रिफरन्स आहे व त्यांना सेकंड – रोटरी क्लब ठरवील!'

- 'ठरवायचे काय त्यात – तुम्ही दोघे फर्स्ट प्रिफरन्सवाले जाणार! – कार्यक्रम कधी व कुठे आहे?'

- 'हैदराबादला! – आंध्र प्रदेशात!'

आश्चर्याने, 'ओ माय गॉड! – इतक्या लांब'

- 'विजू International Organization आहे! जगात कुठेही रोटरीचे उपक्रम होऊ शकतात! पुढच्या आठवडयात जायचे आहे! रायला सेशन तीन दिवसाचे! जाऊन येऊन तीन – चार दिवस'

- 'मग तर पुर्ण आठवडा जाणार शिव?'

- 'हो- सात आठ दिवस लागणारच!

- 'बर तिकिटांची व्यवस्था?'

'फर्स्ट क्लास एसी! रोटरी क्लबने स्पॉन्सार केलेले! त्यामुळे सर्व खर्च ते करणार आहेत – जाण्या-येण्याचा, तिथे राहणे – जेवण – नाश्ता इ. – एसी ची तिकिटे असतात, थ्री स्टार हॉटेलमध्ये जेवण व राहण्याची व्यवस्था असते!

- 'वावं – मज्जा आहे तुमची दोघांची शिव! फर्स्ट क्लास एसीने प्रवास अमेझिंग, क्वाइट एक्सायटींग! मी येऊ का शिव?'

- 'ये की' I will be very happy!'

- 'Thanks Shiv! It's not pleasure trip! You are going for special work! – my best wishes are to you both!'

- 'खरं आहे विजु! – हा 'आनंदमेळा' नाही! – खुप आव्हानात्मक अन 'हेवी टास्क' आहे – आमचा परफॉरमन्स उत्कृष्ट झाला तरच अॅवार्ड मिळणार – नाहीतर या परत रिकाम्या हाताने!'

- 'म्हणजे शिव तिथे पारितोषिक मिळणार आहे?'

- 'हो – पहिल्या दहा संघांना! – गुणवत्तेनुसार!'

- 'शिव, ही तर एकप्रकारे बुद्धिमत्तेची कसोटी आहे!'

- 'Obviously dear! Youth Leadership Award आहे! – आपल्या देशाची धुरा सक्षमपणे पेलण्यासाठी त्यांना सर्वगुंणसंपन्न तरुण नेतृत्व निर्माण करायचे आहेत!'

- 'You got nice opportunity dear – अन तू या संधीचे सोने केल्याशिवाय राहणार नाही – हा माझा अतुट विश्वास आहे!'

- 'विजु, तुझा हा माझ्यावरील अतुट विश्वासच माझी ताकत आहे!'

- 'बरं, will you excuse me for one reason?'

- 'No problem shiv! I know what is your reason – you can skip next Sunday – may be two consecutive Sunday visits!'

-' अन हे काय - excuse me अरे वेडया, तू इतक्या महत्वाच्या प्रोजेक्टसाठी जात आहे I feel very proud of you! – I can understand! Don't bother!'

शिव, अत्यंत भावविवश होऊन विजुकडे बघत राहतो तिचा एक एक शब्द लक्षपुर्वक एकतो.

- 'ड्रेसकोड आहे का कॉन्फारन्समध्ये?'

- 'हो आहे! – पुर्ण सुट!'

- 'तुझ्याकडे आहे?'

- 'घ्यावा लागेल – एखादा रेडिमेड बघतो!'

- 'अमळनेरला नाही मिळत शिव – व्यवस्थित रेडिमेड – नाहीतर आपण आताच जाऊन घेतला असता माझ्याकडून गिफ्ट – तुझे, रायला सिलेक्शन झाले म्हणुन!'

- 'नाही विजु मला गिफ्ट नको आहे – मी जळगावला घेतो – एका दुकानात आमचे फॅमिलीचे क्रेडीट अकाऊंट आहे!'

- 'कशाला उधारीत घ्यायचे – माझ्याजवळ पैसे आहेत – अन तुला गिफ्ट करायची हीच योग्य वेळ आहे!'

- 'मी आता त्या दुकानातुन घेतो मला अॅवार्ड मिळाले तर तुझे गिफ्ट घेईन – प्रॉमिस!'

'ओके – अॅग्री!' शिव, मी तुझ्या पाठीशी खंबीरपणे उभी आहे एवढे लक्षात ठेव! तुझ्या सर्व सुखदुःखाची मी आयुष्यभर भागीदार असेन!'

विजुच्या या शब्दसुमनांनी शिवचे डोळे कृतज्ञतेने भरून आले. विजुच्या लक्षात आल्यावर, शिव, काय हे सारखे सारखे तुझ्या डोळ्यात पाणी नाही बघवत मला!'

उद्या आपण दोघे कमवायला लागल्यावर परिस्थिती बदलेल – फक्त थोडे दिवस हे तुला सहन करायचे आहे!' विजयाने पर्समधून रुमाल काढून शिवचे डोळे पुसले!

'ठीक आहे स्विटी – गाडीची वेळ झाली आहे येऊ मी!'

- 'हो ये – बाय बाय!'

रूमवर आल्यावर सुलुला विजयाने सर्व हकीकत सांगितली. ती पण खुप आनंदित झाली. He really deserve it!'

शिव व ज्योतिने रायलाची तयारी जोमाने सुरु केली.

- 'Hello Shiv! – आलास विजुला भेटुन?

- 'हो – काल दिवसभर सोबत होतो!'

- 'काय म्हाणाली तुझी स्विटी?'

- 'मी विजुला स्विटी म्हणतो हे तुला कसे कळले?'

- 'ते जाऊ दे! काय प्रतिक्रिया तिची ते सांग – परमिशन ग्रँटेड ऑर प्रपोझल पेंडिंग?'

- 'Viju is very broad minded! She herself prompted me to utilize this nice opportunity! she gave best of luck to both of us!'

- 'Good – good!! Thanks to her! बरं, I have important message for you!'

'ok, please---

'My Pappa wants to see us today after out lectures!'

'जाऊ या तासिका आटोपल्यावर!'

सर्व तासिका आटोपल्यानंतर शिव व ज्योति शासकिय अभियांत्रिकी कॉलेजच्या प्रांगणाकडे निघाले. प्रिन्सिपल सरांच्या वेटिंग लाऊंजमध्ये येऊन थांबले.

- शिपायाने आत जाऊन ज्योतिताई आल्याचे सांगितले. 'पाठव त्यांना आत!'

- 'May I come in Sir?'

- 'Oh, come in, come in please!'

सरांनी दोघांकडे हसत मुद्रेने बघितले!

- 'आपली ही दुसरी भेट, नाही का शिव?'

- 'हो सर मालेगावला आम्ही डिबेटला जाण्याआधी एकदा भेटलो होतो!'

- 'वा आठवते तुला!'

- 'पप्पा संगणक आहे तो! He's memory is very strong!'

- 'Nice! – बरं, मी भेटीला बोलविण्याची दोन कारणे – एक रोटरीचे पत्र देतो आणि दुसरे – महत्वाचे म्हणजे तुम्हा दोघांनाच जायचे आहे. You both will be together for a week-

- 'म्हणुन खुप जबाबदारीने दोघे वागा व अवार्डसाठी प्रयत्न करा!'

शिव व ज्योति एका सुरात, 'हो सर – please don't worry!' आम्ही जबाबदारीनेच वागु!

- 'ओके! – बाकी इतर सर्व बाबी रोटरी बघणार आहे – उद्या मिटींगला या – you both are invited to be intoduced to all the members of the Rotary club!

- 'Ok Sir- we will reach there before time!'

- 'Nice!'

शिव व ज्योति सरांच्या कॅबिन मधून बाहेर आले.

'शिव, मम्मीला भेटुन घेऊ!'

शिव ज्योतीच्या घरी आला, ज्योतीच्या मम्मीने शिवला बसायला सांगितले.

- 'मी आलेच!' असे म्हणुन त्या आत गेल्या व एका प्लेटमध्ये शिवसाठी चिवडा व लाडु घेऊन आल्या.

'मम्मी आमचे दोघांचे रायलासाठी नॉमिनेशन झाले!'

321

- 'Congratulations – मालेगावसारखे अॅवार्ड घेऊन या!'

- 'हो मम्मी – प्रयत्न करू आम्ही!'

उद्या Rotary club ची मिटिंग आहे आम्हाला दोघांना बोलविले आहे!'

'अगं, उद्याच्या मिटींगला Rotary Anne ना पण आमंत्रित केले आहे – कदाचित तुमचा सर्वांना परिचय व्हावा हा उद्देश असावा!'

- 'हो मम्मी पप्पा म्हणाले, परिचय व इतर मार्गदर्शक सुचनांसाठी बोलविले आहे!'

- 'शिव सोबत आहे – त्यामुळे आमची काळजी कमी झाली!' – अनोळखी मुलगा राहिला असता तर भिती वाटते!'

- 'मम्मी, तुम्ही अजिबात काळजी करू नका – मी प्रवासात ज्योतिची काळजी घेईन!'

- 'एकटी इतके दिवस इतक्या लांब कधी गेली नाही म्हणुन थोडी काळजी वाटते!' – तसा तुमचा प्रवास फर्स्ट क्लासच्या डब्यातुन असल्याने सुकर होईल – पण तुम्ही भांडु नका म्हणजे झालं!'

- 'नाही हो मम्मी, ज्योतिच भांडते माझ्याशी! मी तरी भांडत नाही! – हो नं ज्योति?'

ज्योति शिवकडे हसत बघुन 'देऊ का एक' असा हावभाव करते ते बघुन ज्योतिच्या मम्मींना बरे वाटते.

- 'असेच हसत - खेळत जा व या!'

ज्योतिने शिवला कंपाऊंड पर्यंत सोडले. 'बाय शिव----'

दुसऱ्या दिवशी 'इंडियन मेडिकल ऑर्गनायझेशनच्या प्रशस्त सभागृहात शिव व ज्योति रोटरी क्लब ऑफ जळगाव च्या सभेस उपस्थित झाले.

मा. अध्यक्षांनी कामकाजास सुरुवात केली. मागिल सभेचे प्रोसिडिंग मंजुर झाल्या नंतर रायलाचा विषय होता.

प्रिन्सिपल इनामदार सरांनी एम.जे. कॉलेज प्रिन्सिपलकडुन आलेले पत्र अध्यक्षांना दिले. अध्यक्षांनी पत्र वाचल्यानंतर, - 'ज्योति इनामदार व शिव महाजन या दोन विद्यार्थ्यांचे कॉलेज निवडसमितीने एकमताने नामांकन केलेले आहे – ते दोघे आज इथे उपस्थित आहेत – I request them to come on the stage!'

शिव व ज्योति स्टेजवर येऊन उभे राहिले. सर्वांनी टाळ्या वाजवुन दोघांचे स्वागत केले – दोघांनी सर्वांना नमुन अभिवादन केले. 'Please be seated!' असे अध्यक्षांनी म्हटल्यावर ते दोघे अध्यक्षांच्या शेजारील खुर्चीवर बसले.

मा. अध्यक्षांनी RYLA बद्दल सविस्तर माहिती दिली. नंतर 'Mr. Mahajan will say a few words' असे जाहीर केले.

शिव या अनपेक्षित रित्या झालेल्या उद्घोषणेने पार गडबडला! – समोर समाजातील सर्व स्तरातील High profile, Elite class लोक होते. आता काय बोलायचे त्यांचे समोर! परंतु शिव वक्तृत्व व वाद्कौशल्यात निष्णात असल्याने प्रसंगावधान राखुन न घाबरता त्याने बोलण्यास सुरुवात केली.

Respected Mr. President and all the honorable members of the Rotary Club of Jalgaon, at first, I express my gratitude to Mr. President and members of the Rotary Club for our nomination and sponsorship for RYLA.

We, assure you sir that we both will do our best! Maintain the prestige and position of our Rotary Club!

'सर्व सभासदांनी यावर जोरात टाळ्या वाजवील्या' we will take kneen interest in the activities that will be conducted during RYLA sessions at Hyderabad, Andhra Pradesh and try to obtain award! Thanks all of you Jai Hind! – टाळ्यांचा गजर झाला नंतर ज्योतिने आपले मनोगत व्यक्त केले.

मि. प्रेसिडेंटनी ज्योतिच्या हातात कीट दिले. त्यात वातानुकुलीत प्रथमवर्ग रेल्वे तिकिट, रोटरी क्लब लोगो, बॅज, प्रवेशिका व सोबत 3 दिवसाचा सविस्तर कार्यक्रम होता.

तासाभराने सभा संपली ज्योति व शिव दोघे खुप आनंदात होते.

हैद्राबादला जाण्याचा दिवस उजाडला! प्रिन्सिपल इनामदार सर व ज्योतिच्या मम्मी स्वतः त्यांना स्टेशनवर निरोप देण्यासाठी आले. थोड्याच वेळात धाडधाड करीत ट्रेन जळगाव स्टेशनच्या प्लॅटफॉर्मवर येऊन थांबली. शिव व ज्योतिने डब्यात प्रवेश केला व ते बर्थवर जाऊन बसले. ज्योतिचे पप्पा - मम्मी दोघे आत आले. मम्मीने ज्योतिला कुरवाळले! ज्योतिच्या डोळ्यात आसवे तराळली! प्रथमच आई – बाबांना सोडुन एकटी प्रवासाला निघाली होती – तिला खुप टेंशन आले होते!

'जा बेटी, शिव आहे सोबत, काही भिती नाही! – happy journey to both of you!' ज्योतिच्या पप्पांनी तिच्या डोक्यावरून हात फिरवीत तिला धीर दिला.

शिव व ज्योतिने मम्मी – पप्पांचे चरणस्पर्श करून आशीर्वाद घेतले. ज्योतिचे मम्मी पप्पा ट्रेनच्या खाली उतरले. ट्रेनची शिटी झाली. हळुहळु ट्रेन निघाली. ज्योतिने मम्मी – पप्पांना खिडकीतुन वाकुन ते दिसेपर्यंत हात दाखवुन निरोप दिला!

भुसावळ स्टेशन येईपर्यंत ज्योति एक शब्द बोलली नाही! खुप भावुक झाली होती! मम्मी – पप्पांची खुप लाडकी! प्रथमंच आई – बाबांना सोडुन एकटीने प्रवास करीत होती – व तो सुध्दा तब्बल २६ तासांचा प्रवास, त्यामुळे मनावरचे दडपण स्पष्टपणे जाणवत होते!

शिवने ज्योतिची मानसिक स्थिती लक्षात आल्याने शांत राहणे पसंद केले! ज्योतिशी बोलुन तिला 'डीसटर्ब' करण्यात कही अर्थ नव्हता! २० मिनीटात ट्रेन भुसावळला पोहचली. भुसावळला मेंटेनन्ससाठी १० मिनीट ट्रेन थांबली.

'शिव, इतका वेळ कां ट्रेन थांबली इथे!' – ज्योतिने आता बोलायला सुरुवात केली.

'हे भुसावळ जंक्शन आहे – इथे सर्वच ट्रेन जास्त वेळ थांबवता!' शिवने ज्योतिला सांगितले.

- 'आपण हैद्राबादला केव्हा पोहोचणार?'

- 'साधारण २६ तास तरी लागतील! कदाचित जास्त पण लागु शकतात – depends upon the situation!'

- 'What situation? – मला नाही कळले!'

- 'अग, सिग्नल्स व्यवस्थित मिळत गेले, मध्ये असे अडथळे आले नाहीत तर वेळेवर पोहचेल!'

- 'बरं ते जाऊ दे – तु निघतांना जेवला की नाही?'

- 'हो – मस्त खिचडी खाऊन निघालो! तु जेवली नाहीस वाटतं?'

- 'जेवले रे! मम्मी उपाशी येऊ देईल कां? – पण कमी जेवले!'

- 'तुला एवढे कसले दडपण आले ज्योति?'

- 'अरे, कधी असा प्रवास नाही केला एकटीने – एवढा दुरचा!'

- 'मी आहे न सोबत! तुला भिती कसली? – अन पुर्ण कोच भरला आहे – सर्व चांगली माणसे आहेत! Relax Jyoti! – तुझं हे रूप बघुन मी घाबरायला लागलो!'

शिवच्या या विधानाला ज्योति खळखळुन हसली.

- 'आता कसं? – अशीच रिलॅक्स रहा केव्हाचा काय चेहरा पाडून घेतला तिने – जशी काही सासरी निघाली! पॅन्ट्री कार आहे – काही खायचं का तुला?'

- 'शिव, मम्मीने खायला खुप दिले आहे – दोघांसाठी! थोडं खाऊ या म्हटलं'

- 'फिर देरी किस बात की? – दे चाबी मी सुटकेस उघडतो!'

दोघांनी गप्पा करीत सर्व पदार्थांचा आस्वाद घेतला! छान अनुभव होता! शिवला व ज्योतिला खुप वेगळे वाटत होते!

'शिव, कॉफी पण आहे – हवी असेल तर!'

'कॉफी कशात आणली तु?'

- 'तुझ्या टाळक्यांत! अरे, कॉफी कशात आणतात शिव?'

- 'थर्मासमध्ये!'

- 'हे कळते, मगं विचारतो कशाला?

- 'तुला, रागवता येते का ते बघायचे होते!'

- 'बरा आहेस की! – येते मला रागवता!'

- 'कळलं बाबा!'

ज्योतिने दोन कपात कॉफी ओतली. नंतर मुखवास दिला.

- शिव मुखवास तोंडात टाकीत म्हणाला

'ज्योति काय छान तयारी करून निघालीस तु?'

- 'आम्ही पाप्पासोबत सर्व बाहेरगावी जातो ना तेव्हा यापेक्षा चांगली तयारी असते. प्रवास कसा सुखदायक झाला पाहिजे! – स्टेशनवरचे खाद्यपदार्थ शक्यतो आम्ही टाळतो!'

- 'टाळलेच पाहिजे! पण इतकी छान तयारी फक्त बाईच करू शकते!'

- 'हॅलो, अरे वेडया असं काही नाही! माझे पप्पा सर्व करतात!'

- 'ज्योति, लग्नानंतर तू नं तुझ्या नवऱ्याला सर्व करायला लावशिल!'

- 'त्याने स्वतःहुन केले तर! जस पप्पांना सांगाव लागत नाही – त्यांना आनंद वाटतो!'

- 'सर्वच पुरुषं तुझ्या पप्पांसारखे नसतात ज्योति!'

- 'I know that! – मग बायका करतातच ना! – त्यांच्या नशिबी आहे!' शिव, तू खरचं हाताने स्वयंपाक करतो – मागे म्हणाला होतास!'

- 'हो – भावेश व मी – घरी रुमवर स्वयंपाक करतो!'

- 'येतो तुला?'

- 'ज्योति, वेळ भागवायची! बोर्डिंगचा होणारा मासिक खर्च नाही परवडत आम्हांला! – काय करणार? – आम्ही शेतकऱ्यांची मुलं!'

- 'हो शिव, खरं आहे – शेतकऱ्यांची अवस्था वाईट आहे!'

- 'अगं सारखे दुष्काळ! इतर उत्पन्नाची साधने नाहीत! – पुर्ण निसर्गाच्या लहरीवर अवलंबुन – म्हणुन माझे बाबा म्हणतात, 'तू खुप शिक बेटा अन मोठा साहेब हो!'

- 'बरोबर आहे बाबांचे! – शिव, मला खात्री आहे – तु बाबांची स्वप्न पुर्ण करशील!'

- 'चालु आहेत प्रयत्न!'

ज्योति बाहेर बघत, अकोला स्टेशन आहे शिव!'

- 'हो आपण इथून पुढे साउथ – सेंट्रल लाईनला वळणार!'

- 'म्हणजे काय?'

- 'ही लाईन पुढे नागपुरला जाते. आपण दक्षिणेकडे जाणार म्हणजे इथुन पुढे पुर्णा, नांदेड व नंतर निजामाबाद, हैद्राबाद!'

एक एक स्टेशन मागे सोडत सिकंदराबाद एक्स्प्रेस वेगाने पुढे पुढे जात होती. रात्रीचे अकरा वाजले होते – दोघांना जांभया येत होत्या. जांभई देत ज्योति शिवला म्हणाली, 'It's 11 O' Clock Good night!'

328

-'Good night!'

सकाळी ७.३० वाजता गाडी पुर्णा स्टेशनवर उभी होती. पुर्णाला सुध्दा मेंटेननन्स साठी गाडी बराच वेळ थांबली.

- 'Good morning shiv!'

- 'Good morning Jyoti!'

'कोणते स्टेशन आले?'

'पुर्णा!, - समोरच पाटी आहे बघ!'

'नांदेड गेले का?'

'Next station Nanded!'

'तु ब्रश केला?'

'हो ब्रश केला, वाशरूमला जाऊन आलो!'

'क्लीन आहे?'

- 'Not bad! – स्वच्छ आहे!'

- 'ठीक आहे – आलेच मी!'

- 'थोडया वेळाने, 'चाय – कॉफी वाले – ए चाय – कॉफी वाले – मिल्क' असा आवाज आला.

'शिव, चहा का कॉफी?'

- 'As you like!'

- 'दो कॉफी भैय्या!'

- 'जी मेमसाब!'

- 'कितने पैसे?'

- 'सिर्फ पचास पैसे – दोके!'

सकाळचे साडे नऊ वाजले. ज्योतिने बॅगेतुन खाद्यपदार्थ काढले – लाडु, चिवडा,चकल्या, शंकरपाळे इ. पदार्थ होते.

'मम्मी, खुप छान स्वयंपाक करते! पप्पांना खायला सगळे व्यवस्थित लागते! पप्पांसोबत जे गेस्ट येतात – ते खुप कौतुक करतात स्वयंपाकाची – जेवणाची!'

'मलाही यावे लागेल – चव घ्यायला!'

'ये की नक्की! नुसते 'वरवर' बोलु नको!'

तेवढयात जेवणाची ऑर्डर घ्यायला रेल्वे सेवेकरी आला!

'कितने बजे खाना मिलेगा भैय्या?'

'१२ बजे तक. उसके पहले चाहिए तो अडजस्ट कर देंगे!'

'शिव, केव्हा जेवायचे रे?'

- 'त्यांच्या वेळेप्रमाणे – आता आपण खाल्ले थोडे!'

- 'कोई बात नही आपके समयके नुसार लाईए!'

- 'पैसे कितने?'

- 'खाना खानेके बाद देना – सिर्फ तिन रुपये – दो थालीके!'

- 'थालीमे क्या क्या रहता है?'

- 'हमेशा का. दाल रोटी सब्जी – अंडाभुर्जी चाहिए, या नॉनव्हेज चिकन वगैरा मिल सकता है लेकीन उसके पैसे अलग से होते है!'

- 'शिव, तु नॉनव्हेज खातो – मला माहित आहे!'

- 'विजुने सांगीतले असेल तुला!'

- 'खातो की नाही?'

- 'हो – त्यात काय - आवडते मला!'

- 'ड्रिंक्स घेतो हे पण सांगितले असेल विजुने – नाही का ज्योति?'

- 'अजिबात घेत नाही – असे म्हणाली ती – अन ज्या दिवशी तो घेईल त्या दिवशी आमची मैत्री खतम्!'

- 'हे पुढचे नसेल म्हणाली – तू आपल्या मनाने जोडले!'

- 'छान आहे शिव तु ड्रिंक्स घेत नाही – अलिकडे कॉलेजच्या मुलांमध्ये हे प्रमाण खुप वाढले!'

' विवेक घेतो का?'

'म्हणजे काय, ऑलराउंडर आहे तो! सर्व चालत त्याला – त्याचे बाबा खुप चांगले आहेत. – त्यांना नाही चालत असले काही! पप्पांचे चांगले मित्र – ते पण रोटरीत आहेत – तिथुनच पप्पांची अन् त्यांची ओळख झाली. मोठा बिझिनेस आहे त्यांचा जळगावला – खुप श्रीमंत आहेत!'

'विवेकच्या वागण्यांत ते दिसते ज्योति!'

'खुप पैसे उडवतो शिव तो – काय कामाचे? – स्वतः कमवायचे मग मौज – मजा करायची!'

'भाग्यवान आहे विवेक – नाही कां ज्योति?'

'मला नाही वाटत – उलट अशा सुबत्तेमुळे तो वाममार्गाला जात आहे – मित्रांना खुप खाऊ पिऊ घालतो – म्हणुन सर्व त्याच्या भोवती लाळ घोटतात! तो सांगेल तसे ऐकतात!'

ट्रेन सुसाट वेगाने रात्री ८:३० वाजता सिकंदराबाद – हैद्राबादला पोहोचली, उतरल्या बरोबर शिव व ज्योति टॅक्सीने Hotel K International या RYLA च्या Venue च्या ठिकाणी पोहचले. RYLA delegates are

"Most Welcome!" असा बोर्ड हॉटेलच्या बाहेरच लावण्यातं आलेला होता.

'Good evening Sir / Madam' रिसेप्शानिस्टने स्वागत केले.

'Good evening – We are coming from Jalgaon, Maharashtra' ज्योतिने सांगितले.

- 'Just a minute please, रजिस्टरमध्ये नोंद बघत, 'Jalgaon, Jalgaon - Maharashtra' –Oh, I got it!'

'Mr. Shiv Mahajan and Miss. Jyoti Inamdar – right?'

- 'Yes Madam!'

- 'Shiv Mahajan Room No 333 Third Floor and Miss. Jyoti Inamdar Room No 105 First Floor.'

'Please, give me your I-cards and Entrance Forms!'

- 'Ok Madam!'

रात्री ९:३० वाजता सर्व प्रतिनिधी हॉटेलच्या टेरेसवर जेवणासाठी उपस्थित झाले. खुप छान व्यवस्था, आकर्षक रोषनाई, संगिताचे मधुर सुर अत्यंत स्वच्छ निटनेटक्या गणवेशामध्ये हॉटेलचे सर्व कर्मचारी – अन शिष्टाचार बाबत तर काही बोलायलाच नको!

- 'Marvelous! – काय सुंदर व्यवस्था आहे शिव?'

- 'Yes Jyoti! Unforgettable experience!' सेल्फ सर्विस असल्याने दोघांनी हवे ते पदार्थ घेतले व एका बाजुला येऊन थांबले.

'शिव, सावकाश शांततेत जेऊ या! सकाळी ट्रेनमध्ये तेवढे व्यवस्थित नव्हते!' जेवण झाल्यावर ज्योति शिवला म्हणाली

'शिव, पप्पांनी कॉल करायला सांगितलाय – कुठून करता येईल?'

- 'चल, रिसेप्शनला – तिथे व्यवस्था असेलच!'

' Excuse me Mam!----

- 'Yes, Please----

'I want to call at my home-----

'Ok – you can dial from here!'

ज्योतिने तिच्या घरी कॉल केला –

'हॅलो पप्पा' –

'हॅलो बेटा Reached Safely?'

- 'Yes papa – at 8:30! Just we had dinner!'

'Ok – How are the accommodation arrangements?'

- 'Fantastic_ excellent!'

- 'and the food?' –

- ' टेरेसवर मस्त जेवण झाले Delicious!

- 'शिव कुठे आहे?'

- 'देऊ त्याला?'

- 'पप्पांशी बोल'-

- 'Good evening Sir!'

- 'प्रवास व्यवस्थित झाला ना?'

- 'खुपच छान सर – फर्स्ट क्लास एसी!' – पुन्हा करायला मिळेल की नाही?'

'शिव, येतील संधी!'

- 'बर व्यवस्था?'

- 'काय सांगू सर – एसी सुट आहेत फोर सिटेड!' – Everything is descent!'

- 'ज्योतिला दे-'

- 'हं पप्पा ---'

- 'उद्या, दिवसभरचे कामकाज संपल्यावर फोन कर नाहीतर मी करीन इकडुन! गुड नाईट – बेस्ट लक टु बोथ ऑफ यु!'

- 'थँक्स पप्पा!'

ज्योतिने फोन ठेवला.

- 'Mam how much?'

- 'Nothing – you don't have to pay anything – Everything is prepaid!'

- 'Ok Mam, thanks!'

दुसऱ्या दिवशी सकाळी शिव व ज्योति चहा नाश्ता आटोपुन कॉन्फरन्स हॉलमध्ये उपस्थित झाले!

'शिव, निघतांना केवढी भिती वाटत होती, अन इथे बघ कस 'होमली' वाटते!' वाटतच नाही आपण परराज्यात आहोत!

334

ठीक १०:१५ वाजता सर्व अतिथिगण व मुख्य मार्गदर्शक उपस्थित झाले. हॉल पुर्ण भरला होता. विविध राज्यातुन साधारण ३५० प्रतिनिधी आलले होते. सुरवातीला सरस्वती वंदन व पुजन झाले नंतर रोटरी डीस्ट्रीक्ट गव्हर्नर व्ही रंगराजन यांनी एका वाक्यात कार्यक्रमाचे उद्घाटन केले.

'Ladies and Gentlemen I open the 27th RYLA conference!

लोकल रोटरी प्रेसिडेंटनी एका वाक्यात व्होट ऑफ थँक्स पुर्ण केले,

'I thank you all'

- 'ठीक १०-३० वाजता अजेंडाप्रमाणे कामकाजास सुरुवात झाली, सर्व कामकाज इंग्रजीतुन होते. ग्रुप डिस्कशन सुरु झाले – विषय होता-

'Basic Parameters of Youth Leadership'

शिवने युवकांमध्ये नेतृत्व करण्यांसाठी Love of nation, Literacy and Learnedness, the art of public speaking या गुणविशेषांचा उहापोह केला तर ज्योतिने Organising skills, Community srvices यागुणांचा गोषवारा घेतला.

तासाभराने टी ब्रेक झाला, नंतर Rapid fire चे सेशन सुरु झाले. कमीत कमी वेळेत दोघांनी मिळुन ३० प्रश्नांची उत्तरे द्यायची होती – ती सुध्दा अचुक! चुकीच्या उत्तराला दुपटीने गुण कमी होत होते. सखोल अभ्यास व आत्मविश्वासाची ती कसोटी होती. ठीक १२:३० वाजता ज्योति व शिव हॉट सिटवर येऊन बसले. अँकरने शिव व ज्योतिकडे बघितले व दोघांनी 'Yes' म्हणुन सांगितले. त्यासरशी रायफलमधुन गोळ्या सुटाव्यात तसा त्यांनी प्रश्नांचा मारा सुरु केला. पहिला प्रश्न विचारला गेला---

त्यानंतर एका पाठोपाठ तिस प्रश्न व त्यांची तत्काळ उत्तरे, त्यातिल काही प्रश्नोत्तरे!

sr.no	Question	Shiv & Jyoti's Answer
1	I ya We	We
2	Emotion ya Intellect	Intellect
3	Writer of the National Anthem	Rabindra Nath Tagore
4	What is Indian Secularism	Respect and everence For all the religions
5	Science ya Religion	Science
6	India's first Home Minister	Vallabbhai Patel
7	Architect of Pakistan	Mohd. Ali Jina
8	India's first President	Dr. Rajendra Prasad
9	Architect of the Indian Constitution	Dr. Bhimrao Ambedkar
10	Capitalism ya Socialism	Socialism
11	Democracy ya dictatorship	Democracy
12	Trio of the French Revolution	Liberty, Equality, Fraternity
13	Leader of the Negro Movment	Martin Luther King
14	Rotary Club Motto	Build bridges of the friendship through out the world
15	The first astronaut who stepped on the moon	Neil Armstrong USA

अशा प्रकारचे एकूण तिस प्रश्न विचारण्यात आले. ज्योति व शिवचा रॅपिड फायर राउंड यशस्वीरितीने पार पडला. ज्योति व शिवच्या उत्कृष्ट केमिस्ट्रीमुळे सर्वच प्रश्नांची उत्तरे झटपट व अचुक दिली गेली. दोन कार्यक्रमातील यशस्वी सहभागामुळे त्यांचा आत्मविश्वास वाढला.

थोड्याच वेळात Presentation Session सुरु झाले. शिवला विषय मिळाला होता, 'Unemployment in India: menace to Democracy '

प्रत्येकाला कमीत कमी पाच मिनिटे व जास्तीत जास्त ७ मिनिटे बोलायचे होते.

ज्योतिला 'Challenge before Indian Youths; in the present Scenario!' हा टॉपीक दिला होता. RYLA ला येण्यांआधी सर्व विषयांची दोघांची उत्कृष्ट तयारी झालेली असल्याने दोघांचेही प्रेझेंटेशन उत्कृष्ट झाले.

आजचे दिवसाचे सेशन यशस्वीपणे पार पाडल्याने दोघांच्या चेहऱ्यावर समाधान दिसुन येत होते.

'आटोपले बाबा एकदाचे!' हातात कॉफीचे दोन पेले घेऊन येत ज्योति शिवला म्हणाली.

'हो ज्योति – आजचा दिवस तर यशस्वीपणे पार पडला!' – उद्या बघू काय होते ते!'

संध्याकाळी सर्व प्रतिनिधीच्या करमणुकीसाठी काही स्थानिक संस्थाकडून कल्चरल – प्रोग्राम्सचे आयोजन करण्यात आले होते. सर्व मल्टी पर्पज हॉलकडे गेले. Instrumental and Vocal Classic music चे सादरीकरण झाले. यात बासरी, गिटार, तबला व हार्मोनिअम इ. प्रकार

337

होते. व्होकलमध्ये विविध राग गाऊन दाखविण्यात आले. त्यानंतर कथ्थक व भरत नाट्यम या नृत्यांचे स्थानिक कलाकारांनी सादरीकरण केले. संगीत व नृत्याचा क्षेत्रात दक्षिणात्य लोकांची कोणीच बरोबरी करू शकत नाही हेच खरे! ठीक आठ वाजता रात्रीचे जेवण होते.

दरम्यानच्या काळात शिव व ज्योति इतर विविध ठिकाणाहुन आलेल्या प्रतिनिधी आपली खुप दिवसांची ओळख असल्यासारखे एकमेकांशी बोलत होते. कुणालाच कुणाचे नाव – गाव माहित नसताना सुध्दा गप्पांना बहार आला होता! त्यात दिवसभरातील घडलेल्या गमती जमती, हास्य विनोद, एकमेकांची फिरकी घेणे इ. सुरु होते.

जेवणाची तयारी पुर्ण झाल्याने सर्वांना टेरेसवर बोलविण्यात आले. व्हेज व नॉनव्हेज दोन्ही स्टॉल्स होते.

- 'शिव, तु नॉनव्हेज घेतले तरी चालेल!'

- 'कशाला? – व्हेजच घेतो!'

- 'अरे – सोबत जेवण करू – तु नोन्हेज डिश घेऊन ये – तोपर्यंत मी माझी व्हेज डिश आणते!'

- 'असं होय – ओके!'

- 'कशी टेस्ट आहे शिव?'

- 'बघ चव घेऊन!'

- 'शी! मला नाही आवडत खायला!'

- 'म्हणुनच मी पण व्हेज घेणार होतो!'

- 'मी कधी खाल्ले नाही – म्हणजे आमच्याकडे कोणी खात नाही – तू खा – तुला आवडते म्हणुन!'

- 'हो ज्योति – मला तर 'नॉनव्हेज' आवडते!'

- 'विजु पण खाते का शिव?'

- 'तिच्या घरी खातात सर्व, ती पण खात असावी'

- 'हे चांगले आहे – नाहीतर लग्नानंतर तुझी पंचाईत झाली असती!"

- 'तिला जर आवडले नसते तर मी सोडले असते – नॉनव्हेज खाणे!'

- 'काय शिव – खरंच ना एवढा त्याग!'

- 'नाहीतर विजुने मला आवडते म्हणुन खायला सुरुवात केली असती!'

- 'काय टयुनिंग आहे तुमच्या दोघांत – प्रेम असावे तर असे! खरं आहे शिव, प्रेमाची इमारत विश्वास व त्याग वर उभी असते व टिकून असते!'

दोघांचे जेवण आटोपले 'भेटु या शिव, उद्या सकाळी – गुड नाईट!

'गुड नाईट ज्योति!'

ज्योति सुटमध्ये पोहचल्यानंतर मैत्रिणीने तिला रिसेप्शनला जाण्याचे सांगितले. ज्योति रिसेप्शनला पोहोचली.

'Miss, you just have call from your home!'

'Ok I talk---- ज्योतिने घरी कॅाल केला.

‘Hello papa,

‘How are you both------‘

‘Fine papa!’

‘जेवण व्यवस्थित झाले का?’

‘हो, तुमचा कॅाल आला तेव्हा टेरेसवर जेवणासाठीच गेलो होतो!’

‘कळलं मला!’

‘बरे, आजचे दिवसभरचे सेशन कसे गेलेत?’

‘खुप छान!’ We both participated actively!’

ज्योतिने पप्पांना इत्थंभुत माहिती दिली!

- ‘शिव आहे सोबत आता?’

- ‘जेवणानंतर तो त्याच्या रुममध्ये गेला!’

- ‘It’s ok!’

- ‘ठीक आहे – पुढील सेशनसाठी तुम्हां दोघांना शुभेच्छा!’

- ‘Thanks papa – Good Night!’

दुसऱ्या दिवशी सकाळी शिव व ज्योति नाश्त्यासाठी हजर झाले. दोघांनि इडलीवडा सांबर घेतला.

‘शिव, जेवण खुप उशिरा असते आणखी काहीतरी घेऊ या – ते म्हटले, हवं तेवढे घ्या! It’s unlimited!

‘सँडविच, उपमा – शिरा---- काय काय घ्यायचे?’

‘उपमा घेऊ – नंतर कॉफी असेलच!’

- ‘हो चालेल! एक प्लेट शिरा पण घेऊ – शेअर करू!’

'तुला गोड आवडते कां शिव?'

- 'हो! – अन तो मुगाचा शिरा – माझा आवडीचा!'

'ओके – आण!'

सकाळचा नाश्ता आटोपुन सर्व प्रतिनिधी मॉर्निंग सेशन साठी कॉन्फरन्स हॉलमध्ये जमले. आजचे प्रमुख वक्ते होते आर. रंगास्वामी विषय तसा अवघड व गंभीर होता!

'Capitalism, Communism, Gandhism or Democratic Socialism Pathway to rebuild and reconstruct India!'

विषय ऐकल्याबरोबर सर्व प्रतिनिधींना भोवळ आल्यासारखे झाले. Oh! my god_ continuous two hours! कैसे होगा?' ठीक ९:३० वाजता त्यांच्या व्याख्यानास सुरुवात झाली. दोन तास सातत्याने बोलुन त्यांनी विराम घेतला. 'Any questions or queries are welcome'---- असे म्हणुन ते खुर्चीवर जाऊन बसले.

वक्तृत्वाचा एक अतिउत्कृष्ट नमुना अत्यंत क्लिष्ट, गंभीर, तात्विक विषय हलक्या फुलक्या पद्धतीने मांडण्याची हातोटी! – कुठेही भरकटणे, विषयांतर नाही – विषयाचे विवेचन करतांना काय मांडायचे व काय नाही अगदी ठरलेले!"

विषयातील प्रत्येक विचारसरणीचे अभ्यासपुर्ण विश्लेषण! शेवटी कोणती विचारसरणी अनुसरावी – भारताच्या सर्वांगीण विकासासाठी याचे स्पष्ट निष्कर्ष! साउथ इंडियन ॲक्सेंट, इंग्रजी भाषेवरील प्रभुत्व त्यामुळे होणारे प्रेझेंटेशन ऐकत रहावेसे वाटणारे! – दिसायला काळी-सावळी वामन मुर्ती- पण अमोघ ज्ञानाचा, पांडित्याचा झरा!

अर्धा तास प्रश्नोत्तरे होऊन ठीक १२:१५ वाजता मॉर्निंग सेशन संपले.

शिव व ज्योतिने प्रश्नोत्तरांच्या सेशन मध्ये काही प्रश्न व शंकांचे निरसन करून घेतले.

१० मिनिटाच्या 'टी ब्रेक' नंतर पुढील सेशन सुरु झाले. पुढील सेशन 'सिम्पोझिअम' होते. विषय होता – 'Changing Scenario of the Leadership after Independence; A Focus!'

शिव व ज्योतिने या कार्यक्रमातसुध्दा आपला ठसा उमटविला! ज्योतिने सत्ता प्राप्त झाल्यावर देशातील नेतृत्वाच्या मनोवृत्तीत होत असलेल्या बदलाबाबत काळजी व्यक्त केली. शिवने ज्योतीच्या विवेचनातिल हाच मुद्‌दा पुढे विस्तृतपणे विशद केला व स्वातंत्रपुर्व नेतृत्व 'Service above Self' मानणारे होते तर स्वातंत्र्योत्तर नेतृत्व 'Service for the self' – Power for the self – development' मानणारे आहे हे सोदाहरण पटवुन दिले. ही बाब देश हिताच्या दृष्टीकोनातुन अत्यंत चिंतेची असुन आपण सर्वांनी मिळून अशा भ्रष्ट राजकारण्यांना सत्तेच्या प्रवाहातुन बाजुला काढले पाहिजे हे निक्षुन प्रतिपादन केले.

शिवच्या व ज्योतीच्या मतांना श्रोत्रुवर्गातुन विशेष दाद मिळाली. त्यानंतर अनेक प्रतिनिधींनी आपली मते मांडली.

संध्याकाळी ठीक ५:०० वाजता सर्व प्रतिनिधींना क्रीडासंकुलाकडे नेण्यात आले विविध खेळातील नैपुण्याबाबत सर्वांची चाचपणी घेण्यांत आली. ज्योति व शिवने फेवरेट गेम मध्ये टेबल-टेनिसचा उल्लेख केलेला असल्याने ते टेबल- टेनिस खेळले व विजयी झाले.

'शिव, उद्याचे काय? – इथपर्यंत सारे ठीक झाले!'

'उद्याचे सेशन हेक्टीक नाही! उस्फुर्त वक्तृत्व, साईट सिईंग, अम्युझमेंट अँड रेक्रिएशन, बक्षीस वितरण व निरोप समारंभ – संपल!'

- 'अगं आई गं! – म्हणे 'हेक्टीक' नाही! – केवढे हे कार्यक्रम शिव? – उद्याचे मला खुप टेंशन आले शिव!'

- 'तुला नं ज्योति उगीचंच टेंशन घ्यायची सवय आहे! – इथपर्यंत सर्व सुरळीत पार पडले ना – उद्याचे होईल व्यवस्थित! – परवा सकाळी आपण ट्रॉफी / अॅवार्ड घेऊन निघणार!'

'यार, इतकं लाईटली नको घेऊ! पुर्वतयारी न करता बोलायचे खुप कठीण वाटते रे!'

'अग, फक्त १ मिनीट बोलायचे! – त्यात कसलं अवघड?'

'अशा स्पर्धांमध्ये याआधी मी भाग घेतला नाही शिव! एक मिनिटात तयारी करून, फक्त एक मिनिट बोलायचे – कसं शक्य आहे?'

'अगं वेडाबाई प्रस्तावना वगैरे काही नाही डायरेक्ट उडी घ्यायची!'

- 'कुठुन उडी घ्यायची शिव?'

- 'इथल्या चारमिनार वरून! – बावळट! – मुद्याला हात घालायचा – त्या विषयांसंबंधीचे विवेचन मिनिटात संपवायचे! – उदाहरणे वगैरे

काही द्यायचे नाही – मला विषय आकलन झाला एवढे सिद्ध करायचे! – कळलं?'

- 'हो बाबा कळले!'

- 'मनातले नैराश्य दुर ठेवायचे – विषय इंटरेस्टिंग असतात – सोप्या शब्दात मांडणी करायची!'

- 'बरं – हे झालं! – ॲम्युजमेंट अन् रिक्रिएशनचे काय?'

- 'हे बघ सॉंग, डान्स, रॅंप वॉक किंवा फॅन्सी ड्रेस यापैकी दोन इव्हेंट निवडायचे!'

- 'अवघड आहे शिव! – काय निवडायचे आपण?'

- 'रॅंप वॉक करू व त्यासोबत एक सॉग म्हणु!'

- 'मी यातले काहीही कधी केलेले नाही, तुझे ठीक आहे – तु गातो तरी – कसाही!'

- 'कसाही?'

ज्योति शिवकडे बघत फक्त हसत होती!

'गंमतीने म्हणाले शिव! छान गातो!'

'बरं दुसरा प्रकार? – डान्स करूया!'

- 'मला नाचता येत नाही!'

- 'विजु, नाचवेल ना पुढे आयुष्यभर!'

- 'हो, तिच्या मर्जीने तर नाचावेच लागेल! – सर्व नवऱ्यांच्या नशिबी हेच असते!'

'शिव, तू केला आहे कधी रॅंप वॉक?'

- 'बघितला आहे – गॅदरिंगमध्ये!'

- 'अमळनेरला एक दोन पोरं- पोरी रॅंप वॉक छान करायचे – त्यांचा हा परमनंट आयटम!'

- 'विजुला येतो?'

- 'छान करते ती – नृत्यांतले जमते तिला सर्व!'

- 'रॅंप वॉक नृत्य आहे?'

हसत, 'नृत्यांत मोडते की नाही मला नाही माहित – पण शेवटी पावलांचा खेळच ना! – मलाही जमेल की नाही – शंका आहे – आपल्याला प्रसंगावधान राखुन वेळ मारुन न्यायची आहे! – ही शेवटची अक्टीव्हिटी'

- 'रॅंप वॉक चे कोस्टुम ते देणार?'

- 'छे! – आहे त्या ड्रेसमध्ये करायचे! फक्त 'स्टेप' करायच्या गं! मांजरी सारखे चालयचे!'

- ज्योति या विधानाला खळखळुन हसली, 'तू चालुन दाखव मांजरीसारखे! शिवने ज्योतिला थोडे चालुन दाखविले! ज्योति दाद देत मनसोक्त हसली, 'शिव Really nice yar!'

- 'ज्योति आता तु प्रयत्न कर!'

ज्योतिने फक्त स्मित करीत नकारार्थी मान हलविली – 'नाही जमणार या अर्थाने!

- 'Please----try-----try----- आपल्याला ट्रॉफी हवी आहे! – Please Start!-

- 'ज्योतिने प्रयत्न केला व दोन – चार स्टेप घेऊन हसत माघारी फिरली.

- 'खरं सांगु – खुप छान ! मध्ये का सोडलं?

- आता आपण दोघे सोबत करू- मध्ये सोडायचे नाही – स्टार्ट ------

दोघांनी थोडं वेळ रॅप वॉकची रिहर्सल केली!

- 'झालं – it's complete! – ज्योति शेवटच्या ओव्हरमध्ये आपल्याला विकेट द्यायची नाही! – चौकार किवा षटकार ठोकायचा या इर्षेने खेळायचे – The victory will be ours! – तुझ्या जागी विजु राहिली असती ना तिने माझे मनोबल वाढविले असते. तुझ्या सारखी निराश नसती झाली!'

- 'तुझ्या डोक्यात 'ती' कायम वास्तव्य करते का रे?'

- 'डोक्यातच काय – माझ्या मनात अंतःकरणात, हृदयात – हनुमानजीची कथा तुला माहित आहे?'

उद्वेगाने, 'हो बाबा आहे माहित – पण आता छाती फाडुन मला त्यातली विजु नको दाखवु! – आपल्याला जळगावला सुखरूप परत जायचे आहे!

अन दुसरे महत्वाचे – तुझी फाडलेली छाती बघुन विजु म्हणेल,

'नक्कीच ज्योतिने ह्याचे हैद्राबादला गेल्यावर काळीज लुटले असेल!'

- 'Hm! Hm!! You naughty!'

ज्योति शिवची गोंधळलेली स्थिती बघुन नुसतेच हसते.

RYLA चा शेवटचा दिवस! सकाळी ठीक ९:०० वाजता उत्फूर्त वक्तृत्व स्पर्धेला सुरुवात झाली. शिवला विषय मिळाला 'when I lost path!' अन ज्याोतिला विषय 'Love triangle! मिळाला, दोघांनि या विषयावर अतिशय निवडक शब्दांत समर्पकपणे विवेचन केले.

लंचनंतर दुपारी ३:०० वाजता साईट सीईंगची तयारी सुरु झाली. प्रेक्षणीय स्थळे बघण्यासाठी बसेस सज्ज झाल्या. हैद्राबादमधील काही महत्वाची प्रेक्षणीय स्थळे बघण्यात आली. त्यात चारमिनार, रामोजी फिल्म सिटी, नेहरू चिडिया घर, सालरजंग वस्तुसंग्रहालय हूसेन सागर लेक या सर्व स्थळांना धावत्या भेटी देण्यात आल्या. संध्याकाळी ६:०० वाजता सर्व प्रतिनिधी हॉटेलला परत आले.

ठीक ७:०० वाजता Amusement and Recreation या शेवटच्या RYLA च्या पर्वाला सुरुवात झाली.

शिव व ज्योतिने 'रॅंप वॉक' करून वाहवा मिळवली. कार्यक्रमाची सांगता शिव व ज्योतिने सहगायकांसह म्हटलेल्या देशभक्तीपर समुहगान, 'जहाँ डाल डाल पर सोनेकी चिडिया करती है बसेंरा यह भारत देश है मेरा – यह भारत देश है मेरा' या गिताने झाली. यात मुख्य सुर शिव व ज्योतिचे होते. गीत सर्व प्रेक्षकांच्या व विशेषतः परीक्षकांच्या मनावर प्रभाव करून गेले. गीत संपल्याबरोबर 'भारत माता की जय' अशा उत्फुर्त घोषणांनी सभागृह दुमदुमुन गेले!

रात्री ठीक ९:०० वाजता Prize distribution and valedictory function ला सुरुवात झाली. टॉप टेन अॅवार्डस् घोषित झाले. 10th, 9th, 8th, 7th, 6th, 5th and 4th अशी एक एक करून नावे जाहिर होऊ

लागली. नावाची घोषणा झाल्याबरोबर स्पर्धक व्यासपीठावर येऊन Rotary District Governor कडुन बक्षिसे स्विकारत होते.

आता फक्त तीन बक्षिसे बाकी होते. शिव व ज्योति दोघांची छाती धडधडायला लागली! ज्योतिने शिवच्या उजव्या हाताचे मनगट घट्ट पकडुन घेतले. अनाउन्सरचा आवाज - 'And here the best three prizes the third RYLA Winner, 2nd RYLA Winner------ दोन संघांनी जाऊन अॅवार्ड घेतले.

आता फक्त शेवटचे एक अॅवार्ड बाकी होते. शिव व ज्योति दोघे पार गळुन गेले. अत्यंत उदास होऊन एकमेकांकडे बघत होते, - the First and the toppest RYLA Winner----- निवेदकांने पुन्हा पॉज घेतला. सर्व प्रतिनिधी एकमेकांकडे बघायला लागले. And the First----any guesses-----सर्व उत्सुकतेने एकमेकांकडे बघत होते. त्यात काही विनोदी स्वभावाचे स्वतःकडे निर्देश करीत होते.

-----no guesses------o-----k----!

I declare the First winner of the RYLA Governor's Trophy goes to-----please listen-----goes to-----goes to---संपुर्ण हॉलमध्ये भयाण शांतता! ज्योतिने दोन्ही डोळे घट्ट मिटुन घेतले.

------please Listen attentively, goes to.....

.... "Rotary Club of jalgaon Maharashtra – Miss Jyoti Inamdar & Mr. Shiv Mahajan!!!"

अनाउन्समेंट झाल्यांबरोबर टाळ्यांचा प्रचंड कडकडात झाला. शिव व ज्योति दोघे पळतच व्यासपीठावर गेले. दोघांनी आनंदाच्या भरात एकमेकांना मिठी मारली. प्रेक्षकांकडुन टाळ्यांचा वर्षाव होत होता. दोघांचे

डोळे आनंदाश्रुंनी तुडुंब भरले! दोघे टाळ्यांचा प्रचंड निनांदात अत्यंत हसतमुख चेहऱ्यांने विजयी उन्मादाने स्टेजवर उभे होते.

रोटरी गव्हर्नर आणि सर्व प्रमुख पाहुणे दोघांकडे कौतुकाने व आनंदाने बघत होते. फोटोग्राफर्स मध्ये 'स्नॅप साठी' चढाओढ चालु होती. प्रेस रिपोर्टर्स हे सर्व दृश्य आपल्या कॅमेऱ्यांत टिपत होते. After all Success is Success!!.

रोटरी गव्हर्नरनी ट्रॉफी प्रदान केली. दोघांचे अभिनंदन केले. शिव व ज्योतिने त्यांना लवुन अभिवादन केले. नंतर दोघांनी ट्रॉफी उंचावुन प्रेक्षकांना अभिवादन केले. पुन्हा टाळ्या सुरु झाल्या. राष्ट्रगीताने कार्यक्रमाची सांगता झाली.

कार्यक्रम संपल्याबरोबर प्रेस रिपोर्टर्सनी शिव व ज्योतिला गाठले. त्यांना प्रश्न विचारण्यात आले.

PR – How do you feel after winning the Trophy?

Shiv – Very happy and proud!

PR – Were you both sure to get such an honour?

Jyoti – We were quite Confident to be amongst Top Ten but it's pleasant Surprise for us to be the toppest!'

PR – How do you take this success?

Shiv – 'Really, it's greatest achievement for us! We both are successful to maintain the trust of our sponsors the Rotary Club of Jalgaon Maharashtra. ज्योतिने पुढे continue केले Due to our best Chemistry and team spirit, dedication to our work we could turn impossible into possible!'

PR – What do you learn at RYLA?

Jyoti – Lots of things – its nicest experience I would like to say.

Shiv – We learnt one important thing 'We Indians are all brothers and sisters despite their different religions, Creeds & cultures!

PR – you are future leaders of society – what have you decided to do?

Jyoti – To maintain our Indianness.

Shiv – To dedicate our life for the service of the society!

PR – Very nice! Best luck to both of you!

दुसऱ्या दिवशी Hotel K International हळुहळु रिकामे व्हायला सुरुवात झाली.

सर्व प्रतिनिधींनी परतीच्या प्रवासाला सुरुवात केली.

शिव व ज्योतिने सकाळी ७:०० वाजता परतीचा प्रवास सुरु केला. विजयाचा आनंद खुपच आगळा वेगळा असतो. ट्रेनने हैद्राबाद सोडले. तब्बल २४ तासांचा प्रवास! शिव व ज्योति जवळील चषकाकडे सहप्रवाशी कुतुहलाने बघत होते.

ट्रेन एक एक स्टेशन सोडत साधारण ८० ते ९० च्या स्पिडने मार्गक्रमण करीत होती.

दुसऱ्या दिवशी सकाळी ठीक ६:३० वाजता ट्रेन भुसावळ जंक्शनला पोहोचली जळगाव फक्त २० मिनिटाचा प्रवास!

ट्रेनचा वेग कमी झाला. प्लॅटफोर्मवर ज्योतिचे पप्पा मम्मी दोघे हजर होते. शिव व ज्योतिला पाहून ते खुप आनंदित झाले. शिवने लांबुनच हात उंच करून त्यांना ट्रॉफी दाखवली ती बघुन त्यांना खुप आनंद झाला.

- 'Trophy - अरे वा! – Nice!!'

- 'पप्पा We are the First Prize Winner!'

- 'It's amazing! – Wonderful!! , Congratulations to you both!' you have made history! इनामदार सरांनी ट्रॉफी हातात घेऊन बघितली – First RYLA Award: Governor's Trophy!

शिव व ज्योतिने त्यांचे चरणस्पर्श करून आशीर्वाद घेतले! ज्योतिचे पप्पा म्हणाले, 'जळगाव रोटरीच्या इतिहासात एवढे उत्तुंग यश प्रथमच मिळाले!'

शिव, रुमवर येऊन पोहोचला, ज्योति तिच्या घरी! दोघांचा तब्बल सात दिवसांचा सहवास संपला! They have done excellent job!

शिव फ्रेश झाला. भावेश व शिवने थोडं वेळ गप्पा केल्या. प्रथम बक्षीस मिळाल्याचे शिवने भावेशला सांगितले. त्याला खुप आनंद झाला.

'शिव, हे सगळं तुच करू शकतोस बाबा! काय दैवी प्रेरणा घेऊन जन्माला आला आहे! – स्थानिक पातळीवरच्या बक्षिसांचे ठीक आहे रे! पण, परराज्यांत जाऊन पहिले बक्षीस खेचुन आणने हे साधे सोपे नाही!' भावेशने मित्राचे कौतुक केले.

- 'भावेश, मी एकटा काही करू शकलो नसतो – माझी पार्टनर तेवढीच सक्षम राहिली नसती तर!'

- 'ऑफ कोर्स शिव, आय फुल्ली अॅग्री विथ यु! ज्योति अन तुझ्यातल्या टीम स्पिरीट नं हे शक्य झाले! – बरं हे सांग शिव या यशाचे खरे क्रेडीट कुणाला – ज्योति कां विजयाला?'

'ज्योति तर प्रत्यक्ष फिल्डवर माझ्या सोबत लढत होतीच पण विजुच्या ओठातुन वारंवार मला प्रेरित करणारे शब्द 'शिव, तु नक्की विजयी होशील!' हेच माझ्या यशाचे खरे 'गमक' आहे! I give Credit to both of them'

- 'छान झाले शिव, पण या मुळे तुझी व ज्योतिची जवळीक वाढु शकते!'

- 'अरे, वाढलीच आहे – दोघांना या निमित्ताने एकमेकांची चांगली ओळख झाली. परस्परांवरील विश्वास प्रचंड वाढला!'

- 'सांभाळ बाबा एवढेच सांगतो! उगीच प्रेमाचा त्रिकोण निर्माण व्हायला नको! – बर रविवारचे काय?'

- 'अरे काय म्हणजे? विजुची खुप खुप आठवण येत आहे! – खुप अधीर झालोय तिच्या भेटीसाठी!'

- 'मला तेच सुचवायचे होते – शेअर कर सर्व घडामोडी तिच्याशी!'

- 'Yes भावेश!'

या यशाने कॉलेजमध्ये शिव व ज्योतिची 'आयडेंटिटी' खुप वाढली! दोघे मित्र – मैत्रिणींचा कुतुहल व कौतुकांचा विषय झाले! शिव व ज्योती आधी ही भेटत असत पण आता दोघांना एकमेकांशिवाय करमत नव्हते!

प्रकरण ११ वे

आघात – विश्वासघात

शिव व ज्योति दोघांची मैत्री व जवळीक इतर मुला – मुलींच्या नजरेत भरायला लागली! त्यामुळे 'कुजबुज' सुरु झाली नाही तर नवल! शिव व ज्योतिचे अफेअर आहे यांच्या चर्चा रंगु लागल्या.

शिवचे काही हितचिंतक मित्र गंमतीने का होईना पण ज्योतीबद्दल शिवला छेडु लागले!

ज्योतिला सुध्दा तिच्या जवळच्या मैत्रिणी 'नक्की काय गं गधडे!' असे विचारु लागल्या.

शिव रविवारी अमळनेरला पोहचला, विजु अपेक्षेप्रमाणे शिवच्या भेटीसाठी खुप अधीर झाली होती!

शिव येणार म्हणुन लवकर उठुन सर्व आटोपुन बाल्कनीमध्ये सारख्या येरझारा घालीत होती. मैत्रिणींनी तिला एकदोन वेळा डिवचले देखील

'काय विजु, प्रतिक्षा सुरु आहे------'

शिव समोरुन येताना दिसल्याबरोबर, 'तो बघ आलाच! – शंभर वर्ष आयुष्य आहे तुझ्या शिवला!'

दुसरी म्हणाली 'Remember the Devil, and he is there!'

या वाक्याने मात्र विजु मैत्रिणीवर जाम चिडलीच! चांगलीच डाफरली!!

- 'कुणाला 'डेव्हिल' म्हणत आहे तू – शिवला?

- तुला काही अक्कल आहे का गं?'

- 'अगं चिडतेस काय? Its English proverb!'

'Do you think 'he' is a devil!?'

- 'Sorry Viju! I don't have that intention to hurt you!'

- 'It's Ok! But don't repeat the same words again! I warned you!'

शिव खरंच येत आहे याची खात्री झाल्यांबरोबर एखादया खारुताईसारखी जिन्यावरुन सरसर येऊन फाटकाच्या बाहेर थांबली!

काही वेळ शिवचा चेहरा 'ती' व तिचा चेहरा 'तो' न्याहाळत राहिले! भावनांनी मनांत गर्दी केली होती! काय बोलावे ते दोघांनाही सुचत नव्हते! खुप वेळ एकमेकांकडे बघत राहिले!

एखादा वाट चुकलेला 'मुसाफिर' जेव्हा आपल्या मुळ स्थानाला पोहोचतो तशी शिवची मानसिक स्थिती होती!

दोघं काय बोलतात याबाबत गॅलरीत बसलेल्या कार्टींना उत्सुकता होती! खुप वेळ बोलत नाहीत, असे लक्षांत आल्यावर वरून एक कार्टी ओरडली देखील, 'अरे – आता बोला ना काहीतरी!'

- विजुने फक्त मान वळवुन वर बघितले.

'ती, पळाली!' असे इतर जणी हळूच म्हणाल्या

'दर्शन घेऊ शिव आधी!'

राममंदिरात दर्शन घेतल्यांवर शिवने विजुला हैद्राबाद भेटीचा संपुर्ण वृत्तांत दिला. दोघे RYLA चे प्रथम बक्षिसाचे मानकरी ठरले – हे ऐकुन विजुला सुखद आश्चर्याचा धक्का बसला!

'उगीचच फेकु नको यार काहीतरी!' 'नाही विश्वास बसत?'

'अगं खरंच – फार तर तू ज्योतिशी फोनवर 'कन्फर्म' करू शकते!'

- 'ते मी करीन – पण खरं सांग!'

- 'हो स्विटी! – Its true!'

- 'If it's really true then you-

'Both are the greatest! – I feel very proud of you!'

- 'खुप-खुप मनापासुन तुमचे दोघांचे अभिनंदन! – ज्योतिला माझ्या भावना कळव!' अन तुझे गिफ्ट कन्फर्म!'

'हो स्विटी मी अगदी आनंदाने तुझ्या गिफ्टचा स्वीकार करीन!'

'विजु, वि. स. खांडेकरांचे एक वाक्य मला आठवते – 'सुख असो किंवा दुःख असो, माणसाला भागीदार हवाच म्हणजे सुख द्वीगुणीत होते व दुःख सुसह्य होते!'

- 'खुपच समर्पक! – अगदी प्रसंगाला साजेशे! – मी तर उभा जन्म तुझ्या सुख:दुखाची वाटेकरी व्हायचा वसा घेतलाच आहे!'

- 'हो, विजु – मला क्षणोक्षणी याचा प्रत्यय येतो!'

- 'शिव, नात्यातला विश्वास, आपल्या जोडीदारावरचा विश्वास एकमेकांशी पुर्ण 'ट्रान्सपरंट' राहिले तर टिकुन राहतो अन्यथा त्याला 'झरे' पडतात!'

शिव थोडा वेळ शांत होतो.

' – नात्यांमध्ये लपवा- छपवी नको असे मला वाटते शिव! – काय जे असेल ते स्पष्टपणे सांगुन टाकावे – नाहीतर ते उघडकीस येतेच!'

शिवच्या मनावरचे दडपण वाढले – त्याच्या कपाळावर घामाचे टिपुस आले.

- 'तू का बोलत नाहीस? – Any problem? – अन घाम?' – Are you ok Shiv?'

- 'Absolutely!' शिव, कपाळावरील घामाचे टिपुस पुसत.

- 'विजु, काही गोष्टी चांगल्या उद्देशासाठी जोडीदारापासुन लपविल्यात तर काय हरकत आहे?'

- 'मला नाही कळले? – तु अन ज्योति पुर्ण आठवडा सोबत होते म्हणुन विचारते?'

शिव आपल्या तंद्रीत 'सिक्रेट' नाही म्हणता येणार! – जे सर्व 'पब्लिक' समोर केले ते 'सिक्रेट' कसे होईल?'

- 'शिव तु काही म्हणालास?'

- 'नाही! ---हो- तु काही ऐकलं का?'

- 'सिक्रेट'-----'पब्लिक' असं काहीतरी तुझ्या तंद्रीत म्हणालास!'

थोडं वेळ शांतता. शिव पुर्णपणे व्दिधा मनस्थतीत होता, 'सांगावे की सांगु नये'----

- 'स्विटी, समज मी ज्योतिला 'मिठी मारली' तर तुझी प्रतिक्रिया काय होईल?'

या प्रश्नाने विजु अचंबित होऊन शिवकडे एकटक बघु लागली. तिच्या मनस्थितीत बदल जाणवत होता.

- 'शिव, स्पष्ट बोल – मला कोड्यात नको अडकवु!'

- 'मी ज्योतिला हग केले – आलिंगन दिले तर तुझी प्रतिक्रिया काय असेल?'

आता मात्र विजुचा मनावरचा संयम ढळत असल्याचे जाणवत होते. तिचा सुंदर गोड चेहरा एकदम उग्र रूप धारण करू ;लागला – शिवच्या या प्रश्नाने ती बुचकळ्यांत पडली!

'शिव' तू ज्योतिला खरोखर मिठी मारली की ---- उगीचच काहीतरी बडबडु नको!'

शिव लांबच उसासा टाकीत विजुकडे बघत होता – विजु शिवच्या उत्तराची वाट बघत त्याच्याकडे पापणी न लवत बघत होती! शिव चक्रव्युहात सापडला होता!

विजयाने शांतपणे शिवला सांगितले, 'Come on shiv please open your Cards! It's very serious issue for me! – अशा विषयावर 'मजाक' नको शिव – माझा जीव कासाविस होतोय!'

शिव विचारात पडला. खरं बोलावे कि सत्य लपवावे असा त्याच्या मनाचा गोंधळ उडाला होता!

विजया त्याच्या प्रतिसादाची वाट बघत टक लावून त्याच्याकडे पहात होती.

शिव अजिबात पुढे बोलत नाही असे लक्षात आल्यावर------

विजया आवाज चढवित शिवला म्हणाली,

'अरे- बोल ना लवकर! इथे माझा जीव जायची वेळ आली आहे!'

- 'हो विजु! आम्ही दोघांनी एकमेकांना मिठी मारली! We hugged each other!'

विजया अत्यंत शांतपणे लांबच लांब उसासा टाकीत, 'Please repeat it again what did you say?'

- 'आम्ही एकमेकांना मिठी मारली!'

- 'ज्योति अन तु?'

- 'होय – ज्योति अन् मी!!'

- 'विजया संतापाने लालबुंद झाली!

- 'You non sense – get lost from here! – अजिबात इथे थांबायचे नाही, अन मला पुन्हा भेटण्याचा कधीही प्रयत्न करायचा नाही! पुरे झाली तुझी नाटके! – मी या माणसाला अस्सल हिरा समजली अन हा----

पश्चातापात विजया खुप वेळ बोलली. शिव अपराधिकतेने खाली मान घालून बसला होता. त्याने विजूला समजाविण्याचा प्रयत्न केला.

- 'विजु, डिअर----

- 'नो – नो – मला विजु अन डिअर म्हणायचा अधिकार तू त्याच क्षणी गमविला ज्यां क्षणी तू 'तिला' मिठी मारली. इथुन निघुन जा – I mean it! Please leave me alone!! Uf! –oh my God!'

- 'विजु, please – पुर्ण ऐकुन तर घे – मला एक संधी दे – मी चुकलो – पण तो क्षण ---- प्रसंग'

- 'कुठला क्षण – कुठला प्रसंग- मुर्ख माणसा निघुन जा! आपल्या दोघांतले मी या क्षणी पुर्णपणे थांबवीत आहे!- Forget me forever!'----तू निघ आता – माझ्या डोळ्यांसमोर थांबु नको!'

'Please, Pardon me Sweetie!'

'No Sweetie you lost my sweetness! You lost all my sweetness! You have behaved in an unpardonable way! Even I can't imagine"

'अगं जरा ऐकशील कां विजे?'

'काय ऐकायचे बाकी राहिले? हं त्याच्या पुढचे काही आणखी राहिले का मला ऐकवायचे! – असेल तर तेही सांग एकदाचे!'

शिव आवाज वाढवीत, 'Viju you have gone mad – I have done no wrong! It was unintentional act!'

'अगं सर्वांसमोर मिठी मारता येते कां?'

विजु संतापाने लालबुंद होत – भरलेल्या डोळ्यांनी – 'मग का तिच्या गळ्यांत पडला! You have just said you hugged her!'

- 'विजु ती माझ्या गळ्यात पडली – मी फक्त लांबुनच 'गळाभेट' घेतली.

- 'ढकलुन द्यायचे होते तिला – कां नाही ढकलले? – कारण, तू सुखावला! तुला ते होते!!'

'संपुर्ण पब्लीक समोर गळाभेट घेणाऱ्याला ढकलणे योग्य आहे का विजु?' She is my good friend!'

'Ok, जा मग good friend कडे! Forget me! विश्वासघातकी! You faithless!! Leave me alone – get lost from here at once!!'

359

शिव जरा वेळ शांत विजुकडे बघत बसला – पण विजुच्या मनस्थितीत काही बदल न झाल्याने – ती काहीही ऐकुन घेण्याच्या मनस्थितीत नसल्याने शिवने स्टेशनचा रस्ता धरला!

विजयाचे डोळे पुर्णपणे भिजले! ती खुप वेळ तिथेच सुन्न बसुन राहिली! तिची विचाराची घालमेल सुरु होती – आसवे ओंघळत होती,

- 'Its unpardonable! I never imagined such non sense from him! – शिव – तू पण इतरांसारखाच निघाला का रे – फेथलेस! विजया खुप रडकुंडीला आली- ती गार्डनमध्ये असल्याने रडता पण येत नव्हते – रुमवर जायचे म्हटले तर सुलुला किंवा इतर मैत्रिणींना सामोरे जायची तिची हिंमत होत नव्हती – विजया पार गळुन गेली होती. डोळ्यांतुन थांबुन थांबुन ओंघळणारे अश्रु ती पुसत राहिली! पुन्हा विचारचक्र------ 'किती सुंदर स्वप्ने बघत होते मी---- शिव---आपल्या दोघांच्या संसाराची! अन तू क्षणास धुळीस मिळविले! – माझा विश्वासघात केलास तू! – You are Cheat!'---- कसं मी आता जगाला सामोरे जाऊ?'

दुपारचा १:०० वाजला होता – विजया अत्यंत जड पावलाने वसतिगृहाकडे वळली. सर्व मुली मेसमध्ये जेवायला गेलेल्या असल्याने होस्टेलवर कोणीही नव्हते! ती चुपचाप रुमवर येऊन कॉटवर पडुन विचार करीत होती. अधुन-मधुन डोळ्यांतुन आसवे वाहत होती.

थोडया वेळाने जेवण आटोपुन मुली परत आल्या सुलोचनानाने दारावर टकटक केले. विजयाने दरवाजा उघडला व सुलोचनाशी काही न बोलता परत कॉटवर जाऊन डोळे बंद करुन पडली!

"विजु, जेवायला आले नाहीत तुम्ही? अन दादा त्याच्या मित्राकडे गेलाय का?'

विजयाने डोळे उघडले – डोळ्यांतले पाणी बघुन सुलोचनाने विचारले-

'काय झाले – अन – डोळे ओले?'

विजया खुप वेळ काही बोलली नाही! सुलोचना कॉटवर तिच्याजवळ येऊन बसली.

- 'विजु, मला कळु दे तर खरं!'

- 'सुलु. संपल गं सारं!' विजया हुंदका देत म्हणाली

- 'असं कां म्हणतेस?'

'He has left me forever! म्हणजे मीच त्याच्याशी कायमचे नाते तोडले!'

विजयाने सुलोचनाला सविस्तर वृतांत दिला. सुलोचनाला खुप वाईट वाटले. ती पण या घटनेने खुप दु:खी झाली.

'विजु, दादाला एक संधी दे – त्याने चूक कबुल केली अन तुझी माफी सुध्दा मागितली असं तुच सांगतेस! Please give him one more chance!'

- 'सुलु आता त्यांच्यात सुरु झालेले वाढतच जाणार! मग उशिरा बाहेर पडण्यांपेक्षा – Sooner the better!'

- 'मला सोपे नाही – पण नाईलाज आहे!'

- 'तू रिलॅक्स हो – We will think over it again!'

'मी, तुझं ताट आणते – नाहीतर चल मेसला जेऊन घे!'

- 'नाही सुलु मला चक्कर येत आहेत!'

- 'मग मी ताट आणते!'

- 'भुख मेली गं! – नाही जेवावासं वाटत!' – शिव असं काहीतरी ----
- हुंदका देते.

- 'असं नको करू त्याचा राग पोटावर कशाला काढतेस? – थोडं खा
– we will find solution!'

सुलोचनाने मेसला जाऊन विजयासाठी ताट आणले!

'विजुला बर नाही का गं – सकाळी तर ठीक होती!'

- 'हं थोडी तब्येत बिघडली तिची!'

सुलोचनाने विजयाला स्वतःच्या हाताने दोन घास खाऊ घातले,

'बस सुलु – आता नाही जात!'

- 'जास्त नाही एक-दोन घास फक्त!'

विजयाने नाही हो करत जेवण उरकले.

'आपण नंतर बोलु –आराम कर आता अन खुप विचार नको करू!'
सुलोचनाने विजयाला पांघरुन दिले.

दारावर पुन्हा टकटक!

होस्टेलची अटेनडन्ट, 'विजयाचा फोन आहे!'

- 'सुलोचनाने ऑफिसमध्ये जाऊन फोन बघितला.

'हॅलो, मी ज्योति!'

- 'मी, सुलोचना – विजुची मैत्रीण! हं बोल काय म्हणते?'

'तिच्याशी बोलायचे होते ती कुठे आहे?'

- ‘अगं, तिला बरं नाही – आताच झोपली ती!’

- ’ठीक आहे मी संध्याकाळी कॉल करीन!’

सुलोचना रुमवर परत आली. विजया डोळे बंद करून पडलेली होती. सुलोचनाने तिला ‘डिस्टर्ब’ केले नाही!

विजयाने या टोकाच्या घेतलेल्या भुमिकेने शिव पार कोसळला! आपल्या शरीरातील संपुर्ण उर्जा संपत असल्याची त्याला जाणीव झाली!

शिव कसा बस ट्रेनमध्ये चढला! त्याचा चेहरा पुर्णपणे निस्तेज झाला होता. विजयाच्या या पवित्र्याने त्याच्या मनावर प्रचंड आघात झाला. जळगावला येईपर्यंत तो विजयाच्या सहवासातल्या रम्य आठवणी एक एक करून आठवीत होता – ‘हीच का ती विजु? – कां कोणी दुसरी होती – जी अकस्मात त्याच्या आयुष्यातुन निघुन गेली!

शिव रुमवर पोहचला. भावेश सुटी असल्याने बाथरूममध्ये कपडे धुत होता. शिवने दार उघडुन कॉटवर अंग टाकले. विजुची ती हसरी, प्रेमळ मुर्ती त्याच्या नजरेसमोर येऊन वारंवार हुलकावणी देऊ लागली तो पुटपुटला – विजु माझे म्हणणे पुर्ण ऐकुन तर घ्यायचे होते – बस – तेवढच ऐकलं – मला पुढे एक अक्षर उच्चारू दिले नाहीस! तु इतकी क्रूर कशी गं झाली!’

‘इतक्या छोटयाशा कारणासाठी मला तुझ्या आयुष्यातुन अक्षरशः हाकलुन लावले! तुझं इतक भयानक, उग्र रुप मी कधी बघितले नाही गेल्या अडीच वर्षात! इतकी विशाल मनाची, हृदयाची माझी विजु एवढी क्रूर का झालीस? – रायलाच्या अवार्डनंतर मला गिफ्ट द्यायचे म्हटलीस – हीच कां ती गिफ्ट – एखाद्याला आयुष्यातुन पार हद्दपार करायचे?’

भावेश रुमवर आला – त्याने कॉटवर बघितले, 'शिव, आज लवकर परत आलास!'

शिवने प्रतिसाद न दिल्याने तो त्याच्या बाजेवर येऊन बसला .

- 'शिव काय झाले – डोळे भरलेले कां? का रडतोय?'

शिवची काहीही सांगण्याची मनस्थिती नव्हती!

'अरे, काही खाल्ले तरी कां – तसाच परत आलास! – शिव, please tell me what happened? – विजुशी भांडण झाले का?'

शिव मात्र काहीच बोलत नव्हता – त्याच्या मनाला खोलवर जखम झाली होती! भावेश थोडं वेळ त्याच्याजवळ बसला व शिव प्रतिसाद देण्याच्या स्थितीत नाही हे बघुन निघुन गेला.

शिवला रात्री खुप ताप भरला. त्याला रात्रभर झोप लागली नाही – विजुसोबत घेतलेला सकाळचा नाश्ता सोडला तर त्याने काहीही पोटात टाकलेलं नव्हते! भावेशने त्याला बळजबरीने चहा व बिस्कीटे दिले.

शिव कॉलेजला जाऊ शकला नाही. दिवसभर कॉलेजचे दैनंदिन काम पुर्ण करण्याची त्याची शारीरिक व मानसिक स्थिती नव्हती! त्याचा ताप कमी होत नव्हता! भावेशने त्याला प्राथमिक इलाज म्हणुन पॅरासेटामॉलच्या गोळ्या दिल्या. पण त्याचा काही उपयोग झाला नाही.

शिव तिन चार दिवस कॉलेजला न दिसल्याने ज्योतिने याबाबत भावेशला विचारले ' शिव, गावी गेला कां?'

- 'नाही इथेच आहे – त्याला बरे वाटत नाही – अंगात खुप ताप आहे – डॉक्टरांच्या सल्ल्यानुसार गोळ्या चालू आहेत-

- 'मला तुमचा पत्ता द्या- बघते मी!' ज्योति भावेशला म्हणाली.

भावेशने ज्योतिला रुमचा पत्ता दिला.

'मम्मी, शिव खुप आजारी आहे!'

मम्मीने विचारले, 'हॉस्पिटलला अॅडमिट आहे! कोणत्या?'

- 'रुमवरच आहे – मी बघुन येऊ का त्याला?'

- 'मी येते सोबत तुझ्या – आधी पप्पांशी बोलुन घेते!'

ज्योति तिच्या मम्मीसोबत शिवला बघायला रुमवर आली. भावेशने दार उघडले, 'या-----

- 'काही खाल्ले का त्याने?' ज्योतिने भावेशला विचारले.

'चहा बिस्कीट – दुसरं नाही म्हणतो!'

ज्योतिने शिवला सफरचंद खायला दिले. त्याने फक्त एक फोड खाल्ली!

- 'शिव, तू हॉस्पिटलला अॅडमिट हो – तुला खुप ताप आहे रे!' शिवच्या कपाळा वर हात ठेवीत म्हणाली.

'गोळ्या घेतो आहे ज्योति – एक दोन दिवसात होईल रिकव्हर!'

- 'नाही शिव! कॉम्पलीकेशन्स वाढण्याच्या आधीच उपचार केलेले बरे!'

'कॉम्पलीकेशन्स वाढल्याच आहेत!'

शिव नकळत बोलून गेला

'अरे, मी म्हणुन म्हणते आहे अॅडमिट हो!'

- 'उद्यापर्यंत वाट बघतो – नाहीतर----

- 'Sooner the better Shiv!'

- 'हो विजु!'

- ;काय म्हणालास 'विजु!' – भांडण झालेले दिसते तिच्याशी!'

'We will talk on that issue when you recoverd!'

शिवच्या विन्मुख झालेल्या चेहऱ्यावर विजुच्या आठवणीने हास्य उमटले! 'हं भांडलो आम्ही!'

- 'आराम कर येते मी! Please – relax!'

ज्योति व तिची मम्मी शिवला बघुन घरी परत आल्यात!

- 'शिवच्या बोलण्यांत 'विजु' असा उल्लेख आला – कोण ही मुलगी अन भांडणाचे काय?'

- 'मम्मी या विषयावर मी तुझ्याशी नंतर बोलेन!'

- 'कॉम्पलीकेशन्स वाढल्या आहेत!' असंही तो म्हणाला – 'मला नाही कळले – नेमके काय? कसल्या कॉम्पलीकेशन्स बद्दल बोलत होता तो!' ज्योतीच्या मम्मी म्हणाल्या

- 'मम्मी, यां विषयाबाबत मी तुझ्याशी अवश्य बोलेन- तुर्त राहू दे! Let him recover first – I'll tell you everything!'

- 'काही प्राब्लेम्स् तर नाही ना?'

- 'नाही मम्मी – असले तरी you don't worry – we will sort out!'

विजया कॉलेजवर गेली नाही – तिने स्वतःला रुममध्ये कोंडुन घेतले! तिची बिकट अवस्था बघुन सुलोचना सुध्दा कॉलेजला जात नव्हती! – ती मेसमधुन विजयासाठी ताट घेऊन यायची! होस्टेलच्या मैत्रिणी विजयाला रुमवर बघायला येऊ लागल्या. तिची अवस्था बघुन त्यांनाही खुप वाईट वाटले!

ज्योतिनी दोन तिन वेळा विजयाशी फोनवर संपर्क करण्याचा प्रयत्न केला पण तिला बरे नसल्याने ती कोणाला भेटु इच्छित नाही अशी उत्तरे तिला मिळाली. शिव व विजयाच्या रविवारीच्या भेटीनंतर हा प्रकार घडल्याने नक्कीच शिव व विजयाचे भांडणाचे कारण हैद्राबादला जे घडले ते असण्याचा अंदाज तिने बांधला. शिवचे विधान ' कॉम्पलीकेशन्स वाढल्याच आहेत!' याचा अर्थ उमगू लागला.

शिवचा ताप उतरल्याने त्याने तासिकांना नियमित उपस्थिती देण्यास सुरुवात केली. विजया मात्र रुमच्या बाहेर पडण्यास धजत नव्हती. सुलोचना तिला सारखी हिंमत देत होती. एक दिवस विजयाने राममंदिरात दर्शनासाठी जाण्याची हिंमत केली. तिला बरे वाटले.

शिवने अमळनेरच्या वाऱ्या पुर्णपणे थांबविल्या. शिवने ज्योतिला विजु व त्याच्यातील भांडणाबाबत सविस्तर सांगितले नाही! दोघे आपल्या कार्यक्रमांमध्ये व्यस्त झाले. दिवसभर ज्योतिसोबत असल्याने त्याचा दिवस निघुन जायचा पण रात्री विजयाच्या गेल्या अडीच वर्षातील आठवणी त्याला झोपु देत नसत! शिवने भावेशला याबाबत सविस्तर सांगितले नाही – पण

विजया व त्याचे बिनसल्यांने यापुढे तिला भेटणार नसल्याचे स्पष्ट सांगितले! शिव ज्योतिकडे पुर्ण झुकला असल्याचे भावेशच्या लक्षांत यायला वेळ लागला नाही!!

शिवच्या अमळनेर वाऱ्या थांबल्याने ज्योतिला शिवच्या प्रेमाचे किरण दिसु लागले. तिच्या आशा पल्लवित झाल्या. ज्योतिच्या पप्पा-मम्मींच्या मनात शिवने आदर व विश्वासाचे स्थान निर्माण केले होते. त्यामुळे ते शिव व ज्योतिमधील दिवसेंदिवस वाढत असलेल्या जिव्हाळा व मैत्रिने खुश होते! शिवचे ज्योतिकडे जाणे-येणे वाढले होते. दोघे इंजिनिअरिंग कॉलेजच्या ऑडीटोरिअममध्ये तासन तास टेबल-टेनिस खेळत.

रोटरी क्लब ऑफ जळगावतर्फे शिव व ज्योतिचा सत्कार समारंभ शिवच्या आजारपणांमुळे लांबला होता तो कार्यक्रम आज संध्याकाळी होता.

शिव, ज्योतीच्या पप्पांसोबत कार्यक्रम स्थळी पोहोचला. कार्यक्रम सुरु झाला – फॉरमॅलिटिजमध्ये वेळ न घालविता सत्कार समारंभ सुरु झाला.

रोटरी प्रेसिडेंटनी दोघांची वारेमाप तारीफ केली. हे यश "न भुतो न भविष्यती" असे असल्याचे म्हटले.

My dear Rotarians,

Today. I have great pleasure to announce the historical victory of our RYLA representatives Mr. Shiv Mahajan and Miss. Jyoti Inamdar. They obtained the first prize at RYLA Hydarabad. It happened first time since the inception of the Rotary Club at Jalgaon! (सर्व रोटेरिअन्सनी टाळ्या वाजवुन आनंद व्यक्त केला)

Let's all felicitate and congratulate them.

(शिव व ज्योतिला अध्यक्षांनी शाल व बुके दिला)

Now I request both of them to express share their wonderful experience!

सुरुवातीला ज्योतिने आपले मनोगत मांडले.

Respected president Sir and all the Rotarians,

At first I express my thanks for our, felicitation and warm feelings!

We both are very grateful for the sponsorship by the Rotary Club!

Really it was wonderful and highly motivating experience for us! We presented ourselves with full devotion and dedication – we thought to be at least in the list of top ten! – But it was the pleasant surprise to be the Toppest among Ten!

(सर्व सभासदांनी टाळ्यांचा गजर केला)

Really it was unforgettable experience!

Thanks all of you!

नंतर शिवने थोडक्यांत मनोगत सादर केले.

Respected president Sir and all the Rotarians,

Thanks for the love and respect showered upon us for the success! As the club expressed trust over us, we tried hard to maintain the prestige and position of the Club and the result is this Trophy from the Rotary District Governor!

The motto of the Rotary International is: 'Build the bridges of friendship throughout the World!' And our Indian Culture: वसुधैवं कुटुंबकम!'

सर्वांनी जोरजोरात टाळ्या वाजविण्यास सुरुवात केली – टाळ्यांच्या गजरातच---- धन्यवाद! जयहिंद!! जय महाराष्ट्र!!! अशा रितीने एक कौतुकाचा व आनंदाचा सोहळा संपला.

कार्यक्रम अटोपल्यांवर ज्योतिने शिवला त्याच्या रुमवर ड्रॉप केले.

'छान बोलतात तुम्ही दोघे!' ज्योतिचे पप्पांनी म्हटले.

'हो पप्पा, शिवची ओरॅटरी छानच आहे! तिन्ही भाषेत- ती सुध्दा!'

- 'त्याचे आई-बाबा काय करतात?'

- 'मध्यमवर्गीय शेतकरी आहेत – धानोरा हे त्याचे गाव! – इथुन जवळच आहे!'

- 'I know that place! – मोठे गाव आहे- चोपड्याला जातांना एकदा त्या गावावरून गेलो आहे!'

रुमवर आल्यावर शिवने कॉटवर अंग झोकुन दिले. भावेश काही आणण्यासाठी बाहेर गेला होता. कॉटवर पडल्यावर शिवचा डोळा केव्हा लागला त्याला कळलेच नाही. मिळालेल्या सन्मानामुळे शिव खुप सुखावला होता – विजुच्या आठवणी धुसर व्हायला लागल्या होत्या. तो आता ज्योति बाबत विचार करू लागला होता!

थोडया वेळाने भावेश भारंबे प्लॉटमधील इतर सर्व मित्रांसोबत रुमवर आला. त्यात केशव, चोटन, संजय, दिनकर सोबत होते. त्यांच्या आवाजाने शिवने डोळे उघडले.

'शिव, अरे झोपला काय? – उठ – आम्ही सर्व तुझे अभिनंदन करायला आलोत! उठ लवकर!' – केशवने म्हटले.

'अजुनही बरं नाही का महाजन?' चोटनने विचारले.

शिव कॉटवरून उठत म्हणाला, 'ठीक आहे – थकव्यामुळे जरा वेळ पडलो होतो!'

- 'एवढी, धावपळ झाल्यावर थकवा येणारच!' संज्या म्हणाला.

सर्वांनी शिवचे अभिनंदन व कौतुक केले.

'Thanks मित्रांनो, तुमच्या सगळ्यांच्या शुभेच्छांचे फळ आहे!'

- 'ते तर आहे – Our best wishes are always with you! But real credit goes to Jyoti!' केशव म्हणाला.

- 'हो खरे आहे! – गुणांकन दोघांच्या परफॉरमन्सवर अवलंबुन असल्याने तिचा सिहांचा वाटा आहे! इतर संघांच्या तुलनेत आमची 'केमिस्ट्री' छान जुळली! बहुतेक संघात एक उत्कृष्ट व दुसरा त्यामानाने कमी असे होते. आम्ही दोघे मात्र सारखेच तुल्यबळ होतो!'

- 'तुमच्यातल्या जुळत असलेल्या 'केमिस्ट्रीची' चर्चा सध्या कॉलेजमध्ये सर्वत्र जोरात सुरु आहे! चांगले आहे – keep it up!' केशवने मर्मावर बोट ठेवले.

चमकत, 'केशा, नेमके काय म्हणायचे तुला?'

- 'हे बघ शिव, उगीच नाटक करू नको! मला नेमके काय म्हणायचे आहे हे नं कळण्याइतका नक्कीच खुळा नाही तु!'

- 'केशा, तू वेडा झाला कां – Nothing is like that! ज्योति अन् माझ्याबद्दल बोलत असशील तर आमची मैत्री उघड आहे!'

- 'अब आया है उट पहाडके निचे!'

शिव, कोणीतरी पादल्याशिवाय वास येतो का रे! पुर्ण कॉलेजमध्ये चर्चा आहे – उगीचच कां?' चोटन घाव मारला.

- 'हे बघ चोटन पोरांना अन पोरींना राईचा पर्वत करायची सवय आहे!'

- 'राईचा पर्वत! अरे, ज्योतिची गाडी तुला रुमवर घ्यायला व सोडायला येते – तू आजारी असतांना ती तुझ्या रुमवर येते. तुझ्या जवळ येऊन कपाळावर हात ठेवुन तुझा ताप बघते – हे सर्व तिच्या आई समक्ष! – हा राईचा पर्वत? अरे, प्रेम भाग्यवंताला मिळते – ज्योति सारखी मुलगी तुला मनापासुन पसंद करते – ती मैत्रिणींजवळ उघड बोलते – 'मला शिव खुप आवडतो!' – हा राईचा पर्वत?'

चोटन च्या ह्या स्पष्टीकरणाने शिव गांगरुन गेला – 'अरे यार चोटन , एखादया मुलीशी मैत्री वाढल्यांवर इतरांच्या पोटात सुळ उठतो!'

- 'आमच्या पोटात कशाला सुळ उठणार? – ज्योतिसारखी गोड परी आम्हांला वहिनीच्या रुपात मिळणार – आम्हांला आनंद आहे!'

- 'अरे चोटन कुठल्या कुठे भरकटतोय तू – यार असलं काही बाहेर बोलु नको! एका चांगल्या मुलीची बदनामी नका करु! – अनेक कार्यक्रमात आम्ही एकत्र राहिल्यांने आमची मैत्री, जवळीक वाढली हे मी मान्य करतो पण तुम्ही अनुमान काढले तसे आमच्यात काहीही नाही!'

- 'कशाला लपवितो शिव? – मित्रांजवळ ते शेअर कर! तिच्या भेटीसाठी, नुसते तिने बघावे म्हणुन पोरं तळमळतात. तो विवेक वेद, रोज तिच्याशी लाळ घोटतो – सारखा तिच्या मागावर असतो त्याला बाजुला ढकलले तिने – तू इथे आल्यापासुन!

- 'ज्योति तिच्या गोड स्वभावामुळे सर्वांना आवडते – तिचे खुप फ्रेंड्स आहेत!' शिवने स्पष्ट केले

- 'मग चर्चा तुमच्या दोघांच्या नावाची कां? – इतर 'पेअर' का नाही तिच्याशी!'

वैतागून, - 'केशा, हे तू चर्चा करणाऱ्यांना नको कां विचारायला? – मला कां विचारतो?'

'There is nothing like that in between us!' एवढेच मी सांगतो काही असले तर आज ना उद्या उघड होईलच! अशा गोष्टी लपविता येत नाहीत!'

- 'शिव तू न यार खुप आतल्या गाठीचा आहे – मित्रांना काहीच सांगणार नाही!' केशव म्हणाला.

- 'केशा, चोटन तुम्ही माझे अभिनंदन करायला आले होते की फिरकी घ्यायला?'

- 'आल्या आल्या, तुझे अभिनंदन केले ना 'भो' आम्ही!'

- 'नंतर काही हाती लागते कां ते चाचपुन बघितले? असेच ना केशा, चोटन ?'

सर्व मित्र जोरजोरात हसत निघुन जातात.

'शिट! बघितले ना भावेश – या मुलांची मेंन्टॅलिटी!'

'शिव, तु अन ज्योति हैद्राबादला गेले तेव्हापासुन चर्चेला जास्त उधान आले! ते हैद्राबाद राहिले बाजुला, रायलाशी कुणाला काही घेणे नाही! – दोघे गेलेच कसे? कॉलेजने व त्या मुलीच्या आई-वडिलांनी परवानगी दिलीच कशी?'

- 'भावेश, आम्ही एका महत्वाच्या शैक्षणिक कार्यक्रमासाठी गेलो होतो – आम्ही काही मौजमजा करायला गेलो नव्हतो. ज्योतिच्या आई-बाबांनी परवानगी द्यायच्या आधी आपल्या कॉलेजच्या संबधित सर्व प्राध्यापकांशी चर्चा केली! सर्वांनी माझ्या बद्दल खात्री दिल्यानंतरच ते तय्यार झाले. अन् दुसरे म्हणजे प्रिन्सिपल इनामदार सुध्दा रोटरीत आहेत. त्यांना माहित होते रायला कनव्हेंशन साठी संघप्रमुख कोणी जात नाही! – ज्या आई-वडिलांना आपल्या मुलीवर पुर्ण विश्वास असतो तेच हे धारिष्ट्य दाखवु शकतात!'

- 'काही टारगट पोरं तर हैद्राबादला नाही रे उटीला गेले असणार! अशाही जहरी कमेंट करीत होते!'

- 'हे बघ भावेश – आपण अशा मुलांच्या तोंडावर हात ठेवु शकत नाही! आपलं मन स्वच्छ असले पाहिजे!'

- 'बक्षीस मिळाल्यांवर मात्र सर्वांची तोंडे काळी ठिक्कर झाली!' भावेश म्हणाला.

- 'म्हणुन भावेश मी जाण्यांस खुप उत्सुक नव्हतो! – नकार देण्याच्या मनस्थितीत होतो! या प्रकारचे हल्ले होणार हे मला कळुन चुकले होते! कारण कुजबुज सुरु आहे हे मला जाण्याच्या आधीच कळले होते! – पण विजुने सकारात्मक घेतल्याने माझा उत्साह दुणावला!'

- ;शिव, बर झालं तुच विषय काढलास! विजुचे अन् तुझे गणीत कसे सुटणार?'

- 'भावेश विजुने एका क्षुल्लक कारणाने माझ्याशी सबंध तोडले. मी हर्षवेगाने अनवधानाने झालेली चुक कबुल केली, तिची क्षमासुध्दा मागितली पण ती अजिबात ऐकुन घेण्याच्या मनस्थितीत नव्हती! Get lost from here! असे म्हटल्यांवर माझ्याजवळ पर्याय नव्हता!'

'बरं एवढं बोलुन थांबली असती तरी काही दिवसांनी तिचा अनावर झालेला संताप ओसरल्यांवर मी तिला पुन्हा भेटण्याचा प्रयत्न नक्की केला असता!'

- 'काय म्हणाली असं ती शिव?'

- 'विजु मला म्हणाली, यानंतर तु मला भेटण्याचा पुन्हा प्रयत्न करू नको! या क्षणापासुन आपल्यांतले सारे मी थांबवित आहे!' सांग भावेश काय करू मी आता?'

'अरे, तुझ्यावर राग अनावर झाल्याने तस बोलली! तिच्या मनात तसे काही नसावे! बरं

'विजु, हे बोलली तेव्हा सुलुने तिला समजाविण्याचा प्रयत्न का केला नाही?'

- 'अरे, सुलु नव्हतीच! – आम्ही दोघेच होतो – '

- 'शिव, सुलु राहिली असती तर हे घडलेच नसते!'

- 'मित्रा मानवी जीवनात या जर तर ला काही महत्व आहे कां? मलाही पटते सुलु राहिली असती तर विजुने एवढी टोकाची भूमिका घेतली नसती – माझ्या वर संतापली असती पण नंतर शांत झाली असती!'

- 'खुप कठीण होऊन बसले सारं! ही कोंडी कशी फुटणार शिव?'

- 'ज्योतिने तिच्याशी बोलण्याचा खुपदा प्रयत्न केला – पण 'ती आजारी आहे" असे उत्तर दिले जाते – ती ज्योतिचा कॉल घेत नाही! तिचा ज्योतिवर खरा राग आहे!'

- 'तु ज्योतिला सांगितले हे सर्व?

- 'अजिबात नाही! पण माझ्या अमळनेर वाऱ्या थांबल्यावर तिच्या लक्षात आले – Something has gone wrong between Shiv and Viju!' - ती विषय काढत नाही!'

- 'कसं व्हायचं शिव?'

- 'भावेश माझे विजुवर प्रेम होते, आजही आहे व उद्याही राहील! विजुने सामंजस्य व समन्वयाची भूमिका घेणे आवश्यक आहे!'

- 'The ball is now in Viju's court! हे स्पष्ट दिसते शिव!'

- 'तसं असलं तरी अहंभाव येऊ न देता मी पुढाकारास तयार आहे पण पुन्हा तीने लाथाडले तर काय? मला तीचा काहीच अंदाज येत नाही!'

- 'आपण दोघ एकदा अमळनेरला जाऊन भेटु – प्रयत्न तर करून बघु – चालेल शिव?'

भावुक होत, भावेश, विजुच्या प्रेमासाठी मी काहीही करायला तयार आहे! – I can't live without her!'

- 'ठीक आहे शिव – आपण ठरवु काय व कसे करायचे ते! – ज्योति अन् तुझे रिलेशनचे काय? – रागवु नको – Do you really not love her!'

- 'भावेश तु पण इतरांसारखा विचार करतोस कां? – ज्योति सुध्दां माझ्यावर खुप फिदा आहे – खुप प्रेम करते पण मी फक्त विजुवर प्रेम केले आहे व करीत राहणार! ज्या दिवशी विजु शेवटचा निर्णय घेईल त्यानंतर ज्योतिबाबत काय निर्णय घ्यायचा ते मी ठरविन! ज्योतिही मला खुप आवडायला लागली, she really loves me, cares for me and respects me!'

शिवच्या व विजुच्या रविवारी होणाऱ्या भेटी बंद झाल्याने शिव व विजुचे 'ब्रेक अप' झाले याबाबतच्या चर्चा

अमळनेर कॉलेजमध्ये रंगु लागल्या! विजुच्या मनावर झालेला आघात तिच्या चेहऱ्यावर स्पष्टपणे दिसुन येत होता! काही विजयाला टोमणे मारु लागले – त्यामुळे विजया खुप अस्वस्थ राहु लागली. विजया समोरून जातांना दिसली की कोणीतरी काट्र्या किंवा कार्टी लांबुनच 'ना कोई उमंग है, ना कोई तरंग है! मेरी जिंदगी तो क्या एक कटि पतंग है!' अशा प्रकारे हेल काढुन गाऊ लागले!

या सर्वांचा विजुच्या हळव्या मनावर खुप वाईट परिणाम झाला! तिच्या चेहऱ्यावरचे हास्य पुर्ण मावळले! ती खुप उदास दिसु लागली! मैत्रिणींना टाळु लागली. सुलु मात्र खंबीरपणे तिच्या पाठीशी उभी होती!

नीटनेटकी व्यवस्थित राहणारी व आपल्या प्रसन्न व्यक्तीमत्वाने सर्वांवर छाप पाडणारी स्वतःकडे दुर्लक्ष करू लागली! त्यामुळे तिचे हितचिंतक काळजीत पडले! सर्व शिवला शिव्या-शाप देऊ लागले! विजुच्या या भयानक अवस्थेला शिवच जबाबदार असला पाहिजे असा सर्वांनी कयास बांधला!.

'कसलं निस्सीम प्रेम? एका निष्पाप मुलीच्या भावनांशी खेळुन त्याने तिची शुद्‌ध फसवणुक केली असे मुली म्हणु लागल्या!.

'विजुने प्रेमात पडण्याची खुप घाई केली गं!' – असे काहींना वाटायचे!

'अगं काय करणार ती? प्रेम ठरवुन होते का – तो एक मोहाचा क्षण असतो! कोण माणुस कसा आहे हे त्याच्या कपाळावर लिहिलेले असते का?'

- 'अगं तो अमळनेर सोडुन जळगावला गेला तेव्हाच लक्षात आले याचे काही तरी 'काळेबेरे' सुरु आहे! एक दिवस फसविल बिचाऱ्या विजुला! अन् तसेच घडले! सोडले वाऱ्यावर तिला!

- 'पक्का विश्वासघातकी दुसरे काय?'

- 'अगं, हे पोरं मुलींना खेळणी समजतात. कंटाळा आला की दुसरं खेळणं हाती घेतात, परत तिसरं – त्यांचा खेळ संपता संपतच नाही!'

'खरं आहे, निष्ठेने प्रेम करणारे शिल्लक राहिले कुठे? – सारे इतिहासजमा झाले!'

- 'बिचारी विजु, तिच्याकडे बघुन खुप वाईट वाटते गं! किती आनंदात असायची! – हेवा वाटावा कुणालाही तिच्या जगण्याचा!'

अशा प्रकारे चर्चा रोज मुलींच्या होस्टेलच्या गॅलरीत होऊ लागल्या. विजु मात्र फक्त तासिका अटेंड करण्यापुरती बाहेर पडायची! मुलींमध्ये येऊन गप्पा करण्याची तिची हिंमत होत नव्हती!

विजूला कुणाची सहानुभुती नको होती तिला – तिच्यापासुन दुर गेलेला शिव परत हवा होता!

अमळनेर कॉलेजचे स्नेहसंमेलन जाहीर झाले! पण या वेळेला नृत्यात भाग न घेण्याचे विजुने ठरविले!

'काय करायचे विजु? उद्या शेवटचा दिवस नावे नोंदविण्याचा!' सुलुने विजुला आठवण करून दिली.

- 'नाही गं सुलु – यावर्षी मी नाही नाचू शकणार! मी पार खचुन गेले आहे गं!' विजयाने असमर्थता व्यक्त केली.

- 'विजु, तुझ्या वेदना मी समजू शकते पण असा मनावर दगड ठेवून किती दिवस जगशिल? मला वाटते तुझ्या मनातील वेदना एकदा बाहेर येऊ दे! दे वाट करून तुझ्या दबलेल्या भाव-भावनांना! त्याने मनाचा थोडा तरी निचरा होईल! अंतकरणावरील ओझे उतरल्यासारखे होईल! काय अवस्था झाली आहे तुझी – नाही बघवत गं!'

- 'सुलु नाही डान्स होणार माझ्याच्याने! मी जे करीत होते ते फक्त शिवसाठी! माझ्या अतःकरणातील त्याच्याबाबत खोलवर रुजलेल्या भावना त्याच्या पर्यंत नृत्य व सॉगद्वारे पोहोचविण्यासाठी! आता काय संपलय सारं! तब्बल दोन महिन्यांपासुन मेसेज सुध्दां नाही! विसरला मला तो!'

- 'सुलु, I never expected such nonsense behavior from Shiv! आता कुठल्या तोंडाने आईशी बोलु? She repeatedly warned me but----त्याच्या प्रेमाचे भुत घुसले होते ना माझ्या अंगात, मी कसे ऐकणार आईचे? विक्रांतचा प्रस्ताव स्विकार! असं रात्रंदिवस मला आई सांगायची! एक चांगले स्थळ घालवुन मुर्खपणा केला मी!.'

- 'तुझे सगळे खरे आहे पण तुला या अवस्थेतुन बाहेर पडायचे आहे! We will invite him to attend the programme - एकदा सर्व स्टेजवरून कळु दे सर्वांना, सर्व त्याला दोष देत आहेत, पुर्ण सहानुभुती तुझ्या बाजुने आहे!'

- 'मला लोकांच्या सहानुभुतीशी काय करायचे सुलु? मला माझा गेलेला शिव परत हवाय! लोकांच्या सहानुभुतीने तो मला मिळेल कां?'

- 'विजु खरंच ना बाई you are really 'MAD' for him!'

- 'हो सुलु खरंच मी MAD आहेच, literally mad! – अशा मुर्ख माणसावर जीव ओवाळुन टाकला! असे करते सुलु ग्रुप डान्स ऐवजी solo tragic song वर अॅक्ट सादर करते!'

- 'काहीही कर पण कर! – थोडेतरी मन मोकळे होईल तुझे! सुलोचनाने सुचविले. डोळे पुसत, 'ठीक आहे, चल सायलीच्या घरी, आताच काय करायचे ते ठरवुन घेऊ!'

विजया व सुलोचनाने सायलीचे घर गाठले.

'वेलकम, झाले डान्सचे फायनल?'

विजयाने थोडक्यात सायलीला कल्पना दिली. ऐकुन सायलिला खुप वाईट वाटले.

'माझ्याही कानावर चर्चा पोहोचली होती But I don't believe! आता तु स्वतः सांगते आहे त्यामुळे-------- पण नाही विजु तुमच्यातील गैरसमज किंवा अपसमजातुन हा प्रकार घडला आहे असे मला वाटते! शिव तुझ्यावर त्याच्या जीवापेक्षाही जास्त प्रेम

करतो! तो कदापि तुला धोका देणार नाही! हैद्राबादला त्या दोघांत जे घडले ते कां घडले हे समजुन घेणे आवश्यक आहे! मी भक्तीशी याबाबत बोलेन – 'ही ज्योति कोण आहे? शिव अन तिचे नेमके काय नाते आहे याचा शोध घ्यायला सांगते भक्तीला!

'आपण मुळापर्यंत जाऊ! – विजु, तु खचुन जाऊ नकोस – आम्ही सर्व तुझ्यासोबत आहोत! We will unite you together!'

- 'बर मग सॉग निवडायचे का?'

- 'नाही सायली! यावर्षी प्रज्ञाताईला यायला जमणार नाही – कोण मार्गदर्शन करणार? त्यात माझी मनस्थिती ही अशी! त्यापेक्षा तुझ्या पार्श्वगितावर मी एखादा ट्रॅजिक अॅक्ट सादर करीन – सध्यातरी तेच शक्य दिसते!'

- 'ठीक आहे – कल्पना प्रसंगोचित आहे! आपण शिवला या कार्यक्रमाला अवश्य बोलवु!'

- 'तो नाही येणार सायली! माझे शब्द तो विसरणार नाही! मी सुध्दा रागाच्या भरात 'ते' ऐकल्याबरोबर नको ते बोलुन गेले त्याला – नंतर मलाही वाईट वाटले – खुप पश्चाताप झाला गं! माझा हातुन शिवचा असा अपमान झाला!

घरी आल्यावर खुप रडले मी! How could I behave so badly and cruelly with shiv!' विजुचे डोळे ओलेचिंब होतात.

- 'विजु, रिलॅक्स – आम्ही आहोत – होईल सगळं पूर्वीसारखे!'

रडक्या सुरात, 'शिव आता अमळनेरला नाही येणार सायली!' – He never forget my words and forgive me!'

- 'ते मी बघते – That's my responsibility येईल तो – तुझ्या प्रेमासाठी तो सर्व मान-अपमान पोटात घालील –एवढी मी तुला खात्री देते! – you please relax!'

सायलीने भक्तीला जळगावला फोन केला व सांगितले, शिवला ३१ जानेवारीच्या कार्यक्रमाला विजुने उपस्थित राहण्याची विनंती केली आहे असा संदेश त्याला दे!'

- 'ठीक आहे सायली!'

- 'अन् हे बघ शिवचे ज्योति नावाच्या त्यांच्या क्लासमधील मुलीशी नेमके काय सुरु आहे याची माहिती घे!'

- 'Any problem?'

- 'ते भेटल्यांवर सांगिन तुला सर्व!'

- 'ठीक आहे!'

भक्तीने शिवला त्याच्या क्लासमध्ये जाऊन भेटण्याचा प्रयत्न केला पण तो पुण्याला टेबल-टेनिसच्या प्रशिक्षणासाठी गेल्याचे समजले – त्याच्यासोबत ज्योती इनामदार पण गेली असल्याची माहिती तिला मिळाली.

शिव पुण्याहुन परत आल्यावर भक्तीने त्याला विजुचा संदेश दिला. संदेश मिळाल्यानंतर शिवला खुप आनंद झाला. पण ज्योतिने त्याच्या मनाचा कब्जा घेतलेला होता. शिवचे ज्योतिच्या घरी जाणे-येणे खुप वाढले होते. शिवच्यागुणी स्वभावामुळे तो प्रि.. इनामदार सर व सौ. इनामदार यांना पसंद होता!

ज्योतिला पप्पा-मम्मींकडुन याबाबत सपोर्ट असल्यांने ती उघडपणे बिनधास्त शिवसोबत वावरत होती. शिवच्या विजुकडुन दुखावल्या गेलेल्या मनावर फुंकर घालायचे काम करीत होती! त्यामुळे शिव ज्योतिकडे आदराने बघत होता. ज्योति शिववर करत असलेल्या एकतर्फी प्रेमाने त्याच्या वेदनांवर फुंकर घालीत होती – शिव ज्योतिकडे वळेल की काय अशी भिती भावेशच्या मनात निर्माण झाली.

ज्योति व विवेक वेदची मैत्री होती पण शिवच्या तिचा आयुष्यात झालेल्या प्रवेशामुळे विवेक तिच्या विस्मरणात जाऊ लागला होता! ज्योतिने विवेकशी बोलणे बंद केले होते. खरं म्हणजे विवेकचे ज्योतिवर एकतर्फी प्रेम होते! त्यामुळे तो तिला भेटायचा तिच्याशी बोलण्याचा वारंवार प्रयत्न करायचा! ज्योति कधीच एकटी नसायची – शिव सारखा तिच्यासोबत असायचा! ही बाब विवेकला अस्वस्थ करायची.

विवेकला शिवचा खुप राग यायचा! या माणसाने आपली 'मेहबुबा' आपल्यापासुन हिरावुन घेतली असे त्याला वाटायचे!

शिवचा बदला घेण्याचा विचार त्याच्या मनांत घोळु लागला – एक दिवस दारूच्या नशेत चार-पाच मित्रांना सोबत घेऊन त्याने शिवशी भांडण उकरुन काढले. पण त्या दिवशी ज्योति सोबत असल्याने व तिने शिवची सोबत दिल्याने फक्त शिवला मारण्याच्या धमक्या देऊन ते निघुन गेले.

दुसऱ्या दिवशी शिववर पाळत ठेवून. शिव सायकलने बाजारात जात असतांना कॉलेज रोडवरील अशोक हॉटेल जवळ त्याला गाठले 'हरामखोरा, तुला हजार वेळा समजुन सांगितले - ज्योतिला भेटु नको म्हणून. आता तुझ्या भेटी कायमच्या बंद करतो! असे ओरडुन शिवला लाठया-काठ्यांनी मारहाण केली. हॉटेल मालक आपल्या सर्व नौकरांच्या मदतीने शिवला त्यांच्या पासुन वाचविण्यांत यशस्वी झाले! पण शिवला खुप दुखापत झाली होती व तो बेशुद्ध अवस्थेत होता!!

शिवच्या सायकलची विवेक व त्याचे साथीदार पुर्ण मोडतोड करुन पळाले! नंतर शिवला हॉटेल मालकाने सिव्हिल हॉस्पिटलला उपचारासाठी नेले. शिवचे मारेकरी मात्र पसार झाले. शिवला इमरजंशी वॉर्डमध्ये दाखल करण्यात आले.

शिवला मारहाण व खुनी हल्ला झाल्याची बातमी वाऱ्यासारखी कॉलेजमध्ये पोहचली. सर्व कॉलेज त्याला बघण्यांसाठी लोटले. 'मारेकऱ्यांना कठोर शिक्षा झाली पाहिजे' अशा विद्यार्थ्यांकडुन घोषणा देण्यात आल्या. पोलिसांना विद्यार्थ्यांना आवरणे कठीण झाले!

ज्योतिचे पप्पा व मम्मी तिला घेऊन हॉस्पिटलला आले. शिव बेशुद्ध असल्याने व त्याच्यावर उपचार सुरु असल्याने त्याची भेट न घेता परत आले.

ज्योति मात्र खुप दुखावली गेली. या प्रकारात विवेक वेदचा हात असला पाहिजे अशी तिची खात्री झाली. आपल्यामुळे शिवला

बेदम मार खावा लागला याचे तिला खुप वाईट वाटले व रडु कोसळले.

शिव शुद्धीवर आला. डोक्याला जबर दुखापत झाली होती. डावा हात व पोटाची बरगडी मोडली होती. शिववर आवश्यक ती शस्त्रक्रिया करण्यांत आली.

पोलिस जाबजबाब घेण्यांसाठी सरकारी रुग्णालयात दाखल झाले. पण शिवने आपल्या स्वभावास अनुसरुन कोणाबद्दल काहीही तक्रार नसल्याचे सांगितले. पोलिसांचे समाधान झाले नाही. पण शिवच्या भुमिकेमुळे ते विवेक व त्याच्या साथीदारांच्या विरोधात एफ.आय.आर. दर्ज करू शकले नाहीत!

ज्योति शिवला बघायला पुन्हा हॉस्पिटलला आली. शिवच्या अंगावरील जखमा बघुन तर तिला पुन्हा रडु कोसळले! ती एक शब्द न बोलता ओल्याचिंब डोळ्यांनी शिवकडे बघत राहिली!

प्रि. इनामदार सरांनी शिवला विचारले, कोण होते ते लोक? कुठे घडले? व कां मारले?'

- 'सर, त्यांना मी ओळखले नाही – सर्व अनोळखी वाटले – मी सायकलने बाजारात जात होतो तेवढयात अशोक हॉटेलजवळ अचानक येऊन काठ्यांनी मारायला लागले. हॉटेलचे मालक व नोकर माझ्या मदतीला धावले नाही तर-----

- 'हल्यामागे काहीतरी कारण असणारच. तुझी कोणाशी दुश्मनी, वाद.......'

- 'नाही सर! – कुणाशीच दुश्मनी, भांडण नाही!'

- 'मग उगीच असं कसं घडले? पोलिस तपास करतीलच – पकडतील त्यांना! यापुढे काळजी घे बेटा –येतो आम्ही!'

ज्योतिचे आई बाबा बाहेर गेल्यावर ती शिवच्या जवळ येऊन म्हणाली, कां वाचवितोस त्या विवेकला – ठीक आहे मीच बघते त्याला!'

'ज्योति, तुला माझी शपथ तु विवेकशी या विषयावर काही एक बोलणार नाही!'

'नाही शिव, I can't tolerate such brutal act! He must be punished! Please तू शपथ मागे घे शिव!'

- हलकस रागवत, 'नाही ज्योति – You will do nothing! Leave it to God! If you care for me you will not ....'

- ज्योति, असहाय्यपणे बाहेर निघुन गेली. कॉलेजमध्ये – शिववर जीवघेणा हल्ला हा एकच विषय! हे विवेकचे दुष्कर्म असावे असा सर्वांचा अंदाज!

विवेकने हल्ला करून साथीदारांसह पळ काढला. प्रकरण कॉलेजच्या हद्दीच्या बाहेर घडल्याने कॉलेज प्रशासनाने सोयीस्करपणे डोळे झाक केली. शिवने पंचनाम्यासाठी आलेल्या पोलिसांना काहीही न सांगितल्याने ते सुध्दा कार्यवाही करू शकले नाहीत!

भक्ती शिवला हॉस्पिटलला जाऊन भेटुन आली. तिने सायालिला फोन करुन शिवच्या हल्ल्याची बातमी दिली.

'काय सांगतेस भक्ती? तो तर पुण्याला गेला होता ना?'

- 'हो- तिथुन परत आल्यांवर हा प्रकार घडला – हात फ्रॅक्चर आहे- डोक्याला मार आहे त्याच्या! – खुप लागलंय त्याला!'

'तू स्वतः जाऊन बघुन आली कां?'

- 'हो गेले होते मी पण – जवळजवळ सर्व कॉलेजचे मुले-मुली बघायला गेलेत त्याला – सर्व कॉलेज त्याच्या पाठीशी आहे! सर्व मुला-मुलींनी हॉस्पिटलवर मोर्चा काढुन पोलिसांवर दबाव निर्माण केला!'

- 'आता ठीक आहे तो?'

- 'ठीक तर वाटतो – बोलतो व्यवस्थित!'

- 'विजुला कळविते मी!'

- 'हो कळव तिला!'

सायलीने विजुला सर्व माहिती दिली. ऐकल्यावर विजु पार हादरली! शिववर जीवघेणा हल्ला कोणी करविला असेल अन कां? या प्रश्नाने तिला ग्रासले!

'सुलु, आपण जळगावला निघु-लागलीच!'

'हो – पण त्या आधी बाबांना माहिती दे!'

विजुने घरी फोन लावुन बाबांना कळविले.

बाबांनी, 'आम्ही गाडी घेऊन लागलीच निघतो – तुम्ही रेडी असा – सोबत जाऊ! असे सांगितले. तासाभराने ॲड. देशमुख व सौ.

देशमुख अमळनेरला पोहचले. विजु व सुलुला घेऊन जळगावकडे निघाले.

'अचानक काय घडले असे?' बाबांनी विजुकडे बघत विचारले.

- 'नाही माहित बाबा मला! सायलीच्या मैत्रीणकडुन त्याच्यावर हल्ला झाल्याचे व सिव्हिल हॉस्पिटलला ॲडमिट असल्याचे कळले!'

हॉस्पिटलच्या पार्किंगमध्ये गाडी लावुन ते रिसेप्शनला पोहचले.

'शिव महाजनला भेटायचे आहे!'

- 'इमर्जन्सी वॉर्डमध्ये आहेत!'

सर्व इमर्जन्सी वॉर्डमध्ये येऊन पोहचले.

शिवसोबत भावेश व काही मित्र होते. शिवला बघितल्याबरोबर विजुचे डोळे भरुन आले. शिवने केविलवाण्या चेहऱ्यांने विजुकडे बघितले. ती शिवच्या जवळ जाऊन बसली.

- 'अनपेक्षितपणे असं कसं घडलं बेटा?' ॲड. देशमुखांनी विचारले.

(नजर चोरीत) 'नाही कळले बाबा!'

- 'तुझे कॉलेजमध्ये कोणाशी भांडण, वाद वगैरे काही-----'

- 'नाही बाबा –माझे सर्वांशी सलोख्याचे सबंध आहेत!'

- 'शिव, आमच्यापासुन काही लपवु नको बेटा. खरे खरे काय ते सांग, आम्ही तुझ्या पाठीशी आहोत. घाबरु नको!' विजुच्या आई म्हणाल्या.

- 'नाही आई – कशाकरीता आले मारायला मलाच कळलं नाही! कोण होते हेही ओळखु आले नाही!'

- 'हे बघ शिव, तू माहिती दिली तर कायदेशिर कारवाई करणे सुकर होईल, गुन्हेगाराला शिक्षा झालीच पाहिजे. तू फक्त नावे सांग, पुढचे आम्ही बघतो!'

- 'मी कुणालाही ओळखु शकलो नाही बाबा – मी काय सांगु?'

- 'ठीक आहे, आम्हीच आमच्या पद्धतीने याप्रकरणाचा छडा लावतो! काळजी घे बेटा, विश्रांती घे!' विजुचे आई बाबा बाहेर आले. विजु मात्र जरा वेळ शिवजवळ बसली.

'कशी आहेस स्विटी?' शिवने विजुकडे पहात विचारले.

'अशा परिस्थितीत कशी असणार?' विजुने आसवांनी भरलेल्या डोळ्यांनी शिवकडे बघितले.

'त्या हल्ल्यामुळे एक बरे झाले – माझी दुर गेलेली विजु माझ्याजवळ पुन्हा आली!'

- 'मी तुझ्यापासुन कधी दुर गेले नव्हते व जाणारही नाही! तुच मला विसरलास!'

- 'आता गेला ना माझ्यावरचा राग?'

- 'नाही गेला! राग आहे, तो हिशेब तू बरा झाल्यांवर!'

390

- 'अरे बापरे! – अजून आहेच कां?'

- 'शिव, मला तरी सांग कोणी मारले तुला? मला वाटते, मि.विक्रांतने तर बदला घेतला नसेल ना?'

- 'विजु काय बोलतेस तु हे! त्या सज्जन माणसाबद्दल असा जराही विचार करू नको! या प्रकरणाचा अन् विक्रांतचा काही एक सबंध नाही! मी तुला आता त्या व्यक्तीचे नाव नाही सांगत – तो आमच्या कॉलेजमधला आहे – माझ्या चांगला परिचयातला आहे! – योग्य वेळीला तुला सर्व सांगेल! कारण, मी आताच तुला त्याचे नाव सांगितले ते तू बाहेर गेल्याबरोबर आई-बाबांना सांगशील मग ते गप्प बसणार नाहीत!'

'शिव मला खुप भिती व काळजी वाटते रे! त्यांनी पुन्हा हल्ला केला तर? आई-बाबांना नावे कळल्यास त्यांचा लागलीच छडा लावून ते त्यांना आत टाकतील!'

- 'नाही विजु, नको टेंशन घेऊ – ते पुन्हा हल्ला करणार नाहीत!'

- 'इतके विश्वासाने तू कशाच्या आधारावर सांगू शकतो?'

'माझा Sixth sense सांगतोय मला!'

'काळजी घे – येते मी!'

- 'निघालीस?'

'मग थांबु का? सांग स्पष्टपणे!'

- 'गंमत करतोय! परवा डिसचार्ज मिळणार आहे! गेलीस तरी चालेल! आहेत मित्र! – ३१च्या कार्यक्रमाला येतो अमळनेरला!'

- 'नको येऊ! – त्रास असला तर!'

- 'पुन्हा देवीचा कोप होईल ना बाबा माझ्यावर – यावेच लागेल!'

- 'नाही कोपणार देवी – ती आता तुझ्यावर प्रसन्न आहे!' विजया हसते.

- 'बघतो काही त्रास नसला तर येईन!'

- 'ह्या वेळेला ग्रुप डान्स नाही – सोलोइस्ट ॲक्ट सादर करणार आहे!'

- 'हे काय खुळ आणखी?'

- 'बघायला ये – मग कळेल! येते मी! काळजी घे!'

ॲड. देशमुख व सौ. देशमुखांनी पोलिस सुपरिटेंडेंट, जळगाव यांची भेट घेण्याचे ठरविले. ते सर्व एस.पी. कार्यालयात आलेत!'

एस.पी. साहेबांनी त्यांना लगेच आत बोलवुन घेतले.

'नमस्कार, या मॅडम बसा Please-----'

'हे माझे मिस्टर ॲड. देशमुख' एस.पी नी त्यांच्याकडे बघत स्मित केले – ॲड. देशमुखांनी त्यांना नमस्कार केला.

'जळगाव एम.जे. कॉलेजमध्ये शिव महाजन नावाच्या मुलावर जीवघेणा हल्ला झाला, त्याबाबत काही तपास-----'

'मॅडम, तपास सुरु आहे – ज्या अशोक हॉटेलसमोर ही घटना घडली –तेथील लोकांकडुन काही माहिती समोर आली आहे –हा कॉलेज मुलांमधील वाद आहे!'

- 'वादाचे कारण?'

- मॅडम, कॉलेजच्या मुलांमधील भांडणाचे दोनच कारणे असतात. एक कॉलेज निवडणुकीतले जय-पराजय अन दुसरे प्रेमप्रकरणे! – या दिशेने आमचा तपास सुरु आहे –लवकरच त्यांना आम्ही ताब्यात घेऊ!'

- 'बर हल्ला झालेला मुलगा काही सांगत नाही – माझी कुणाविरुद्ध काही तक्रार नाही असे जबाब देतो – त्याने नावे सांगितली तर त्यांना वारंट काढुन पकडायला वेळ लागणार नाही!'

- 'अहो, तो मुलगा घाबरतो त्यांना- म्हणुन नावं सांगत नाही! पण आपली पोलिसांची' लॉ अँड ऑडर' संदर्भात मोठी जबाबदारी असते. दिवसाढवळ्या गुंड येतात अन एका गरीब मुलाला बेदम मारपिट करुन निघुन जातात ही बाब गंभीर आहे!'

- 'हो मॅडम मान्य आहे! त्या मुलाने तक्रार दिलेली नसली तरी आमची लोकल क्रॉइम ब्रँच' तत्परतेने कामाला लागली आहे! – एक-दोन दिवसात निश्चित तपास लागेल. All of them will be behind the bars!'

- 'Good! – आम्हाला हीच अपेक्षा आहे! – पोलिस यंत्रणेचा धाक असणे गरजेचे आहे! अन यापुढे त्या जखमी मुलाच्या सुरक्षिततेची पुर्ण काळजी घ्या!'

'हो मॅडम, दोन कॉन्सटेबल चोविस तास पहाऱ्यावर आहेत!'

- 'Good!'

अॅड. देशमुख सिंदखेडला परत आले. येतांना त्यांनी विजु व सुलुला अमळनेरला ड्रॉप केले.

- 'कुठे गेला ग तुझा अनावर झालेला राग अन संताप? दादाशी गुलुगुलु करीत होती!'

'सुलु, अशां वेळेला त्याच्यावर राग करणे योग्य राहील कां? मी म्हणाले त्याला – अजून हिशेब चुकता व्हायचा आहे! तू बरा झाल्यावर घेईन! ते जाऊदे पण आलेलं मोठे संकट निभवले बाई!'

'आम्ही बाहेर आल्यावर तुला नावे सांगितली त्याने?'

'नाही सुलु, नंतर सांगीन म्हणाला! आता सांगितले तर तु बाबांना सांगशिल. मला प्रकरण वाढवायचे नाही!'

- 'म्हणजे तो ओळखतो त्यांना!'

- 'हो – परिचयातले आहेत असे म्हणाला!'

- 'म्हणजे त्याच्या कॉलेजचे असावे?'

- 'हो! – एस.पी. तेच म्हणाले – कॉलेज मुलांमधील वादाचे पर्यवसान आहे!'

- '३१ ला कार्यक्रमाला येणार कां?'

विजु हसत, 'नाहीतर देवी कोपेल, असं म्हणाला!'

'दादा बी नं त्याला अशातही विनोद सुचतात!'

'हो नं सुलु! डोक्याला आठ टाके आहेत- खुप वेदना होतात म्हणाला –अन त्याचा मिष्कीलपणा सुरुच!'

'ज्योति आली असेलच बघायला!'

'दोनदा- पप्पा-मम्मींना घेऊन! एकदा तो बेशुद्ध असतांना- नंतर दुसऱ्या दिवशी शुद्धीवर आला तेव्हा!'

'तुमची भानगड कशी सुटणार?'

'त्याला बरा होऊ दे बाई-नंतर बघू!'

'इतकं वेड्यासारखं प्रेम करते त्याच्यावर मग त्याला एक संधी दे- भावनेच्या भरात अशा चुका होतात विजु –त्याने चुक झाल्याचे सांगून क्षमा मागितली ना तुझी- मग शांत बसायचे होते- इतका वाढोवा झाला नसता!

तू आई-बाबांना- तुमच्या या भांडणाची कल्पना दिली का?'

'नाही सुलु- नाही हिंमत झाली माझी- आई-बाबांना खुप वाईट वाटले असते!'

'आता संयमाने घे- यापुढे! तो ज्योतीमध्ये गुंतला असला तरी!! –त्याला तिथुन बाहेर काढायचे आहे आपल्याला!!!'

'हो सुलु, अग संतापाच्या भरात काय वाट्टेल ते बोलली मी त्याला- त्याचा तो पडलेला चेहरा राहुन राहुन माझ्या नजरेसमोर येतो- त्याला भेटल्यांवर आज –त्याच्याशी थोडे बोलणे झाल्यांवर मला शांत वाटले!'

'दोघे नं खरंच 'मॅड' आहेत- पक्के मॅड!!'

विवेक वेद व त्याचे साथीदार एक सप्ताहानंतर परत आले व काहीही झाले नाही – आपण चुकीचे काही केले नाही अशा थाटात कॉलेज कॅम्पस मध्ये वावरू लागले!

विवेक दिसल्याबरोबर ज्योति, अमिता, अंजली व रेशमा त्याच्याकडे गेल्या.

- 'आला परत फरार गुन्हेगार!' ज्योति विवेककडे विषारी नजरेने बघत म्हणाली.

- 'माझा काय संबंध? अन तू मला खुशाल गुन्हेगार म्हणते!' विवेक ज्योतिला चिडक्या स्वरात म्हणाला.

'अरे, नालायक माणसा मग पळुन का गेला गुन्हेगारासारखा?' ज्योति रागाने म्हणाली.

'हे बघ ज्योति शिव्या नको देऊ?'

- 'तुला शिवी अन विशेषण मधला फरक कळतो का रे नालायका! – ठीक आहे आता मी शिव्या देऊनच तुझ्याशी बोलते! काय बिघडविले होते रे त्या गरीब मुलाने तुझे हरामखोरा! – साला बडे बाप का बिघडा हुआ बेटा!'

'हे बघ ज्योति तोंड बंद कर नाहीतर इथेच तुझे थोबाड रंगवुन टाकीन! माझ्या बापाबद्दल-----

- 'तुझा बाप तर भला माणुस आहे- देवमाणूस आहे म्हणुन मी शांत आहे नाही तर आता आम्ही चौघींनी सँडलने मारून तुझ्या चेहऱ्याचा नकाशा पुर्ण बदलुन टाकला असता – निघाला तो माझे थोबाड रंगवायला- सैतान!

ज्योतीच्या या आक्रमकतेने विवेक थोडा नरमला- त्याचे साथीदार तर त्याला एकट्याला सोडुन कॉलेजबाहेर पळुन गेले.

- ‘बघितले! – पळाले ना सगळे! आता तू एकटा – आम्ही चौघी – रंगवू तुझं थोबाड – काढा, घ्या ग सॅंडल्स – अन् बोला जय भवानी!’ हळुहळु कॉलेजच्या सर्व मुले-मुली त्याच्याभोवती गोळा झाल्या.

विवेकने परिस्थिती ओळखली तो मुलींच्या रिंगणमध्ये अडकून गयावया करु लागला!

- ‘करु का तुला रस्टीकेट कॉलेजमधून!’

- ‘काय पुरावा आहे तुझ्याकडे? मी शिवला मारले याचा!! काय पुरावा आहे तुझ्याकडे?’

- ‘माझ्याकडे काय पुरावा आहे – अरे नतद्रष्टा जरा डोळे उघडुन बघ ना! का आंधळा झाला, ह्या सर्वजणी पुरावा आहेत!’

‘हो आम्ही सर्व मुली पोलिसांना जाऊन सांगु तुच शिववर जीवघेणा हल्ला केला म्हणुन – We all are eye witness!’ सर्व मुली म्हणाल्या.

ज्योति पुढे म्हणाली ‘तु शिवला कॉलेज आवारातून मारत मारत अशोक हॉटेलजवळ नेले – आम्ही सर्व डोळ्यांनी बघितले! अशोक हॉटेलच्या मालकांनी व नोकरांनी पोलिसांना जबाब दिला. तुझे व तुझ्या सर्व साथीदारांची नावे पोलिसांजवळ आहेत –

पोलिस तुमचा शोध घेत आहेत – सर्च वॉरंट काढुन – जा आता खडी फोडायला!'

- 'ज्योति प्लिज मला वाचव गं! मी तुझ्यावर खुप प्रेम करतो गं! तुझे प्रेम मिळविण्यासाठी मी हा अडथळा दुर करायचे ठरविले! क्षमा कर मला!!'

- 'एका निष्पाप जीवाला संपवुन तुला माझे प्रेम मिळणार होते! माझ्यावर प्रेम करतोस?'

- 'हो, माझ्या जिवापेक्षा जास्त!'

- 'तुला 'प्रेम' या शब्दाचा अर्थ-अन्वयार्थ तरी कळतो का रे माकडतोंड्या! दीड वर्ष अमितासोबत काय केलेस? त्या आधी रेशमा सोबत काय करीत होतास- त्यांचा कंटाळा आल्यावर आता मी दिसले तुला?'

- 'अरे दळभद्री मेल्या, प्रेम काय असते ते कसे करावे, प्रेमातील निष्ठा काय असतात ते शिवकडे ट्युशन लावुन शिकुन घे! हिंसा करून प्रेम लाभते का कुणाचे? तुझ्यासारख्या निकमाऊ, गुंड प्रवृत्तीच्या मुलावर कोण प्रेम करणार? एखादया भृंग्या सारखा या फुलावरून त्या फुलावर सारखा भिरभिरत असतो! पापी, दळभद्री, विषयलंपट निघाला तो प्रेम करायला! प्रेम म्हणजे काय देवाचा प्रसाद असतो का? – निघाल्या मुली वाटायला! आधी स्वतःला प्रेमाच्या लायक बनव! खुप पैसा असला म्हणजे मुलींचे सच्चे प्रेम मिळविता येते हा भ्रम मनातुन काढ!'

ज्योतीसमोर गुडघे टेकून विवेक सारख्या विनवण्या करू लागला.

- 'ज्योति, मी यापुढे कधी शिवच्या वाटेला जाणार नाही! हवं तर मी हॉस्पिटलला जाऊन शिवची क्षमा मागतो! दवाखान्याचा झालेला सर्व खर्च मी देतो! पण मला या संकटातुन वाचव!'

- 'काय वाचवायचे राहिले----आवाज येतो आहे तुला पोलिसांच्या गाडीचा? आलेत तुला घ्यायला!'

- 'प्लिज ज्योति –वाचव ग मला –'

- 'जा मेल्या –नॉन बेलेबल आहे –सड जेलमध्ये!'

दोन दिवसात विवेकच्या सर्व साथीदारांचा पोलिसांनी शोध घेऊन त्यांनाही अटक केले.

एक आठवड्या नंतर शिवला हॉस्पिटलमधुन सुटका मिळाली. विवेक वेद व त्याच्या सर्व साथीदारांना अटक झाल्याचे ज्योतिने शिवला सांगितले. तिच्यात व विवेक वेद मध्ये झालेल्या खडाजंगीची माहिती ज्योतिने शिवला दिली.

सौ. देशमुखांनी जळगावच्या एस.पीं. ना फोन लावला.

'मी सौ. सविता देशमुख बोलतेय –'

'नमस्कार, बोला मॅडम –'

'सर्वप्रथम धन्यवाद! त्या हल्लेखोरांचा शीघ्र गतीने शोध घेऊन त्यांना आत केल्या बद्दल –बर त्या सूत्रधार मुलाचे नाव?'

'विवेक वेद! इथल्या मोठ्या व्यावसायिकाचा मुलगा आहे तो! तसे कुटुंब चांगले! –पण तो मुलगा असं का वागला हे कोडे! ते ही लवकरच सुटेल!' एस.पीं. नी सांगितले

‘ठीक आहे – तुम्ही तुमची कार्यवाही कोणत्याही दबावाला न घाबरता पुढे चालू ठेवा – गुन्हेगाराला शिक्षा झालीच पाहिजे!’

‘मॅडम, आम्ही कोणत्याही दबावाला घाबरत नाही, किंवा आमिषाला ही बळी पडत नाही! कायद्याचे तंतोतंत पालन करणे हे आमचे पोलिसांचे कर्तव्य! ते, आम्ही पोलिस इमानइतबारे करतो!’

- ‘खुपच छान! ठेवते आता.’

- ‘ हो मॅडम – ठेवा!’

शिवने कॉलेजच्या तासिका अटेन्ड करण्यास सुरुवात केली. कॉलेजमध्ये त्या घटनेचे चर्चेचे गुऱ्हाळ खुप दिवस सुरु राहिले. सर्वांची शिवप्रति सहानुभुती होती. प्रिन्सिपल सह सर्व प्राध्यापकांनी शिवची जातीने चौकशी केली.

त्या घटनेचा ज्योतीच्या मनावर प्रचंड आघात झाला. आपल्यामुळे शिवला सर्व भोगावे लागले याचे तिला मनस्वी दुःख झाले. तिच्या पप्पा-मम्मीला पण खुप वाईट वाटले. हॉटेल मालक व नोकर त्या दिवशी नसते, त्यांनी फक्त बघ्याची भुमिका घेतली असती तर नाहक एक निष्पाप जीव या जगातुन नाहीसा झाला असता! सुदैवाने शिव त्या दिवशी बचावला!

प्रकरण १२ वे – विजय प्रेमाचा!!

प्रिन्सिपल इनामदार सरांनी शिवला भेटीला घरी बोलवून घेतले. शिवला आग्रहाने जेवायला घातले. जेवणानंतर गप्पा गोष्टी सुरु झाल्या. प्रिन्सिपल इनामदार सर शिवला म्हणाले, 'विवेक हा खुप सुशिक्षित, सुसंस्कृत फॅमिलीतला मुलगा – त्याचे वडील माझे चांगले मित्र! He is also a Rotarian! तेथुनच आमची ओळख – RYLA च्या यशापासुन ते तुलाही चांगले ओळखतात! He also felt very very guilty because of his son's nasty behaviour! विवेक असं काही करेल किंवा करू शकतो यावर त्यांचा विश्वासच बसत नाही! Now the things are clear! जे eye – witness होते त्यांनी विवेकचे नाव सांगितले – त्याच्या सर्व साथीदारांची नावे सांगितली. Now all of them are behind the bar!'

'शिव तु वाईट वाटुन घेणार नसशील तर एक स्पष्ट विचारु?'

- 'हो सर विचारा- नाही वाईट वाटणार मला!'

- 'विवेकने तुझ्यावर कोणत्या कारणासाठी हल्ला केला?'

- 'सर, केवळ गैरसमज! माझ्या व ज्योतिच्या मैत्रीबद्दल! आमची मैत्री निखळ आहे – त्याला वाटले आमचे 'प्रेमप्रकरण' सुरु आहे – ज्योतिचे व माझे!'

'तुमचे 'प्रेमप्रकरण' सुरु आहे- यात त्याचा दुखावला जाण्याचा काय संबंध?'

प्रि. इनामदार सरांनी शिवला विचारले.

'कारण विवेकचे ज्योतिवर एकतर्फी प्रेम होते. हे तो मला सांगायचा – हेतु असा कि मी ज्योतिपासुन लांब राहावे. ज्योति अन माझी फक्त स्वच्छ निखळ मैत्री आहे – आमच्यात 'प्रेमप्रकरण' असं काही नाही! – पण माझ्याशी घट्ट मैत्री झाल्याने ज्योतिचे त्याच्याशी वागणे बदलले! ती त्याला आधीसारखा 'रिसपेक्ट' देत नव्हती – त्याला टाळायची.'

'खरं म्हणजे असं ज्योतिने वागायला नको होते – You both were her friends!'

प्रिन्सिपल सर म्हणाले.

'सर, ज्योति माझ्यावर प्रेम करायला लागली – एक दिवस ती मला तसे म्हणाली देखील – पण मी – विजया नावाच्या अमळनेरच्या मुलीच्या प्रेमात दोन वर्षापासुन असल्याने मी ज्योतिला असमर्थता दर्शविली. विजया व ज्योति दोघी एकमेकींना चांगले ओळखतात – फोनवर बोलत असतात. ज्योति अन मी चांगले मित्र आहोत – एकमेकांशी आपुलकीने पण खुप संयमाने आम्ही वागत असतो. विवेकला हे कोण समाजाविणार? त्याने 'मी त्याच्या प्रेमाच्या मार्गातील काटा आहे' असे समजुन मला संपविण्याचा प्रयत्न केला!!

ज्योतिचे पप्पा-मम्मींनी शिवचे म्हणणे शांतपणे ऐकुन घेतले! जरा वेळ शांतता --

'ज्योति, शिव जे सांगतोय ते सगळे खरे आहे बेटी?'

- 'हो पप्पा – शब्दनशब्द! It's fact!'

402

- 'मग तू विवेकला स्पष्टपणे का नाही सांगितले?'

- 'पप्पा विवेक मला कधी तसं म्हणाला नाही! तो शिवला सांगायचा, 'त्याचे माझ्यावर प्रेम आहे म्हणुन – तो स्वैराचारी असल्याने मला नाही आवडायचा! आधी रेशमाच्या भावनांशी खेळला नंतर अमिताकडे वळला! सहा महिन्यांपासुन माझ्याशी लाडीगोडी करायला लागला. अशा वृत्तीच्या मुलाला कोण जवळ घेणार? मी त्याच्याशी अंतर ठेवुन वागायचे याचा त्याला राग! शिव माझ्याशी जवळीक करून राहतो याचा शिववर राग!! संपुर्ण दोषी विवेकच आहे – पैशांची मस्ती!'

- 'ठीक आहे शिव – काळजी घे बेटा तब्येतीची अन केव्हाही काही अडचण असल्यांस निसंकोचपणे घरी येत जा!'

- 'हो सर! एक विनंती आहे!'

- 'सांग!'

- '३१ जानेवारीला अमळनेरला गॅदरिंगमध्ये विजयाचा एक इव्हेंट आहे – विजया कोण तुमच्या लक्षात आले असेलच!'

- 'हो आले लक्षात – त्याचं काय?'

'मी या कार्यक्रमाला जाणार आहे तिने ज्योतीलाही आग्रहाने बोलविले आहे! म्हणजे आमचा ग्रुप आहे चार पाच जणांचा सर्व यावे ही तिची अपेक्षा आहे – तुम्ही ज्योतिला परवानगी दिली तर मला खुप आनंद होईल!'

- 'शिव आम्ही विचार करून सांगतो तुला – बघू या!'

- 'हो सर येतो मी!'

शिव, भावेश, ज्योति, अंजली व भक्ती प्रि. इनामदार सरांच्या गाडीने अमळनेरला येऊन पोहचले.

शिवचे अमळनेरचे सर्व मित्र भरत, बंड्या, पुंड्या, सिद्धार्थ सायली , योगिता सर्व येऊन भेटले. घडल्या प्रकाराबद्दल मित्रांनी तीव्र संताप व्यक्त केला.

विजुचे आई बाबा धाकटा भाऊ बंटी हे देखील कार्यक्रमास उपस्थित होते. शिवने आल्यावर त्यांचे चरणस्पर्श करुन नमस्कार केला.

बाबांनी गुन्हेगारांना अटक झाल्याने समाधान व आनंद व्यक्त केला. विजया व सुलोचना शिवला भेटुन कार्यक्रमाच्या पुर्वतायारीसाठी निघुन गेल्या.

संध्या.ठीक ६:३० ला कार्यक्रम सुरु झाला.

अर्ध्या तासानंतर विजया देशमुख व सायली पटवर्धन च्या नावची उद्घोषणा झाली. फिल्म 'आरजु' सोलोइस्ट ॲक्ट – बेदर्दी बालमा तुझको मेरा मन याद करता है!'

सर्वांना वाटले विजया देशमुखचा ग्रुप डान्स असावा – पण ' सोलोइस्ट ॲक्ट असे अनाउंस झालेवर सर्वांच्या नजर पडदा वर होण्याची वाट बघु लागले. पडदा वर गेल्याबरोबर जेव्हा विजु वेगळ्या कॉस्टुम व नैराश्यमय भूमिकेत दिसली तेव्हा सर्वांना आश्चर्य वाटले. सायलीने गायिलेल्या गितावर विजयाने हा ॲक्ट सादर करण्यांस सुरुवात केली. अर्थातच गिताचा मुड उदास, नैराश्यमय जीवन व्यतीत करणाऱ्या, प्रेमभंगाचे दुःख भोगत

असलेल्या नवतरुणीचे भाव व्यक्त करणारा असा होता. संगिताचे स्वर तसे आळविले जात होते.

शिव व विजयामध्ये मागिल दोन महिन्यापासुन जे नाट्य सुरु होते त्याचा हा परिपाक होता. ज्योतिची शिवशी झालेली जवळीक विजयाचे शिवला पुर्णपणे समर्पित झालेले मन स्वीकारु शकत नव्हते! शिवच्या आयुष्यात ज्योतीच्या झालेल्या प्रवेशाने विजुच्या मधुर स्वप्नांचा चक्काचुर झाला होता! स्टेजवर येऊन एखादया 'हिलारिअस' सॉग प्रेझेंट करण्याची तिची मानसिकता नव्हती. शिवशी झालेल्या भांडणाने ती पार कोलमडून गेली होती. सुलु व सायलीच्या आग्रहामुळे ती स्टेजवर आली व आपल्या मनातिल वेदनेस सर्वांसमक्ष वाट करून दिली. विजया व शिवचे प्रेमप्रकरण सर्वश्रुत असल्याने ते सर्व प्रेक्षकांच्या मनाला चटका लावुन गेले.

ॲक्ट पुर्ण होईपर्यंत संपुर्ण शांतता होती. विजयाचे शिवच्या आठवणीने अश्रुंनी ओथंबलेले डोळे प्रेक्षकांवर खुप परिणाम करून गेले. काही मुलींना आपले अश्रु आवरता नाही आले!

शिव अत्यंत एकाग्रतेने विमनस्क स्थितीत, जड अंतकरणाने ॲक्ट बघत होता! सायलीच्या कारुण्यमय सुर व विजुचे त्या सुरास साजेसे चेहऱ्यावरील हावभाव शिवच्या काळजाचा वेध घेत होते. शिवला कळत होते हा विजुचा अभिनय नसून प्रत्यक्ष जी जगत होती किंवा मागील दोन महिन्यापासुन

ती जे भोगत होती ते प्रकट होत होते. गीत संपले अर्धा तासाने कार्यक्रम व स्नेहसंमेलन देखील आटोपले.

कार्यक्रम संपल्यानंतर सर्व समोर आले.

- 'रडविलेस बेटा आम्हांला!' डोळे टिपत बाबा म्हणाले.

- 'पण हा 'सोलोइस्ट ॲक्ट' 'ग्रुप सॉग' सोडुन निवडण्याचे प्रयोजन काय हे नाही समजले आम्हांला?'

- 'बाबा, मागील दोन महिन्यापासुन घडत असलेल्या घटनांचा हा 'क्लायमॅक्स' आहे!'

- 'कसल्या घटना बेटी? – जरा आम्हाला कळु दे!'

- 'मला क्षमा करा आई-बाबा तुम्ही! तुम्हाला दुःख होऊ नये म्हणुन मी तुम्हाला काही कळविले नाही! मागील दोन महिन्यापासुन शिवच्या व माझ्या नात्यास 'घरघर' लागली-आमच्यात कधी नव्हता इतका दुरावा निर्माण झाला!'

- 'अजुनही आम्हाला काहीच कळले नाही – जास्त स्पष्ट करुन सांग!'

- 'बाबा, दोन महिन्यापुर्वी शिवची व माझी भेट झाली! शिवला हैद्राबादच्या 'रोटरी युथ लिडरशिप अवार्ड' मध्ये पहिले पारितोषिक मिळाले – अर्थात ज्योति अन शिवला! मला खुप आनंद झाला – मी दोघांचे मनापासुन अभिनंदन केले. पण कॉन्फारंन्सचा वृतांत शिव देत असतांना 'त्या दोघांत' – ज्योति अन शिव मध्ये घडलेली एक गोष्ट मला खटकली. मी संतापाच्या भरात शिवला हाकलुन लावले!'

विजयाने आई-बाबांना शिव व तिच्यात झालेल्या भांडणाचा संपुर्ण वृतांत दिला. शिव व ज्योतिचे प्रेमप्रकरण सुरु असल्याची शंका तिच्या मनात घर करून असल्याचे तिने सांगितले. 'शिव वर जीवघेणा हल्ला झाल्यांने न राहावल्याने मी त्याला जळगावला बघायला गेले- तेवढे सोडले तर कित्येक दिवसापसुन आमच्यात पुर्ण दुरावा व अबोला आहे!'

विजयाचे म्हणने ऐकुन आई-बाबा खुपच बुचकळ्यांत पडले. ते थोडावेळ शांत झाले.

- 'बाबा, त्यानंतर शिवने कधीही माझी भेट घेण्याचा, मला फोन करून संदेश देण्याचा, माझी मनधरणी करण्याचा, पुन्हा येऊन माझी समजुत काढण्याचा कधीही प्रयत्न केला नाही!'

- 'आमच्यातले अंतर खुप वाढले आहे – शिव माझ्यापासुन मनाने खुप दुर गेलेला आहे!'

- 'मी, तुम्हाला काहीही कळविले नाही, कारण मला भिती वाटायची – माझे 'प्रेम' अयशस्वी होत आहे याबाबतची!'

थोडं वेळ शांतता.

'शिव, तू याबाबत काय सांगशिल बेटा?'

'बाबा, विजुच्या म्हणण्यात अर्धसत्य आहे! म्हणजे विविध कार्यक्रमांत व्यस्त असल्यांने रविवारी नियमित होणारी आमची भेट होत नव्हती! पण त्याबाबत विजुने कधी तक्रार केली नाही – माझी प्रगती व विविध क्षेत्रात मिळणारे यश बघुन मला सारखे प्रोत्साहित करीत होती! खर म्हणजे विजुच्या सर्व स्वप्न पूर्तीसाठी

माझी धडपड सुरु आहे!' आमच्या भेटी होत नसल्या तरी मी कधीही तिला विसरलो नाही की तिच्या पासुन मनाने दूर गेलो नाही! विजुवरील माझ्या प्रेमात तसुभरही फरक पडलेला नाही!'

- 'मग, शिव तुमच्यांत बिनसले- का व कसे?'

- 'बाबा, हैद्राबादला RYLA चे पहिले बक्षिस मिळाल्यावर बक्षिस घेण्यास स्टेजवर गेलो असतांना अती आनंद झाल्याने मी व ज्योतिने एकमेकांना मिठी मारली. We hugged each other!'

- 'हे सर्व स्टेजवर सर्वांसमोर घडले ना – मग ती मिठी किंवा आलिंगन कसे होईल? – बेटा ती आनंदात घेतलेली 'गळाभेट' होती – फर्स्ट प्राईस मिळाल्याने! अशा आनंदाच्या क्षणी हे घडतंच! घडलं नाही तर नवल! (सर्व हसतात) तू विजुला 'गळाभेट' न म्हणता 'मिठी मारलीस, आलिंगन दिलेस' असं म्हणलास ना? – हे-हे-हे माझी पोरगी कसे सहन करेल! हे तर स्पष्ट तिच्या अधिकारावर आक्रमण! म्हणुन ती संतापली व त्या भरात, तुला, Get lost from here!' असे म्हणाली त्या वेळेपुरते निघून जायचे होते! नंतर मित्रांकडे जाऊन संध्याकाळी गजरा वगैरे घेऊन गाण गुणगुणत यायचे! ते तुझे आवडते सॉग – अपनी आँखो में बसाकर – असं काही म्हणतो ना तू!' (सौ. देशमुखांकडे बघत, 'ह्या संतापल्या म्हणजे मी आमचे सॉग म्हणतो असेच करतो! काय हो? (सौ. देशमुख लाजत स्मित करतात) बेटा ही तुमची सुरुवात आहे! – प्रत्येक प्रियकराला, नवऱ्याला ह्या चांगल्या सवयी लावुन घ्याव्या लागतात! – ह्यांचे रुसवे म्हणजे नाकावरच! यांचे संताप, राग – आपण पुरुषांनी फारसे मनाला लावून घेऊ नये!'

'बाबा, तुम्ही तिचे तेव्हाचे उग्र रूप बघुन हमखास म्हटले असते हीच का ती विजु?' – नंतर परत यायची माझी हिंमत नाही झाली हो! –मी, ट्रेनने जळगावला परत आलो अन ठरविले तिने पुढाकार घेऊन बोलविल्याशिवाय जायचे नाही!'

- 'शिव, तुला एक कानमंत्र देतो बेटा, 'जेव्हा असं घडते तेव्हा पुरुषांनाच माघार घ्यावी लागते! स्त्रिया माघार घेत नाहीत! – स्त्री हट्ट! आपण पुरुषांनी आपल्या प्रेमासाठी, जिवलगा साठी घ्यायची माघार! कशाला 'इगो' ला आमंत्रण देऊन मोठे करायचे?' अन सारं बिघडुन घ्यायचं!' सर्व हसतात.

- 'हो बाबा चुकलंच माझं – मान्य करतो मी! मी नंतर विजुची समजुत काढण्याचा प्रयत्न करायला हवं होते!'

'बरं शिव, ही ज्योति – तिच - मुलगी जिच्यामुळे त्या गुंड पोराने तुझ्यावर हल्ला केला –तो तिच्यावर प्रेम करीत होता ना? – बघ एक 'गळाभेट' तुला केवढी महागात गेली – म्हणुन यापुढे कुणाच्या गळ्यांत पडु नको – कारण ते 'पेटंट' दुसऱ्याचे आहे!'

'काका मी थोडं बोलु का? मीच ती ज्योति – जळगावच्या शासकिय अभियांत्रिकी कॉलेजच्या प्रिन्सिपल इनामदार सरांची मुलगी'

'हं बोल बेटा! –तू आहेस इथे मला नव्हतं माहित!'

ज्योतीने सुरुवात केली

409

'शिव, विजुला खुप दिवसापासुन भेटु शकला नाही हे खरे! कारण वेगवेगळ्या कार्यक्रमात शिवचे व माझे अॅक्टीव्ह पार्टीशिपेशन असल्यांने तो खुप बिझी असायचा!

"पण असा एकही दिवस गेला नाही की ज्या दिवशी त्याला विजुची आठवण आली नाही! टेबल-टेनिस खेळतांनाच्या इंटरव्हलमध्ये किंवा कोणत्याही कार्यक्रमाची पुर्वतयारी करीत असतांना मिळालेल्या 'रिसेस' मध्ये विजुच्या व त्याच्या आठवणी सांगायचा! त्या सुखद आठवणीत रममाण व्हायचा! मलाही त्या 'शेअर' करतांना आनंद व्हायचा! – मला विजुचा हेवा वाटायचा!"

'शिव मला आवर्जुन सांगायचा, त्याला मिळणाऱ्या सर्व यशात विजुची 'प्रेरणा' आहे! 'She has been inspiring force of my life!' हे शिवचे नेहमीचे पालुपद!'

- 'मी – शिवशी परिचय – मैत्री झाल्यानंतर त्याच्यावर प्रेम करू लागले! मी, एक दिवस माझे पेम शब्दांनी व्यक्त देखील केले पण शिवने स्पष्ट सांगितले, 'माझ्या हृदयाची एकच राणी – विजया राणी ' I have no such feelings for you Jyoti – please excuse – I respect your feelings but-----'

'मी काय समजायचे ते समजली – पण तरीही आमची मैत्री घट्ट राहिली! अबाधित राहिली! हैद्राबादला जे घडले ते एक 'फ्लुक' होते. 'Fluke' 'Ecstasy' मध्ये स्टेजवर असे घडते – Its quite unintentional!' तरीही परतीच्या प्रवासात आमच्या गप्पा सुरु

असतांना, 'When Shiv felt guilty about that 'hug' – मी त्याला समजाविले. 'होत रे असं! त्यात एवढे कशाला मनाला लावायचे!'

'दुसरे 'माझ्यावर विवेक वेद एकतर्फी प्रेम करीत होता! त्यानेच शिववर हल्ला करविला – कारण काय तर आमच्या दोघांबद्दल – शिव व माझ्याबद्दल कॉलेजमध्ये होणारे ' गॉसिपिंग' व आमच्या 'कपोल कल्पीत' प्रेमप्रकरणाची चर्चा!'

'मला विवेकचा पुर्व इतिहास माहित असल्यांने मी त्याच्या एकतर्फी प्रेमास बळी पडले नाही – मी त्याच्याशी अंतर ठेवून वागत होते कारण आधी त्याने वर्षभर रेशमा नावाच्या नंतर अमिता नावाच्या माझ्या मैत्रिणीशी प्रेमाचे नाटक केले. अशा प्रेमाला खेळ समजणाऱ्या मुलांवर कोण प्रेम करणार? अन् आता तर त्याची सैतानी वृत्ती समोर आली आहे!'

'शिव मात्र कोणत्याही मुलीच्या स्वप्नातील चपखल बसणारा 'प्रियकर' आहे – तो प्रेमात निष्ठा राखुन आहे, विषयलंपटता त्याच्या स्वभावात जरा सुध्दा नाही! प्रेम ही वासना नसुन उपासना असल्याची त्यास पुरेपुर जाण आहे! व तो एक चांगला माणुस आहे! मुलींना त्याच गोष्टी हव्या असतात! परंतु अलिकडे त्या दुर्लभ झालेल्या आहेत! Shiv Is the rarest in rare real lovers!'

- 'विजु तु खरंच खुप भाग्यवान आहेस! तुझा 'हॅण्डसम गाय' –'चॉकलेट हिरो' तुझ्यापासुन कोणीही हिरावुन घेऊ शकणार नाही! He is really MAD for you! He loves you boundlessly!! .... With all his hearts and souls!!'

सर्व स्तब्ध होऊन विजुकडे बघतात! विजु, सर्व ऐकल्यानंतर हळुहळु एक एक पाउल टाकीत शिवच्या जवळ येते व त्याला अलगद मिठी मारते. शिवही तिला प्रतिसाद देऊन घट्ट मिठी मारतो. विजुच्या आई लाजऱ्या-बुजऱ्या होत पण समाधानाने त्यांच्याकडे बघत असतात .

'अहो, बाईसाहेब तिकडे काय बघतात, आम्ही इकडे एकटे उभे आहोत' विजुचे बाबा आनंदाने म्हणतात.

सौ. सविता मॅडम लाजत, 'काय हो तुम्ही ना , आता वय राहिलं का आपलं?'

- 'अंऽहं! प्रेमाला वय नसते बाईसाहेब!'

सर्व एका सुरात म्हणतात, 'Shiv And Viju are made for each other!'

विजु व शिव हात उंचावुन म्हणतात

- 'NO – We BOTH ARE MAD FOR EACH OTHER!!!'

सर्व आनंदाने टाळ्या वाजवितात-

एक वर्षानंतर शिव, विजु व ज्योति बी.ए.च्या पदवीदान समारंभासाठी पुणे विद्यापिठात आलेले असतात. तिघांनाही बी.ए.च्या परीक्षेत सेकंड क्लास ऑनर्स मिळते! शिव व विजु विद्यापीठाच्या गेट – मधून हातात हात घेऊन बाहेर येतात. ज्योति गेट जवळ थांबुन त्यांना आनंदाने बाय-बाय करतांना दिसते. दोघेही आनंदी मुद्रेने ज्योतिला निरोप देतात!

Here the story of TWO MAD MEN ENDS!!!

दुरवर रेडिओवर गाणे सुरु असते.

'जनम जनम का साथ है तुम्हारा हमारा, तुम्हारा-हमारा!

अगर ना मिलते इस जनम में तो लेते जनम दुबारा------

जनम जनम का साथ है तुम्हारा हमारा तुम्हारा-हमारा!

धन्यवाद.

www.ingramcontent.com/pod-product-compliance
Lightning Source LLC
Chambersburg PA
CBHW030749080925
PP17014600001B/1
* 9 7 8 9 3 5 4 2 7 7 7 6 4 *